शेतकऱ्यांच्या

आत्महत्या

...थांबवायच्या कशा ?

दिवाकर गोविंद बोकरे

(एम.कॉम)

चार्टर्ड अकौंटंट संस्थेचे 'फेलो' सभासद

डायमंड पब्लिकेशन्स

शेतकऱ्यांच्या आत्महत्या थांबवायच्या कशा ?

दिवाकर गोविंद बोकरे

प्रथम आवृत्ती : २००८

ISBN 978-81-89959-88-3

© डायमंड पब्लिकेशन्स

मुखपृष्ठ
शाम भालेकर

अक्षरजुळणी
नितीन पवार

प्रकाशक
डायमंड पब्लिकेशन्स
२६४/३ शनिवार पेठ, ३०२ अनुग्रह अपार्टमेंट
ओंकारेश्वर मंदिराजवळ, पुणे-४११ ०३०
☎ ०२०-२४४५२३८७, २४४६६६४२
info@diamondbookspune.com

ऑनलाईन पुस्तक खरेदीसाठी भेट द्या
www.diamondbookspune.com

प्रमुख वितरक
डायमंड बुक डेपो
६६१ नारायण पेठ, अप्पा बळवंत चौक
पुणे-४११ ०३० ☎ ०२०-२४४८०६७७

या पुस्तकाचे महत्त्व का?

१. गेली ६० वर्षे विविध आर्थिक कार्यक्रमात शेती क्षेत्राला गौण स्थान प्राप्त झाले. सरकारच्या योजना उद्योगांना महत्त्व देणाऱ्या असल्याने देशात सर्व क्षेत्रांना समान महत्त्व जोपर्यंत दिले जात नाही तोपर्यंत शेतीक्षेत्र व शेतकरी मागासलेलाच राहील.

२. हा प्रश्न आर्थिक नीतीतूनच हाताळण्याची गरज आहे; परंतु आज कोणीही शेतकऱ्यांची संघटना/चळवळ (कापूस उत्पादक संघ वगळता) या दृष्टिकोनातून शेतकऱ्यांच्या प्रश्नाकडे बघण्याचा प्रयत्न करीत नाही. त्यांचा अभ्यासही त्यादृष्टीने कमी पडतो.

३. मलमपट्टी वापरूनच प्रश्न सोडविण्याचे प्रयत्न होत आहेत. वरवर बघून हा प्रश्न सुटणारा नाही, हे अनेकांना एकतर समजत नाही अथवा समजत असले तरी ते उपाय त्यांना अडचणीत टाकणारे असू शकतात.

४. सामान्यांना अशा दृष्टीने बघायला शिकविले जात नाही. त्यामुळे सामान्यांचा कलही वरवरचा झाला आहे. त्यांना खऱ्या प्रश्नांची जाणीव करून देण्याची आवश्यकता आहे. अनेक तज्ज्ञांनाही या पुस्तकातील विचार शेतकऱ्यांचा प्रश्न सोडविण्याचा मार्ग दाखवू शकेल असे वाटते. ते जरी प्रश्न सोडवू शकले नसले, तरी शेतकऱ्यांच्या एकजुटीसाठी या विचारांचा उपयोग करून त्यांच्यात जागृती निर्माण केली जाऊ शकते.

५. तरुण शिक्षित शेतकरी वर्ग या विचारांना सहज समजू शकतो. त्यांना यातून नवीन जाणीव होऊ शकेल व आपले नेते इतकी वर्षे आपली दिशाभूल करत होते या निर्णयाप्रत ते येऊ शकतील.

६. शहरात राहणारा मध्यमवर्गीय नागरिक शेतकऱ्यांच्या आत्महत्या खऱ्या अर्थाने कशामुळे होत आहेत, याबद्दल अज्ञानीच असल्याचे दिसून येते. वर्तमानपत्रातून येणाऱ्या बातम्यांशिवाय दुसरा पर्याय पुढे नसल्याचे अशा बातम्यांवर विश्वास ठेवून ते चर्चा करतात. त्यांच्या या विचारातील पोकळी या पुस्तकातील माहितीच्या आधारे भरून निघू शकेल.

७. सरकार दरबारीसुद्धा या पुस्तकातील विचारांमुळे सध्याचा गोंधळ कमी होऊन काही सकारात्मक निर्णय घेण्यासाठी दडपण येऊ शकते. सरकारचे याबाबतीत असलेले इतक्या वर्षांचे धोरण कसे चुकीचे होते/आहे हे तरुण शेतकऱ्यांना योग्यरीत्या समजू शकेल.

लेखक परिचय

दिवाकर गोविंद बोकरे
(एम. कॉम. चार्टर्ड अकौंटंट संस्थेचे 'फेलो' सभासद)
सी ५०७, शिल्पा हौ.सो. एम.आय.टी. कॉलेजजवळ,
पौड रोड, पुणे - ४११ ०३८
फोन : २५४५७१९०/९८५०७०७९१७
emil-bokaredg2001@yahoo.co.in

१९६६-६९ - मुंबईच्या ए.एफ. फर्ग्युसन या ऑडिट फर्ममध्ये

१९६९-२००५ - महिंद्र अँड महिंद्र लि. या उद्योग समूहात कार्य

जनरल मॅनेजर अकाऊंट्स, चीफ इंटर्नल ऑडिटर, चीफ फायनान्स ऑफिसर, हेड ऑफ फॅक्टरी एक्झिक्युटिव्ह डायरेक्टर, चीफ एक्झिक्युटिव्ह ऑफिसर, फायनान्शिअल कन्सलटंट वगैरे पदभार सांभाळला.

विशेष कर्तृत्व

१. आजारी कंपन्यांना आर्थिकदृष्ट्या समर्थ करून तोट्यातून नफ्यात परिवर्तन.

२. अ-पारंपारिक व्यवस्थापन पद्धती वापरून नेतेपदाला नवीन अर्थ व दिशा देण्यात यश.

३. प्रत्येक पदाला नवीन जबाबदारीचा अर्थ लावून सहकार्यांसाठी एक नवीन आदर्श ठेवण्यात यश.

आर्थिक क्षेत्रातील घडामोडींचा अर्थशास्त्रीय सिद्धान्तातून अभ्यास व त्याबाबतचे इंग्रजी व मराठीतून लेखन.

अनुक्रमणिका

प्रस्तावना

शेतकऱ्यांचा कुणी कैवारी नाही

गेल्या तीस-पस्तीस वर्षात शेतकऱ्यांचे अनेक प्रश्न चर्चेला यायला लागले. त्याची १९७० च्या सुमारास जरी महाराष्ट्रात सुरुवात झाली असली, तरी त्या प्रश्नांना आता देशातील अनेक व्यासपीठातील भाषणात जागा मिळू लागली आहे. परंतु शेतकऱ्यांच्या अनेक मूलभूत प्रश्नांवर अजूनही कायमचा उपाय शोधला जात नाही किंवा तो समजला असला तरी तो उपाय अनेक राजकीय पक्षांना व त्यांच्या नेत्यांना अडचणीत टाकणाराच असण्याची शक्यता अधिक आहे.

आपल्या देशाला १९४७ साली इंग्रजांकडून स्वातंत्र्य मिळाल्यानंतर आता आपलेच राज्यकर्ते देशवासींच्या सर्वांगीण कल्याणासाठी अनेक कायदे व सुविधा पुरवून देशाचा कारभार चालवितील, अशी अपेक्षा होती. अशी अपेक्षा ठेवणे गैर म्हणता येणार नाही. राज्यकर्ते शिकलेले व अनेक क्षेत्रातील अनुभव असलेले असल्याने ते स्वतःहूनच अशा अपेक्षा पूर्ण करतील, अशी भाबडी समजूत होती. त्या अपेक्षा ठेवणाऱ्यात एक मोठा वर्ग शेती व्यवसाय करणाऱ्यांचा होता. स्वातंत्र्यानंतरच्या पहिल्या तीस वर्षात ग्रामीण भागात शिक्षणाच्या सोयी फारशा अस्तित्वात नव्हत्या. त्यामुळे बहुतेक शेतकरी निरक्षर होते. कोणत्याही कागदावर अंगठ्याचा ठसा लावण्यापुरतेच ज्ञान अशा असंख्य संख्येत असलेल्या शेतकऱ्यांचे होते. या अज्ञानाचा फायदा (गैरफायदा) अनेकांनी घेऊन आपले खिसे भरुन घेतले. सावकार व सरकारी कर्मचारी यात सर्वात पुढे होते. अनेकांच्या जमिनी हडप झाल्या, अनेकांना स्वतःच्या पूर्वजांनी घेतलेल्या कर्जाची परतफेड (त्यातही मुद्दला ऐवजी व्याजाचीच) करण्यासाठी आयुष्यभर मेहनत करावी लागली. त्यात एक पिढी हातात काहीही न पडता संपली. कुटुंबाला दोन वेळचे जेवण मिळते व घरातील उत्सव थोड्या पैशात का होईना करता येतात, यातच त्यांचे समाधान होत असे. असे असताना शेती आर्थिक दृष्ट्या परवडते किंवा नाही याचा विचारही त्यांच्या मनाला शिवणे शक्य नव्हते. सामान्यपणे आपले नाही तर आपल्या मुलाबाळांचे आयुष्य सुखात जाईल, या आशेवर राहून त्यांनी या जगाचा निरोप घेतला.

सुरुवातीला शेती व्यवसाय स्वतःच्या कुटुंबाचा जीवनाधार म्हणून समजला जात होता. परंतु स्वातंत्र्योत्तर काळात हळू हळू देशात औद्योगिकरणाचा पाया मजबूत व्हावयास लागला होता. आपले पहिले पंतप्रधान पंडीत नेहरु विचाराने मार्क्सवादी

होते. त्यामुळे तेव्हाच्या सोविएत युनियन मधील मोठ्या उद्योगांचा, धरणांचा, कारखान्यांचा आदर्श त्यांच्यापुढे होता. परंतु सर्वच बाबतीत त्या आदर्शावर अवलंबून काम करण्याची त्यांची ताकद नव्हती, म्हणून खासगी क्षेत्रातील काही प्रमुख उद्योगपतींच्या सहकार्याने देशात औद्योगिकरणाचे जाळे पसरु लागले. बहुतेक उद्योगांसाठी शेतीत तयार होणारा माल (कापूस, ताग, गहू, तांदूळ, डाळी, दाणे, फळे वगैरे वगैरे) कच्चा माल म्हणून वापरला जात असे व त्यापासून तयार होणाऱ्या वस्तूंचा मोठा ग्राहक म्हणून शेतकऱ्यांची संख्या हळू हळू वाढायला लागली. उद्योगांवर अवलंबून राहून शेती करण्याचा प्रकार सर्वमान्य व्हावयास लागला. जसे उद्योगातील वस्तूंचे प्रमाण शेतकऱ्यांच्या जीवनात तसेच शेती व्यवसायात वाढू लागले, तसे शेतात होणाऱ्या उत्पादनाचा खर्च हळूहळू वाढू लागला. कालांतराने यात लोखंडी अवजारे, नांगर, रसायने, रासायनिक खते, बियाणे, वीज व विजेवर चालणारी इतर यंत्रे व वस्तू, इत्यादींचा मोठ्या प्रमाणात समावेश होऊ लागल्याने शेतमालाचा उत्पादन खर्च सतत वाढत होता व आजही वाढत आहे. त्याप्रमाणात शेतीचे उत्पन्न मात्र फारच कमी वाढत असते. त्यातून कर्जाचा भार वाढू लागला. कर्जाचा भार इतका वाढू लागला की साधी बियाणे घेण्यासाठीसुद्धा आता कर्ज घेण्याची वेळ शेतकऱ्यांवर आली आहे. कर्जबाजारीपण वाढीस लागून त्यातून अनेकांनी आत्महत्या केल्याचे आपण गेल्या १०-१५ वर्षात पाहत आहोत.

देशाचे कृषी मंत्री मे २००७ मध्ये संसदेत निवेदन करताना म्हणाले की गेल्या दहा वर्षात जवळपास दीड लाख शेतकऱ्यांनी आपल्या देशात आत्महत्या केल्या. ही तर अतिशय शरमेची बाब म्हणावी लागेल; इतके असूनही देशातील प्रसिद्धी माध्यमे, राजकीय पक्ष व त्यांचे नेते यांच्यात याबाबतची संवेदनशीलता पूर्णपणे अनुपस्थित असल्याचे दिसून येत आहे. निवडणुकीच्या वेळीच या राजकीय पक्षांना व नेत्यांना शेतकऱ्यांची आठवण येते हे सर्वांना स्पष्टपणे दिसून आले.

शेतीचा उत्पादन खर्च व शेतमालाला बाजारात मिळणारे मूल्य यात असलेली तफावत मोठ्या प्रमाणात वाढत असल्याचे व त्याबाबत राष्ट्रीय आर्थिक धोरणात कोणताही उल्लेख होत नसल्याचे सर्वप्रथम १९६७ मध्ये काही जागरुक विचारवंतांनी केलेल्या संशोधनातून उघडकीस आले होते. या संशोधनात पुढाकार घेतला तो डॉ.म.गो.बोकरे (१९२६-२००१) यांनी शेतकऱ्यात याबद्दलची जागृती करण्यासाठी व स्वतःच्या शेतीत तयार होणाऱ्या शेतमालाचे उत्पादन खर्च कसे काढावे व त्या साठी बाजारातून मिळणारे मूल्य धरुन शेतकऱ्यांना शेतीत किती नफा किंवा तोटा होतो, हे काढण्याचे सूत्र शोधून काढले. डॉ.बोकरे यांनी काही समविचारी सहकारी वर्गाच्या मदतीने विदर्भातील अनेक खेड्यात जावून ते शिकविण्याचा ध्यास घेतला.

२ / शेतकऱ्यांच्या आत्महत्या थांबवायच्या कशा ?

पदयात्रा व सायकल यात्रा काढून ही जागरुकता केली त्याला देशातील शेतीक्षेत्रात तोड नाही. याबाबतचा इतिहास सोबतच्या 'विदर्भातील कापूस चळवळीचा वैचारिक प्रवास' लेखात सविस्तरपणे दिला आहे. या चळवळीतून एक मंत्र मात्र सर्वच शेतकऱ्यांना समजला व तो मंत्र आजही शेतकऱ्यांच्या प्रश्नासंबंधी अनेक संघटना व सामाजिक नेते मुक्तपणे उच्चारत आहेत. तो मंत्र म्हणजे 'शेतमालाला उत्पादन खर्चावर आधारित बाजार भाव मिळालाच पाहिजे'.

हा मंत्र व मागणी कितीही वाजवी असली तरी गेल्या साठ वर्षात कोणत्याही राजकीय पक्षाने पूर्ण केली नाही व ती पूर्ण व्हायची सुतराम शक्यता पुढील काळातही दिसत नाही. शेतकऱ्यांच्या वाढत्या संख्येतील आत्महत्यांबाबत माननीय मुंबई उच्च न्यायालयाने दखल घेऊन या पीडित वर्गाबद्दल आपली काळजी व्यक्त करुन, त्याचा अभ्यास करुन अहवाल सादर करण्याचा आदेश मुंबईतील स्वतंत्र विचाराच्या नामांकित 'टाटा इन्स्टिट्यूट ऑफ सोशल सायन्सेस' या शिक्षण संस्थेला दिला. त्यानुसार या प्रतिष्ठित संस्थेने आपला अहवाल १५ मार्च २००५ रोजी सदर न्यायालयाला सादर केला. या अहवालात शेती क्षेत्रातील उत्पादन खर्च, कर्जबाजारीपणा, सरकारी धोरण, सरकारतर्फे जाहीर होणारे आधार भाव, सिंचन सुविधा, राष्ट्रीय निर्माण निधीत गेल्या पन्नास-साठ वर्षात शेतीसाठी होणारी घसरण, राष्ट्रीय कृषी नीती, सरकार दरबारी शेती व्यवसायासाठी असलेला अनुत्साह, काही आत्महत्यांची संपूर्ण माहिती, सरकारी व खासगी क्षेत्रातील बँकांकडून शेतीसाठी कर्ज देण्यासंबंधी अनुत्साह, औद्योगिक वस्तूंचे सतत वाढते दर, हरित क्रांतीपासून शेतीला होणारा वाढता खर्च इत्यादी अनेक महत्त्वाच्या बाबींचा स्पष्ट भाषेत उल्लेख आहे. १९७० साली नागपूर येथे स्थापन झालेल्या महाराष्ट्र कापूस उत्पादक संघाने सरकारची जी धोरणात्मक कारणे शेतकऱ्यांच्या दुःस्थितीला जबाबदार म्हणून दाखविली होती, त्याला संपूर्णपणे पाठिंबा देणारे उल्लेख या संस्थेच्या अहवालात दिसतात. याबाबतचा सविस्तर उल्लेख सोबतच्या 'आत्महत्यांना सरकारी धोरणच जबाबदार' लेखात केलेला आहेच.

१९९०-९१ मध्ये संसदेला व भारतीय जनतेला विश्वासात न घेता त्यावेळच्या काँग्रेस सरकारने (श्री.पी.व्ही.नरसिंह राव- पंतप्रधान, व डॉ.मनमोहन सिंग - वित्त मंत्री) शोषणकारी मक्तेदारी भांडवलशाही अर्थव्यवस्था आपल्या देशात अमलात आणली. त्या धोरणानुसार व त्यानंतर देशात प्रयोगादाखल अमलात आणलेल्या हरित क्रांतीने तर भारतीय शेतकऱ्यांची कंबरच मोडली आहे. या हरितक्रांतीला जोडून जनुक परिवर्तीत बियाणे व झाडे शेतकऱ्यांनी वापरण्यासाठी सरकारतर्फे अनेक प्रकारे दडपण आणण्यात आले होते व आजही येत आहे. या हरित क्रांतीने पंजाबच्याच नव्हे तर देशातील सर्वच शेतकऱ्यांना देशोधडीलाच लावण्याचा 'पराक्रम' कसा केला हे

सोबतच्या 'पंजाबच्या शेतकऱ्यांना हरित क्रांतीचा फटका' लेखात सविस्तर पणे सांगितले आहे. पंजाबने हरित क्रांतीतून देशातील शेतीक्षेत्रात क्रांती घडविली म्हणून जो प्रचार होत आहे, तो सत्यापासून किती लांब आहे, याचा धडधडीत पुरावा सदर लेखात सादर केला आहे.

पंजाब, कर्नाटक, आंध्रप्रदेश, केरळ, महाराष्ट्र व इतरही राज्यात शेतकऱ्यांच्या आत्महत्येत सतत वाढ होत आहे. प्रसारमाध्यमे अजूनही या समाजातील भयावह स्थितीपासून खूप लांब राहून आपण वीस कोटी शेतकऱ्यांच्या कुटुंबांना किती तुच्छ लेखतो हेच दर्शवित आहेत. खरंतर दहा वर्षात दीड लाख शेतकऱ्यांनी आत्महत्या केल्या, हे समजताच सबंध देशाचा कारभार बंद पडायला पाहिजे होता. या उलट उद्योगातील वा बँकेतील कर्मचाऱ्यांना वाढीव पगार मिळण्यासाठी सबंध देशच बंद करण्याचे प्रकार आपण उघड्या डोळ्यांनी व कोणत्याही प्रकारचा राग व्यक्त न करता बघत आहोत. शेतकऱ्यांच्या मरणाला आज कुणी महत्त्व देत नाहीत. परंतु कर्मचाऱ्यांच्या पगारवाढीला मात्र कुणी विरोध करीत नाही, हे शेतकऱ्यांचे दुर्भाग्य आहे. ज्यांच्या हाताने सरकारचा गळा दाबला जाऊ शकतो, अशापुढेच सरकार व शहरातील नागरिक नांगी टाकतात हे लक्षात घ्यावे. 'वेतन आयोग शेतकऱ्यांच्या हिताविरुद्ध' या लेखात याबाबतची सत्य स्थिती मांडली आहे.

आपल्या देशाचे पंतप्रधान जगातील अनेक श्रेष्ठ अर्थशास्त्रज्ञांपैकी एक आहेत, असे वारंवार आपल्या मनावर बिंबविले जात असते. हे जर सत्य असेल तर (१) त्यांनी देशातील सर्व नागरीकांसाठी समान कायदे करण्यात पुढाकार घेतला असता. कायद्यांचे ज्यांना आज संरक्षण प्राप्त होते (उद्योगपती व संघटित क्षेत्रातील सर्व कर्मचारी) त्यांचे संरक्षण काढून टाकले असते किंवा ज्यांना तसे संरक्षण प्राप्त नाही (शेतकरी, शेतमजूर, स्वयंरोजगार करणारे लहान उद्योजक, बेरोजगार वगैरे) यांनाही संरक्षण द्यायला ते पुढे सरसावले असते. यातूनच मुक्त स्पर्धा निर्माण होऊन सर्वांना सारखा न्याय देण्याचे पुण्य त्यांना लाभले असते. (२) शेतकऱ्यांच्या आत्महत्या देशभर होत आहेत व दीड लाखापेक्षा जास्त आत्महत्या झाल्या असताना त्यांनी संपूर्ण शेती क्षेत्राला लागू असणाऱ्या सरकारी धोरणात, नीतीत, बँकींग पद्धतीत, सरकारी व्यवस्थापनात, योजना आयोगाच्या कार्यक्रमात व या संबंधित इतरही अनेक बाबतीत आमूलाग्र बदल घडवून आपण देशातील नागरीकांचे कल्याण करणारे अर्थशास्त्रज्ञ आहोत, याची ग्वाही दिली असती. लोकांनीही त्यांना डोक्यावर घेऊन देशभर त्यांची जाहीर मिरवणूक काढली असती. ते असे काहीच न करणारे आपले पंतप्रधान आहेत, याचीच त्यांनी ग्वाही दिली. त्यांनी विदर्भात दौरा काढून दूरगामी लाभ मिळवून देणाऱ्या मोजक्या सुविधांसाठी एक जवळपास चार हजार कोटी रुपयांचे 'पॅकेज' देऊन आपल्यावरची जबाबदारी

संपविली. त्यांच्या पॅकेज पूर्वी महाराष्ट्राच्या मुख्यमंत्र्यांनीही एक पॅकेज देऊन जखमेवर मीठ चोळण्याचा प्रयत्न केला होता. या सर्व मलमपट्ट्यांतून शेतकऱ्यांचे मूळ प्रश्न सुटणार नाहीत हे नक्की. (३) विशेष आर्थिक क्षेत्रांसाठी (एसईझेड) शेतकऱ्यांच्या जमिनी न देता शेतकऱ्यांसाठी शेतकऱ्यांच्या मालकीचे शेतमाल प्रक्रिया झोन्स तयार करुन शेतकऱ्यांच्या उत्पन्नात वाढ करुन देवू शकले असते. परंतु औद्योगिक प्रगतीतूनच शेतकऱ्यांचे कल्याण होऊ शकते या ठाम मताचे ते असल्याने त्यांनी उद्योगपतींची बाजू घेण्यात धन्यता मानली. पंतप्रधान व मुख्यमंत्रीही आपल्यासाठी नक्कीच नाहीत याचा पडताळा शेतकऱ्यांना यायला वेळ लागला नाही. (४) देशातील शेती व्यवसाय एकूण लोकसंख्येच्या सत्तर टक्के लोकांना जीवनाधार देऊ शकत नसल्याने त्यांनी शेतीऐवजी नोकऱ्या कराव्यात असे योजना आयोगाच्या उपाध्यक्षाच्या बोलण्याबद्दल आक्षेप घेतला असता. त्याऐवजी शेतकऱ्यांच्या उत्पन्नात वाढ करण्याचे मार्ग शोधले असते, जेणेकरुन शेती क्षेत्रातच अधिक लोकांना रोजगार उपलब्ध करून देता आला असता, व आज शहरांकडे तरुणांचा जाणारा लोंढा थांबविता आला असता.

यावरुन स्पष्ट होते की खुद्द पंतप्रधान व त्यांच्या दिमतीला असलेली सरकारी यंत्रणा शेती क्षेत्राबद्दल व शेतकऱ्यांबद्दल एक प्रकारचा आकस ठेवून आहे. ही स्थिती आजचीच आहे असे नसून ती देशाला स्वातंत्र्य मिळाल्यापासून आहे. त्यासोबत सर्वच राजकीय पक्षांनी शेतीच्या कारभाराबद्दल व त्याच्या अर्थशास्त्राबद्दल कधीच उत्सुकता दाखवून अभ्यास करण्याची तयारीही दाखविली नाही. ज्या क्षेत्रावर आज देशातील सत्तर टक्के लोकसंख्या प्रत्यक्ष व अप्रत्यक्षपणे जीवनाधार शोधत आहे, त्या क्षेत्राबद्दल किती निष्काळजीपणा दाखविला जातो याचे स्पष्ट दर्शन होते. कुणीही शेतकऱ्यांचा कैवार घेऊन राष्ट्रीय स्तरावर या क्षेत्राला दुय्यम स्थान मिळत असल्याबद्दल जनआंदोलन करायचा विचारही करीत नाही. हे या सत्तर टक्के लोकांचे दुर्भाग्यच आहे, असे म्हणावे लागते.

या शोषणाला हातभार लावण्यासाठी आपल्या देशातील सर्वच भांडवलदार वर्ग सुरुवातीपासूनच कार्यरत आहे. शेतमाल स्वस्त मिळवून त्यातून तयार होणाऱ्या औद्योगिक वस्तूंवर भरमसाठ नफा कमावून स्वतःला सामान्यांशी काही देणे-घेणे नाही या मग्रुरीत ते राहत आलेत. आपल्या पंतप्रधानांनी गेल्या पंधरा वर्षात आपल्या देशाची संपूर्ण बाजारपेठ जगातील उद्योगपतींना खुली करुन दिल्याने जगातील सर्व प्रमुख बहुराष्ट्रीय कंपन्या आता शेतकऱ्यांना शेतीक्षेत्रातून बाहेर काढून त्याऐवजी 'कॉन्ट्रॅक्ट फार्मिंग' तसेच 'कार्पोरेट फार्मिंग' करण्याचा डाव खेळत आहेत. लहान आकाराची शेती आर्थिक दृष्ट्या परवडणारी नसल्याने त्या सर्व विकत घेऊन या मोठ्या आकाराच्या कंपन्या आपली मालकी प्रस्थापित करण्याच्या प्रयत्नात आहेत. त्यांच्या या प्रयत्नांना

पंतप्रधानापासून सर्वांचे शुभाशीर्वाद प्राप्त होत आहे.

गेल्या साठ वर्षात शेतमालाचे भाव शेतकऱ्यांऐवजी (उत्पादकाऐवजी) खरेदीदारच (व्यापारी व उद्योगपती) ठरवित आला आहे. या खरेदीदारांचा नफा अपेक्षेइतपत राहण्यासाठी शेतमालाच्या किंमती ते ठरवितात. तीसवर्षांपूर्वी तर विदर्भ व अन्य राज्यातील कापसाच्या किंमती मुंबईत व्यापार करणारे चार-पाच सटोडियेच ठरवित असत. उद्या सकाळी कापसाचे भाव किती असतील याचे आकडे आदल्या रात्री हे सट्टा खेळणारे व्यापारी वर्तमानपत्रांना कळवित असत. त्या भावानुसार दुसऱ्या दिवशीची खरेदी केली जात असे. इतकेच नव्हे तर उद्या वर्तमानपत्रात कापसाचा भाव किती असणार यावर गावोगावी सामान्य नागरिक सट्टा खेळत असत. तुम्ही दिवसरात्र मेहनत करुन शेतमालाचे उत्पादन करा व आम्ही आम्हाला परवडेल त्याच भावाने तो शेतमाल विकत घेऊ. अशी ही शोषणयुक्त दादागिरी उघडपणे चालत असे. कत्तलखान्याकडे जाणाऱ्या जनावरांसारखी केविलवाणी स्थिती देशातील सर्व शेतकऱ्यांची झाली होती. आजही त्या स्थितीत खूप फरक पडला असे म्हणता येणार नाही.

व्यापारी व उद्योगपतींकडून अशा प्रकारे होणाऱ्या शोषणाविरुद्ध देशात प्रथमच डॉ.बोकरे यांच्या अथक प्रयत्नाने कापूस उत्पादक संघाची स्थापना झाली होती. दहा-बारा वर्षे चाललेल्या या लाखो शेतकऱ्यांच्या प्रयत्नातून तेव्हाचे मुख्यमंत्री श्री.वसंतराव नाईक यांना या शोषणाची पूर्ण कल्पना आली होती. श्री.नाईकही शेतकरी कुटुंबातील असल्याने त्यांनी या संघाने तयार केलेल्या शेतमालाच्या शास्त्रीय अभ्यासातून केलेल्या उत्पादन खर्चाचा अभ्यास केला. त्याचबरोबर संघाच्या सर्व ज्येष्ठ नेत्यांबरोबर अनेकदा चर्चा करुन सरकारनेच हंगामातील संपूर्ण कापूस विकत घ्यावा व गरजेनुसार त्याची विक्री गिरणी उद्योगाला करावी असे ठरले. त्यासाठी श्री.नाईक यांनी आपले वजन वापरुन दिल्ली सरकारची मंजूरी मिळवून देशातील पहिली 'कापसाची मक्तेदारी खरेदी योजना' कायदेशीर रित्या महाराष्ट्रात सुरू केली. उत्पादन खर्चावर आधारित भाव प्रथमतःच कापूस उत्पादकांना मिळाले होते. त्यांना झालेला आनंद बघण्यासारखा होता. याशिवाय खरेदी-विक्री व्यवहारातून सरकारी संस्थेला प्राप्त होणारा निव्वळ नफा कापूस उत्पादकांना बोनस म्हणून वाटण्यात येत असे.

शेतकऱ्यांच्या हिताचे रक्षण करणारी व आर्थिक बाजू मजबूत करणारी ही क्रांतीकारी योजना होती. परंतु शेतकऱ्यांना मिळणारे सुख अनेकांना पसंत नव्हते. सरकारातील काही मंत्री (जे स्वतः शेतकरी कुटुंबातून आलेले होते), अनेक राजकीय नेते, व्यापारी व उद्योगपती तसेच सरकारी यंत्रणेतील अनेक ज्येष्ठ अधिकारी या योजनेच्या विरोधात होते. सुरुवातीला मिळालेल्या यशामुळे शेतकरी वर्ग सुखावला होता. कापूस

खरेदी नंतर इतर शेतमालासाठीही अशी एकाधिकार खरेदी योजना सरकारने सुरु करावी, यासाठी महाराष्ट्रातीलच नाही तर देशातील अनेक राज्यातील शेतकऱ्यांकडून मागणी होऊ लागली. शेतकऱ्यांच्या या चळवळीचा आदर्श कर्नाटक, आंध्रप्रदेश, हरयाणा, पंजाब आणि इतर राज्यात स्थानिक पातळीवर शेतकरी एकत्र येऊन संघटना स्थापन होऊ लागल्या. शेतकऱ्यांची ही वाढती फौज देशभर पसरली तर केंद्र सरकारला खूपच अडचणीचे जाणार होते. यामुळे पंतप्रधान श्रीमती गांधीबरोबर इतर ज्येष्ठ मंत्री बेचैन झाले होते. परंतु लक्षात ठेवण्यासारखी बाब म्हणजे शेतकऱ्यांनी विदर्भात सुरु केलेली चळवळ संपूर्णपणे अराजकीय होती. कोणताही राजकीय पक्ष या चळवळीत काही राजकीय फायदा मिळणार नाही म्हणून दूर राहणेच पसंत करत होता. या चळवळीचे नेतृत्व डॉ.म.गो.बोकरे, डॉ.वा.रा.कोरपे, डॉ.श्रीकांत जिचकार, डॉ.गोविंदराव गुडधे, श्री.बाळकृष्ण झाडे, प्रा.उपदेव, डॉ. चोखारे इत्यादी अ-राजकीय व्यक्तींच्या हातात असल्याने ही चळवळ लवकरच बंद पडेल अशी राजकीय नेत्यांची खात्री होती. डाव्या पक्षातून काढले गेलेले श्री.सुदाम देशमुख हेच एकमेव राजकारणाशी संबंधित नेते या चळवळीत सामिल झाले होते.

या चळवळीची ताकद वाढू देता कामा नये, अशा विचाराने केंद्र सरकार काही कार्यक्रम आखण्याच्या तयारीत होते. त्याचाच परिणाम म्हणून ही चळवळ तोडण्याच्या उद्देशाने काही मर्जीतील अधिकाऱ्यांना चांगल्या पगाराच्या नोकऱ्या सोडून या कामासाठी महाराष्ट्रात पाठविण्यात आले होते. अशा खेळल्या गेलेल्या डावपेचात श्रीमती इंदिरा गांधी यशस्वी झाल्या व कापूस उत्पादक संघाची चळवळ हळूहळू बंद पडली व त्याठिकाणी नवीन संघटना अस्तित्वात आली. परंतु शेतकऱ्यांचे प्रश्न सुटण्याऐवजी ते अधिक गुंतागुंतीचे झाले. त्याचे पर्यवसान आता शेतकऱ्यांच्या न थांबणाऱ्या आत्महत्यात झाले हे आपण बघतो. अनेक नेते (मंत्रीगण धरून) स्वतःला शेतकऱ्यांचे कैवारी म्हणवून घेतात. परंतु हजारोंच्या संख्येत शेतकऱ्यांच्या आत्महत्या होत असताना त्यांना फारसे दुःख झालेले दिसत नाही. आपल्या खुर्च्या सांभाळण्यात ते अधिक व्यग्र असल्याचे आपण पाहतोच.

शेतकऱ्यांना कायमचे संपवायचे कारस्थान व्यवस्थितपणे गेली साठ वर्षे सुरु आहे. 'खुल्या बाजार व्यवस्थे'च्या नावाखाली आज आपल्या देशात विदेशी बहुराष्ट्रीय कंपन्यांनी मोठ्या संख्येने प्रवेश करुन आपल्या आर्थिक व्यवस्थेची सूत्रे हातात घेतली आहेत. याबद्दलचा सविस्तर उल्लेख सोबतच्या लेखांत केला आहेच. थोडक्यात त्याचा उल्लेख खालील प्रकारे मांडता येईल.

१. शेतमालाची खरेदी कमी भावात करुन शेतकऱ्यांना कर्जबाजारी करण्यात येत आहे.

२. रासायनिक खतांचा तसेच अनेक प्रकारच्या रसायनांचा मोठ्या प्रमाणावर उपयोग करायला लावून जमिनीचा कस कायमचा संपविण्यात येत आहे.

३. कोरडवाहू जमीन देशातील एकूण जमिनीपैकी ८५ टक्के असली तरी त्यासाठी मुबलक प्रमाणात सिंचनाच्या सोयी सरकारतर्फे उपलब्ध करुन देण्यात येत नसल्याने शेतकऱ्यांना निसर्ग देत असलेल्या अनपेक्षित असलेल्या पाऊस-पाण्यावर अवलंबून राहावे लागत आहे.

४. बहुराष्ट्रीय कंपन्यांकडून दडपण येत असल्याने सुपिक जमिनीचा वापर विशेष आर्थिक क्षेत्रे (एसइझेड) उभारुन औद्योगिकरणाच्या नावाखाली शेतकऱ्यांचा जीवनाधार कायमचा काढून घेण्यात येत आहे.

५. याच्या पुढची पायरी म्हणजे जगातील बलाढ्य अशा चार-पाच बहुराष्ट्रीय कंपन्या शेती-उद्योगाच्या गोंडस नावाखाली जनुक परिवर्तीत बियाणे व झाडे (Genetically Modified Seeds and Plants) नुसत्या भारतातच नाही तर सबंध जगात अनेक दडपणाच्या आधाराने शेतीक्षेत्रात वापरण्याची मोहीम अमलात आणत आहे. अशी बियाणे तसेच झाडे मानवाच्या स्वास्थ्यावर दुष्परिणाम करणारे असल्याने त्याच्या सेवनाने इतरांबरोबर शेतकरी वर्ग या सृष्टीतून कायमचा संपवायचा या कंपन्यांचा डाव आहे. ज्या शास्त्रज्ञांनी या कारस्थानाला विरोध करायचा प्रयत्न केला त्यांना अत्यंत हीनरुपाची मानहानी सहन करावी लागत आहे. याबाबतचा दीर्घ लेख या पुस्तकाच्या शेवटी दिला आहे.

अशाप्रकारे शेतकऱ्यांचे नुसते शोषणच नाही तर त्यांना कायमचे संपवायचे कारस्थान अमलात आणणाऱ्यात स्वतःला शेतकऱ्यांचे कैवारी म्हणवून घेणाऱ्यांशिवाय सरकार, भांडवलदार, व्यापारी, सरकारी यंत्रणा व जागतिक स्तरावरील काही बहुराष्ट्रीय कंपन्यांचा मोठा भाग आहे. याची कल्पना माझ्या अनेक लेखातून येऊ शकेल. यातून एक गोष्ट स्पष्ट होते ती म्हणजे शेतकऱ्यांना कुणी कैवारी अस्तित्वात नाही आणि म्हणून त्यांनी स्वतःच्या बळावर तसेच इतर शोषित वर्गाच्या साहाय्याने एक मोठा लढा देण्यास तयार व्हावे. आजचा तरुण शेतकरी शिकला आहे व त्याला राष्ट्रीय व जागतिक स्तरावर होत असलेल्या बदलाची समज आहे. आधीच्या दोन पिढ्या अपुऱ्या शिक्षणामुळे जीवनात काहीच न मिळता हे जग सोडून गेल्या. परंतु आता नवीन तरुण शेतकऱ्यांनी आपल्याला कुणाशी लढा द्यावयाचा आहे आणि त्यासाठी कोणते डावपेच तयार करावे लागतील यावर विचार करावा. लढा मुख्यत्वे खालील पक्षात आहे.

शेतकरी +शेतकामगार + स्वयंरोजगार करणारे व्यवसायी व उद्योगी व्यक्ती

विरुद्ध

सर्व पक्षांचे सरकार + राजकीय नेते + सरकारी यंत्रणा + व्यापारी भांडवलदार

बहु राष्ट्रीय कंपन्या + सर्व कर्मचारी वर्ग

स्वहितासाठी शेतकऱ्यांनी काय करावे ?

१. राजकीय व्यक्तींपासून दूर राहून आपापल्या गावात आपल्या शेतीव्यवसायातील अडचणी व उपाय यावर चर्चा व उपाय शोधण्यासाठी चर्चागट स्थापन करून स्वतःची ताकद वाढवावी व शत्रूच्या विरोधात लढा देण्याचा कार्यक्रम तयार करावा.

पुणे जिल्ह्यातील निमगाव-केतकी गावातील तरुण व सुशिक्षित शेतकऱ्यांनी अ-राजकीय चर्चा गट गेल्या वर्षी स्थापन करुन या कामात बरीच प्रगती केली आहे. श्री.श्रीकांत करे या चर्चा गटाचे नेतृत्व करीत आहेत.

२.औद्योगिक क्षेत्रातून तयार होणाऱ्या अनेक वस्तूंचा वापर हळूहळू कमी करुन तो अत्यल्प स्तरावर आणावा.

३. जनुक परिवर्तीत बियाणे व झाडे यांचा वापर लवकरात लवकर थांबवावा. त्याऐवजी स्वतःच्या गावात व सभोवती असलेल्या गावातील बियाणे व रोपांचा वापर वाढवावा. स्थानिक हवामानात स्थानिक बियाणे व रोपे यातून उत्तम उत्पादन मिळविण्यासाठी बऱ्याच मोठ्या संख्येत उपलब्ध असलेल्या कृषी तज्ज्ञांची मदत घ्यावी. सेंद्रीय शेती करण्याचा प्रयत्न आज जगभर याच कारणास्तव वाढत आहे हे लक्षात घ्यावे.

४. शेतमालावर प्रक्रिया करुन व्यापारी व उद्योगपती भरमसाठ नफा कमवित आहेत. शेतकऱ्यांनी स्वतःच्या भागभांडवलाच्या मदतीने सहकारी प्रक्रिया समित्या अथवा काही काळासाठी कंपन्या स्थापन कराव्यात व व्यापारी व उद्योग सध्या मिळवत असलेल्या नफ्याचा जास्तीत जास्त भाग स्वतःकडे ओढून घ्यावा.

५. हळू हळू स्वतःचे भागभांडवल वाढवून व शक्य असेल तेथे सरकारी वा खासगी बँकेकडून कर्ज घेऊन शेतमालाची योग्य बाजारभाव येईपर्यंत साठवणीसाठी दोन-चार गावासाठी एक असे गोदाम बांधावेत.

६. ज्याप्रकारे राजस्थानातील वाळवंटी गंगानगर व अलवार जिल्ह्यात शेतकऱ्यांनी स्वतःच्या मेहनतीने व श्रमदानाने छोटे-छोटे हजारो तलाव बांधून वाळवंटांत हिरवा पट्टा तयार केला. त्याचप्रकारे तरुण शेतकऱ्यांनी स्वतःच्या बळावर व श्रमदानातून प्रत्येक गावात पावसाचे पाणी साठवून ठेवण्यासाठी गरजेनुसार तलाव बांधण्याचा कार्यक्रम अमलात आणावा. श्री.अण्णा हजारे यांनी सुद्धा नगर जिल्ह्यातील स्वतःच्या राळेगण सिद्धी गावात अशाच प्रयत्नातून यशस्वीरित्या सिंचनाचा व पिण्याच्या पाण्याचा प्रश्न कायमचा सोडवून एक आदर्श निर्माण केला आहे. मोठ्यांचे व अनुभवी व्यक्तींचे

अनुकरण करावे अशा संदेश हिंदूंच्या वेदात दिला आहे. तो लक्षात ठेवून ज्यांना शक्य असेल त्यांनी राळेगण सिद्धी तसेच गंगानगर व अलवार जिल्ह्याला भेटी देवून त्यापासून शिक्षण घ्यावे. यातून तरुण शेतकऱ्यांना नक्कीच प्रेरणा मिळू शकेल.

७. अनेक जिल्ह्यात सरकारच्या कार्यक्रमाअंतर्गत औद्योगिक वसाहती (Industrial Estates) स्थापन करुन अनेक वर्षे झाली. खुद्द सरकारच्याच चुकीच्या आर्थिक धोरणांमुळे या वसाहतीला अवकळा प्राप्त झाली आहे. कित्येक कोटी रुपयांची यंत्रसामुग्री धूळ खात पडली आहे. स्वबळावर तरुण शेतकरी जेव्हा शेतमाल प्रक्रिया समित्या कंपन्या स्थापन करतील तेव्हा या धूळ खात पडलेल्या औद्योगिक वसाहतीचा उपयोग करण्याचा विचार करावा.

८. प्रत्येक गावातील चर्चा गटांची संख्या इतर गावात व नंतर जिल्हा, राज्य व देशात वाढविण्याचा प्रयत्न करण्याचा विचार व्हावा. असे करताना सध्याच्या मतलबी, राजकीय पुढाऱ्यांना दूर ठेवण्याचा प्रयत्न असावा. सरकारी योजनेतून आवश्यक वाटणारी मदत जरुर घ्यावी. परंतु सरकारी यंत्रणेच्या दबावाखाली न राहण्याचा प्रयत्न असावा. तरुण शेतकऱ्यांनी तयार केलेल्या ताकदीवर हे सर्व अवलंबून राहील. तरुण पिढीच अशा प्रकारची क्रांती घडवून आणण्यास नक्कीच समर्थ आहे.

९. सरकारतर्फे तयार करण्यात येणाऱ्या शेती विकास नीधीतून शेतकऱ्यांना काही मिळण्यासारखे नसते. असा सरकारी प्रयत्न शुद्ध धूळफेक असते. देशाचे आर्थिक धोरणच शेतीक्षेत्राचे चित्र बदलू शकते. परंतु ते धोरण व दरवर्षी जाहीर होणारे अर्थसंकल्प भांडवलदारांना व सेवकांना मलई वाढवून देणारे असते आणि शेतकरी तसेच इतर असंघटित व्यवसायात काम करणाऱ्यांविरोधात असते. सोबतच्या लेखातून याची कल्पना येईल. जोपर्यंत तरुण शेतकऱ्यांमधून शेतीक्षेत्राच्या कल्याणासाठी नेते लोकसभेत जाऊन सरकार चालवीत नाही तोपर्यंत या आर्थिक धोरणातून काही मिळणार नाही हे पक्के ध्यानात घ्यावे. म्हणून स्वबळावर देशात एक समांतर अर्थव्यवस्था निर्माण करण्याची हिंमत व ध्येय पुढे ठेवणे तरुण शेतकऱ्यांना गरजेचे आहे. सध्याच्या आर्थिक धोरणातून शेतकऱ्यांना जे गेल्या साठ वर्षात प्राप्त झाले नाही ते पुढील काळातही प्राप्त होणार नाही हे नक्की समजावे. बांगलादेशात ग्रामीण बँकेच्या माध्यमातून गेल्या तीस वर्षातील अथक प्रयत्नातून एका व्यक्तीने समांतर अर्थव्यवस्था निर्माण केली आहे. तो आदर्श आज जगभर चर्चेत व इतर देशात नक्कल करण्यासाठी समोर ठेवला जात आहे. समांतर अर्थव्यवस्था तयार करण्याचे स्वप्न नसून ते साध्य झाल्याचे आपण पाहतोच. भारतात त्याच धर्तीवर प्रयत्न यशस्वी करण्यासाठी तरुण शेतकरीच पुढाकार घेऊ शकतात.

१०. मोफत वीज, कर्ज माफी, व्याज माफी वगैरे नावाचे गाजर सध्या अनेक राज्य सरकार व राजकीय व सामाजिक नेते तरुण शेतकऱ्यांपुढे करतात. या सर्वांनी

राजकीय डावातून वा स्वतःला प्रसिद्धीत ठेवण्यासाठी अशा घोषणांना जवळ केले आहे. या सर्वातून शेतकऱ्यांना फसविण्याचाच डाव आहे. या साध्या मलमपट्ट्याच आहेत. त्यातून शेतकऱ्यांचा कर्जबाजारीपणाचा फार जुना रोग कधीच बरा होणार नाही. काही नेते त्यासाठी उपोषण करतात व जीव देण्याच्या धमक्या देतात. या सर्व घटनांकडे तरुण शेतकऱ्यांनी बघण्यात स्वतःचा वेळ व ऊर्जा खर्च करु नये.

११. माजी कृषीमंत्री पंजाबराव देशमुख हे शेतकऱ्यांचे सच्चे पुढारी होते. त्यांनी सरकारात राहून सरकारी राज्यकर्त्याविरुद्ध तसेच सरकारी यंत्रणेविरुद्ध सतत लढा देवून शेतकरी वर्गाच्या कल्याणासाठी प्रयत्न केला होता व त्यात यश न आल्याने ते मंत्रीपद सोडून बाहेर पडले. शेतमालाला ३०-४० टक्के भाव कमी देऊन सरकार शेतकऱ्यांकडून कर्जरुपाने पैसे वसूल करते. हे पैसे शेतकऱ्यांना परत करण्याची दानत सरकारजवळ, तसेच सतत सरकारच्या छायाखाली राहून गलेलठ्ठ होत असलेल्या भांडवलदारांजवळ नाही, अशा स्पष्ट शब्दात त्यांनी निर्भत्सना केली होती. त्यांच्यानंतर आज पर्यंत शेतकऱ्यांचा कैवारी तयार झाला नाही. हे तरुण शेतकऱ्यांनी कायमचे लक्षात ठेवून आपल्या लढ्याची तयारी करावी.

१२. शेतकऱ्यांचे सच्चे नेते कोणी नाही याचा अनुभव ४ मे २००७ रोजी संसदेत शेतकऱ्यांच्या अनेक प्रश्नांवर सविस्तर चर्चा ठेवली होती तेव्हा आला. चर्चा खरी तर अडीच तासाची. कार्यक्रम पत्रिकेत आत्महत्यांशिवाय अनेक महत्वाचे मुद्दे त्यादिवशी चर्चेला येणार होते. या चर्चेच्या माध्यमातून खरे तर शेतीक्षेत्रासाठी नव्या आर्थिक नीती तयार केल्या जावून देशातील शेतकऱ्यांच्या जीवनमानात आमूलाग्र बदल घडवून आणता आला असता. त्यासाठी सरकारवर योग्य ते दडपण आणता आले असते. परंतु शेतकऱ्यांबद्दल फुकटचा पुळका दर्शविणाऱ्या व स्वतःला शेतकऱ्यांचे कैवारी म्हणवून घेणाऱ्या या नेत्यांचा खरा रंग जनतेला दिसून आला. साडेपाचशे सदस्यांपैकी फक्त नऊच सदस्य व सभापती या चर्चेच्या वेळी सभागृहात हजर होते हे वाचून कोणालाही अशा गैरहजर राहणाऱ्या 'नेत्यां'विरुद्ध संताप व्यक्त करावा असेच वाटेल. अशी बातमी देणाऱ्या वार्ताहरानुसार असा प्रकार एक-दोनदाच नाही तर गेली पस्तीस वर्षे बघावयास मिळाला आहे. तरुण शेतकऱ्यांनी अशा नेत्यांना धडा शिकविण्याचा योग्य तो विचार जरुर करावा.

१३. शेतमालाचा उत्पादन खर्च सरकारला, विविध सामाजिक संस्थांना तसेच कृषी विद्यापीठाजवळ उपलब्ध आहे. त्यानुसारच सध्याचे तोटा देणारे आधार भाव ठरविण्यात येत आहेत. शेतीक्षेत्राच्या आर्थिक कारभाराविषयी अशाप्रकारे पारदर्शकता अस्तित्वात आहे. हे लोकशाही राज्यात आदर्शवत समजले जाते. परंतु हा आदर्श फक्त शेती क्षेत्रापुरताच मर्यादित का आहे, याचा विचार करणे गरजेचे आहे. औद्योगिक

क्षेत्रात मात्र त्यांच्या वस्तूंचा उत्पादन खर्च 'गुप्त' ठेवण्यात येत असतो. समाजापासूनच नाही तर खुद्द देशाचे कायदे तयार करणाऱ्या लोकसभेपासूनही ते गुप्त ठेवण्यात भांडवलदारांसोबत सरकारचाही हात असतो. अशा गुप्ततेबद्दल संसदेत अनेकदा प्रश्न उभे केले होते. परंतु त्यात अजूनही यश प्राप्त झाले नाही. शेतकऱ्यांनी आपल्या लढा देण्याच्या कार्यक्रमात औद्योगिक वस्तूंच्या उत्पादन खर्चाची ग्राहकांचे हित लक्षात ठेवून मागणी करावी.

सोबतचे लेख वरील सर्व मुद्यांवर प्रकाश टाकण्यास समर्थ आहेत. 'जनुक क्रांतीतून शेतकऱ्यांसह मानव संहाराचा कट' हा लेख काळजीपूर्वक वाचण्याची गरज आहे. त्यातील माहिती धक्कादायक आहे. त्यावर संबंधित तज्ज्ञांनी अधिक संशोधन करुन शेतकऱ्यांसह सर्व जनतेत जागृती करण्याची आवश्यकता वाटते.

'भारत शेतीप्रधान देश आहे' असे शाळेपासून सर्व शिक्षक शिकवितात. ते जर खरे आहे तर शेतीक्षेत्राला केंद्रस्थानी ठेवून आपल्या देशाची सर्वप्रकारची धोरणे व नीती तयार करण्याची गरज असताना सध्याची स्थिती मात्र उलटी आहे. शेतीक्षेत्र केंद्रस्थानी ठेवल्याने शेतकऱ्यांच्या जीवनात एक नवीन संस्कृती निर्माण होऊ शकते. ती संस्कृती कशी असेल याचा आराखडा डॉ.म.गो.बोकरे यांनी १९७६ मध्ये तयार केला होता. त्याला त्यांनी 'शेतकऱ्यांचा समाजवाद' असे नाव दिले होते. आज बत्तीस वर्षानंतरही त्यांचे विचार तरुण शेतकऱ्यांना योग्य मार्गदर्शन करण्यास समर्थ आहेत. म्हणून या पुस्तकात त्यांच्या लेखाला समाविष्ट केले आहे. प्रत्यक्षात सोबतच्या सर्व लेखातील मूळ कल्पना व संशोधन प्रामुख्याने डॉ.बोकरे यांच्याच आहेत. सामान्यांच्या ज्ञानासाठी मी ते लेखांच्या माध्यमातून गुंफले आहेत, इतकेच.

सोबतचे लेख असंख्य वाचकांपर्यंत पोहचविण्यात मला अनेक मान्यवरांची वेळोवेळी मदत झाली. त्यात प्रामुख्याने 'श्रम सेवा न्यासा'चे श्री.मुकुंदरावजी गोरे, 'विकल्प वेध' या पाक्षिकाचे संपादक मंडळ, लोकप्रिय झालेल्या 'भारतीय किसान संघ वार्ता' चे संपादक श्री.दिनेश द.कुळकर्णी, शेतकऱ्यांची गीता समजल्या जाणाऱ्या 'बळीराजा' मासिकाचे संपादक श्री. प्र.बा.भोसले, जागरुक वाचकांना अतिशय प्रिय ठरलेल्या 'किर्लोस्कर व किस्त्रीम' मासिकाचे संपादक श्री.विजय लेले, 'शेती-प्रगती' या लोकप्रिय मासिकाचे संपादक श्री.रावसाहेब पुढारी, 'गोडवा कृषी प्रकाशनाचे' संपादक श्री.उद्धव इनामदार, तरुण भारत,दैनिक सकाळ, लोकमत,पुढारी व इतर अनेक लोकप्रिय वर्तमान पत्रांचे संपादक इत्यादींचा समावेश करण्यात मला त्यांचा अत्यंत ऋणी असल्याबद्दलचे समाधान वाटते. तरुण शेतकऱ्यांना शेतीक्षेत्राचे देशाच्या आर्थिक व्यवस्थेतील अर्थशास्त्रीय स्थान या लेखांद्वारे समजावून देता आले याचेही समाधान वाटते. माझ्या लेखांवर अनेक विचारवंतांनी तसेच तरुण शेतकरी बंधूंनी अनेकदा पत्राद्वारे

तसेच दूरध्वनीद्वारे सकारात्मक प्रतिक्रिया व्यक्त केल्या त्या सर्वांचा मी अत्यंत आभारी आहे. या सर्व लेखांतून तरुण शेतकऱ्यांत आवश्यक ती जागृती व्हावी हाच माझा एकमेव उद्देश होता.

याशिवाय कृषी चर्चा गटाचे संस्थापक श्री.गो.पां.गोखले व त्यांचे विविध क्षेत्रातील तज्ज्ञ सहकारी यांची मला योग्य मार्गदर्शन मिळविण्यासाठी खूप मोलाची मदत झाली. त्या सर्वांचा मी ऋणी आहे. हे सर्व लेख लिहिण्याची प्रेरणा माझे थोरले बंधू प्रा.वसंत गो.बोकरे व माझी सुविद्य पत्नी सौ. मृदुला यांच्याकडून प्राप्त झाली, हे सांगण्यास आनंद होत आहे.

नागपूर विद्यापीठाचे माजी कुलगुरू व हिंदू-अर्थशास्त्र म्हणून तिसरा अर्थसिद्धांताचा पर्याय जगापुढे विचारार्थ ठेवणारे माझे थोरले बंधू, शेतकऱ्यांना उत्पादन खर्चावर आधारित भाव मिळालेच पाहिजे हा मंत्र देणारे व देशातील पहिली यशस्वी अराजकीय शेतकऱ्यांची चळवळ सुरु करणारे डॉ.म.गो.बोकरे यांना हे पुस्तक समर्पित करत आहे.

❑❑❑

१ विदर्भातील कापूस चळवळीचा वैचारिक प्रवास

स्वातंत्र्यानंतर देशात औद्योगिक क्षेत्राला प्राधान्य मिळत आले. सत्तर टक्के जनसंख्या शेती क्षेत्राशी प्रत्यक्षात व अप्रत्यक्षात संबंधित असली तरी 'औद्योगिकीकरणाला पर्याय नाही' या विचारांच्या जोरावर शेतीकडे गेली पन्नास वर्षे सरकारचे, तसेच समाजाचे दुर्लक्षच होत आले. शेती उद्योगात काम करणाऱ्यांनी हा पक्षपात स्वीकार करून दारिद्र्याचा प्रवास यापुढेही चालू ठेवावा का? याबाबत सर्वप्रथम विदर्भात व नंतर आंध्र प्रदेश व कर्नाटकात विचार सुरू झाला. या विचारात औद्योगिक क्षेत्र विरुद्ध शेती उद्योग अशा स्पर्धात्मक प्रवासाचा समावेश होता. उद्योगांना सर्व सोई, सुविधा, प्राधान्य, सवलती, अनुरूप कायदे, स्वतंत्र मंत्रालय इत्यादी सरकारतर्फे या ५० वर्षात उपलब्ध करून दिले आहेत. याउलट स्थिती शेतीबाबत होती व आजही आहे. मग शेतीबद्दल असा सापत्नभाव राज्यकर्त्यांच्या मनात का निर्माण झाला, याचा हे विचारवंत अभ्यास करू लागले. अर्थशास्त्राचे सिद्धांत चाळण्यात आले व त्यांचा शेतीक्षेत्रात प्रत्यक्ष स्थितीशी संबंध शोधण्यात येऊ लागला.

२५ नोव्हेंबर १९६९ रोजी नागपूरला भरलेल्या बैठकीत 'शेतकऱ्यांच्या जाहीरनाम्या' चा मसुदा मांडण्यात आला होता. या मसुद्याला शेतकऱ्यांची संमती मिळवून तो महाराष्ट्र सरकारला सादर करण्याचा उद्देश स्पष्ट केला होता. त्यात असे म्हटले होते, 'भारतीय स्वातंत्र्य लढ्यात, शेतकरी नेहमी आघाडीवर होता. १९४७ ला भारत स्वतंत्र झाला. १९५१ ला पंचवार्षिक योजना सुरू झाल्या. मागील १९६९ पर्यंतच्या १८ वर्षे पावेतोच्या विकासात शेतकऱ्यांच्या पदरी काय पडले? पिण्याच्या पाण्याच्या सोयी नसलेली खेडी, पिकासाठी पाणी पुरवठ्याच्या सोयी नाहीत. कर्जाचा डोंगराएवढा भार शेतीवर झाला आहे. हे चित्र आरशाइतके स्वच्छ आहे, पण आमचे राजकारणातील नेते, भांडवलशाही शहरी परिसरातील विद्वान म्हणतात की, शेतकरी फार श्रीमंत झाले. जखमेवर मीठ चोळण्याचा हा प्रकार होय. आज चाळीस वर्षांनंतरही शेती व शेतकऱ्यांची याबाबतीतील स्थिती सुधारण्याऐवजी ती बिघडली असल्याचेच दिसते. त्यावेळी शेतकऱ्यांच्या आत्महत्या होत नव्हत्या. उलट आज हजारो शेतकरी आत्महत्या करताना दिसतात. म्हणून शेतीउद्योग अर्थशास्त्राच्या सिद्धांतातूनच पडताळला पाहिजे असे त्याकाळच्या तज्ज्ञांनी ठरविले होते, ते चुकीचे म्हणता येणार नाही.

शेतकऱ्यांचे संघटन आवश्यक

देशात भांडवलशाही अर्थव्यवस्था वापरात असल्याने उद्योगपतीच्या अनेक स्तरांवर संघटना आहेत. परंतु लोकसंख्येच्या तुलनेत ६०-७० टक्के जनता शेती उद्योगाशी संबंधित असताना त्यांची मात्र एकही संघटना असू नये म्हणूनही अर्थतज्ज्ञांचा अभ्यास सुरू झाला. संघटनेशिवाय आपल्याला योग्य न्याय मिळणार नाही अशी शेतकऱ्यांची समजूत पक्की झाली म्हणून पक्षाचे झेंडे बाजूला सारून 'महाराष्ट्र कापूस उत्पादक संघा' चे सदस्यत्व पत्करून ते लढा देण्यास तयार झाले.

सदर जाहीरनाम्यात पुढे असेही म्हटले की, 'भारतीय शेती ही भांडवलशाही, कारखानदारी अर्थव्यवस्थेच्या परिसरात आहे. शेतकऱ्यांच्या कोट्यवधी रूपयांचा माल व्यापारी व कारखानदार खरेदी करतात. तसेच कारखान्यातील उत्पादन झालेला माल ते शेतकऱ्यांना विकतात. आजची बाजारपेठ अर्थशास्त्र दृष्टीने अपूर्ण आहे. योग्य व पूर्ण बाजारपेठेसाठी तीन अटी असतात. १) खरेदीदार व विक्रेते यांच्या संख्येत समानता असावी. २) दोन्ही पक्षांची आर्थिक बाजू समसमान असावी. ३) दोन्ही पक्षांना बाजाराची भरपूर, योग्य व पूर्ण माहिती असावी.

या कसोटीवर शेतमालाच्या बाजारात शेतकरी वर्ग विक्रेता म्हणून कच्चा व असमर्थ असतो. अपूर्ण व असमान बाजारपेठेने किसान लुबाडला जातो. असमान व अपूर्ण बाजारपेठ हेच एका समाजाचे दुसऱ्या वर्गातर्फे होणाऱ्या शोषणाचे माध्यम असते, असा अर्थशास्त्राचा सर्वमान्य सिद्धांत आहे. शेतकऱ्यांविरुद्ध कारखानदार बाजारात उतरले, की बलाबलाच्या दृष्टीने शेतकरी कमी पडतो. माल विकण्याची घाई, व्यापाऱ्यांची बाजारभाव ठरविण्याची लबाडीची पद्धती इत्यादी कारणांमुळे शेतमालाचे भाव पाडले जातात. उलट कापड, लोखंड, साखर, तेल, सायकल, मोटरसायकल, टायर ट्यूब इत्यादी कारखान्यांचा माल विकत घेताना शेतकऱ्यांना दुकानदार सांगतील तो भाव मोजावा लागतो.

शहरातील पगारदार भाववाढीच्या इंडेक्सनुसार महागाई भत्ता वाढवून घेतात. कारण राज्य त्यांचेच आहे. ते म्हणतील त्यावर मान डोलावून मंत्रीमंडळ सही करते. अशा लोकांचे प्रमाण एकूण लोकसंख्येच्या तुलनेत फक्त दहा टक्केच आहे. ते सरकारचा गळा दाबू शकतात. परंतु शेतकऱ्यांची संघटना प्रभावी नसल्याने सरकारचा गळा दाबणे त्यांना शक्य नसते, म्हणून त्यांना समाजात व आर्थिक व्यवस्थेत दुय्यम स्थान प्राप्त होते अशी त्यांची भावना आहे.

कारखान्यात जितक्या प्रमाणात उत्पादन वाढते, त्याप्रमाणात त्या मालासाठी होणारा उत्पादन खर्च अर्थशास्त्रीय नियमानुसार 'लॉ ऑफ डिमिनिशिंग कॉस्ट' प्रमाणे कमी होण्याची शक्यता असते म्हणून औद्योगिक क्षेत्रात उत्पन्न होणाऱ्या वस्तूंचे मूल्य

कमी व्हावयास पाहिजे. भांडवलदार किंमती कमी तर करीत नाहीतच, उलट कृत्रिम तऱ्हेने किंमती सतत वाढवित असतात. यामुळेच समाजात महागाई सतत वाढत आहे.

औद्योगिक तंत्र व शेती तंत्र यात समानता हवी

आपल्या देशात १९५१ पासून पंचवार्षिक योजनांचा कार्यक्रम सुरू झाला होता. योजनेची चर्चा करताना आपले राष्ट्रीय उत्पन्न ४२ टक्क्यांनी वाढले असे योजना आयोगाने पं.नेहरूंना कळविले. पं.नेहरू तेव्हा रागारागाने म्हणाले, 'पण हे वाढलेले उत्पन्न कुणाकडे गेले?' या प्रश्नाचे उत्तर तपासण्यासाठी त्यांनी प्रा. महालनोबीस समितीची स्थापना केली. या समितीतील तज्ज्ञांनी खूप सखोल अभ्यास करून असे जाहीर केले की 'हे उत्पन्न भारतातील भांडवलदारी मक्तेदारी असलेल्या ७५ घराण्यातील उद्योगात गेले आहे.'

भारतीय भांडवलदारांनी खेड्यातून निर्माण झालेल्या धान्य व कच्च्या मालाची लूट करून संपत्ती कमविली आहे आणि उलट हूल उठविली की शेतकरी वर्ग श्रीमंत झाला आहे. अर्थशास्त्रज्ञ व सरकारातील लोक-प्रतिनिधी या प्रचाराला बळी पडले. १९६४ व ६५ या दोन वर्षात 'या देशात शेतकरी आता श्रीमंत झाला आहे' असा अपप्रचार सुरू झाला. म्हणून शेतमालाच्या किंमती खाली आणल्याशिवाय आपल्या देशातील कारखाने व व्यापार आता वाढणे शक्य नाही, असा प्रचार भांडवलदार व लॉबीकडून झाला होता.

महाराष्ट्राच्या विधानसभेत या प्रश्नाची मोकळी चर्चा होऊ लागली. कोरडवाहू शेतकरी कर्जाच्या डोंगराखाली दबून गेला आहे. खेडी ओसाड होत आहेत. खेड्यात दुकानदारीसुद्धा चालू शकत नाही इ. चिन्हे ही वाढत्या दारिद्र्याचे चित्र दर्शवित आहेत असे अनेकांनी ठासून सांगितले. यापुढील योजना काळात पैशाची गंगा खेड्याकडे जायला पाहिजे. म्हणून शेतीक्षेत्रातील लोक-प्रतिनिधी बोलायला लागले. व या कारणास्तव त्यासुमारास विदर्भात महाराष्ट्र कापूस उत्पादक संघाची स्थापना झाली.

कापसाचे व्यवहार हे भांडवलशाही शोषणाचे मूळ होय. जवळपास तीनशे वर्षांपूर्वी जगात जी औद्योगिक क्रांती सुरू झाली ती कापूस गिरणी उद्योगापासूनच. देशातला पहिला उद्योग म्हणजे कापड गिरणी होती. टाटांनी त्यांचा उद्योग नागपूरला सुरुवात केलेल्या एम्प्रेस मिल पासूनच सुरू होऊन आज त्याचे रूपांतर देशातील प्रमुख उद्योग समूहात झाल्याचे आपण पाहतो. बिर्लांनी केसोराम गिरणीपासून सुरुवात करून एक प्रमुख उद्योग समूह म्हणून आज नाव केले आहे. टाटा व बिर्ला यातून खूप श्रीमंत होऊ शकले. परंतु शेतकरी ५० वर्षांपूर्वी असलेल्या स्थितीतच खितपत पडला आहे. म्हणून शेतकऱ्यांना आत्महत्या कराव्या लागतात. तशा आत्महत्या उद्योगसमूहात होत नाहीत हे सत्य सहज दिसते. यातून एक गोष्ट स्पष्ट होते की उद्योगाचे व्यापारातील पारडे

शेतकऱ्यांच्या पारड्यापेक्षा निश्चितच खूप जड आहे. आर्थिक धोरण दोन्ही क्षेत्रांसाठी समान नसल्यानेच ही स्थिती तयार झाली आहे. हे कुणीही सांगू शकेल.

घाटगे समितीने आपल्या अहवालात खूप ठामपणे म्हटले की, 'कापसाचे भाव ठरविण्याची तऱ्हा उफराटी आहे. सर्व औद्योगिक वस्तूंचे भाव 'खर्च अधिक' पद्धतीने ठरतात. म्हणून एकूण खर्च व त्यावर योग्य वाटणारा नफा लावून वस्तूची बाजारातील किंमत ठरते. या उलट कापसाचे भाव मात्र 'उरलेली रक्कम' पद्धतीने ठरतात. म्हणजे कापड गिरण्यांना परवडणारी खरेदी किंमत आधी ठरते व नंतरच कापसाची किंमत काढून ती शेतकऱ्यांना देण्यात येते. म्हणजेच कारखान्यातील मालाची किंमत उत्पादक ठरवितो तर कापसाचे (अन्य शेतमालाचेही) भाव खरेदी करणारा (गिरणी मालक) ठरवितो. या अशा संघटित गोंधळात शेतकऱ्यांना कधीच योग्य किंमत मिळाली नसावी असे म्हटल्यास ते चूक ठरणार नाही. बाजारात संघटित गिरणी मालक व असंघटित शेतकरी अशी असमान स्थिती असल्याने त्याला पूर्ण बाजार व्यवस्था म्हणणे चूक होईल.'

खेड्यातील लहान शेती परवडत नसल्याने शेतकरी तसेच त्या क्षेत्रात काम करून जीवन जगणारे कामगार आज नरकस्वरूपी शहराकडे धाव घेतात. काहीजण आत्महत्या करून जीवन संपवतात. यातून आर्थिक, तसेच सामाजिक गुंतागुंत सतत वाढत आहे. केंद्र सरकारने आज ग्रामीण रोजगार हमी योजना सुरू केली. त्याला कारण शहराकडे जाणारे वाढते लोंढे सरकारला डोकेदुखी देतात म्हणून अजूनही सरकारने पंतप्रधान, वित्तमंत्री व योजना आयोगाचे प्रमुख अर्थतज्ज्ञ असतानाही असमान वा अपूर्ण बाजाराचा विचार करून हा प्रश्न एकदाचा निकालात काढण्याचा विचारही करू नये याचे सर्वांनाच आश्चर्य वाटणे साहजिक आहे. परंतु भांडवलशाही अर्थव्यवस्थेत हे चित्र असेच राहणार हे मात्र पक्के समजावे. भरपूर व स्वस्त कर्जाचे प्रवाह खेड्याकडे न वळविता, शहरातील संपत्तीचा प्रवाह फक्त ओढून नेला तरच हा जुना व मनःस्ताप देणारा प्रश्न सुटू शकेल याची खात्री आहे.

महाराष्ट्र कापूस उत्पादक संघातर्फे अनेकदा ठासून सांगण्यात आले, की कापसाला किफायतशीर भाव मिळाला पाहिजे ही एका पिकाबाबत संकुचित मागणी नसून शेती-अर्थव्यवस्था ही न्याय्य आर्थिक आधारावर उभारली पाहिजे. कापसाला हा लढा सर्व शेतमालाचा बाजारभाव न्यायोचित, किफायतशीर आणि शेतकऱ्यांना योग्य नवीन दर्जा मिळवून देणारा आर्थिक क्षेत्राचा समग्र लढा आहे हे विसरता कामा नये.

चळवळीने कापसाचीच निवड का केली ?

या निर्णयासंबंधात असे म्हणता येईल की,

१. देशातील एकूण कापूस पिकामध्ये महाराष्ट्राचे स्थान महत्त्वाचे आहे.

२. कापूस, धागा, कापड, कापड गिरणी, कापड कामगार, शहरी व इतर ग्राहक इत्यादींना जोडणारे 'कापूस' हे एकमेव पिक असल्याने ते चळवळीच्या दृष्टीने महत्त्वाचे ठरते.

३. कापड कारखानदारी म्हणजेच आधुनिक फॅक्टरी पद्धतीचा प्रारंभबिंदू 'कापूस' या पिकात असल्याने त्याचे महत्व आहे.

४. भांडवलदारी गिरणी उद्योगाशी संघटितपणे लढा देण्यासाठी जास्तीत जास्त शेतकरी कापसाच्या पिकाभोवती एकत्र होऊ शकतात, असे कापूस पिकाचे महत्व आहे.

५. कापूस प्रश्नातून समाजाला, सरकारला आणि अभ्यासकांना शेतकऱ्यांचे शोषण गिरणीमालक, कारखानदार कसे करतात, हे आरशासारखे स्वच्छ दिसते म्हणूनच शेतकऱ्यांच्या लढ्यासाठी कापूस पिकाची निवड योग्य ठरते.

६. कच्च्या मालाच्या असंघटित उत्पादकांचे संघटित कारखानदारीकडून होणारे शोषण या पिकाच्या अभ्यासातून स्पष्ट होते. एक किलो कापसातून ९ मीटर्स कापड, एक धोतरजोडी तयार होते. यात ५० टक्के खर्च कापसाचा असतो व बाकी ५० टक्के मालकातर्फे केला जातो.

७. कापूसव्यापार म्हणजे व्यापारी भांडवलशाहीची अत्यंत काळीकुट्ट बाजू. लबाड्या, बनवाबनवी, सट्टेबाजी इ.चे आगर.

८. कापड कारखानदारीतूनच इतर कारखानदारीचा प्रसार झाला. कापड कारखानदारी म्हणजे भांडवलशाहीचे गंडस्थळ म्हणून शहरी बुद्धीजीवी, शेतकरी, ग्राहक व कामगार यांची संयुक्त फळी तयार करणे कापूस पिकाच्या साहाय्याने सोपे होते.

इतर शेती मालाच्या उत्पादन खर्चाचा अभ्यास सुलभ :

कापूस पिकाचा उत्पादन खर्च एकदा शास्त्रीय पद्धतीने मांडल्यावर व त्याला समाजातील सर्व स्तरातील लोकांची संमती मिळाल्यावर शेती क्षेत्रातील इतर मालांचे मूल्य व उत्पादन खर्च ठरविणे सहजसोपे होऊ शकते. साखर, गोडेतेल, गहू, ज्वारी, तांदूळ, फळे इत्यादीचे उत्पादन खर्च काढण्याचे प्रशिक्षण सर्वच शेतकऱ्यांना दिल्याने त्यातून संघटनेला बळ मिळू शकेल व पुढे औद्योगिक लॉबी सारखी शेतकरी वर्गाचीही मोठी लॉबी तयार होऊन ती सरकारवर आवश्यक ते दडपण ठेवून शेतकऱ्यांचे हित जपू शकेल.

उत्पादन खर्चावर आधारित वस्तूंचे भाव ठरविण्याची पद्धत देशात हळू हळू वापरात येऊ लागली, तर औद्योगिक मालांच्याही किंमतीचा सखोल अभ्यास करणे सहज सुलभ होईल. त्यातून आज होणाऱ्या शोषणाला बराच आळा घालणे शक्य

होईल. तसेच याबाबत ग्राहकांचे प्रबोधन करणे सोपे होऊन, एक नवीन समाजदृष्टी निर्माण करणे शक्य होईल.

कापसाला उत्पादन खर्चाप्रमाणे किंमत मिळावी या मागणीतूनच समस्त शेतमालाचा प्रश्न समाजापुढे ठेवणे सहज शक्य होईल. याच्या आधारे समस्त ग्रामीण जीवनाची उंची वाढविण्याची दृष्टी प्राप्त करण्याची महत्त्वाकांक्षा या चळवळीमागे होती व अजूनही आहे. याच्याही पुढे जाऊन समस्त भारतीय आर्थिक जीवनात समता व न्याय प्रस्थापित करून बेकारी, विषमता, दारिद्र्याचे प्रश्न सोडवून भारतीय आर्थिक विकासाला वेग प्राप्त करून देणे शक्य होईल. आर्थिक व्यवस्थेत सध्या असलेल्या मक्तेदारी भांडवलशाहीवरही नियंत्रण ठेवणे पुढील सरकारांना सुलभ होऊ शकेल.

कापूस चळवळीचे तत्त्वज्ञान हे संकुचित स्वरूपाचे निश्चितच नसून ते संपूर्ण भारतीय जीवनाच्या उत्थानाचे राष्ट्रीय तत्त्वज्ञान व आंदोलन आहे. आज देशभर 'भारत प्रगत देश म्हणून या शताब्दीत जगापुढे येणार' असे प्रत्येकजण सांगत असतो. ज्या देशात ७०टक्के जनता शेतीक्षेत्राशी संबंधित आहे, त्या देशात नुसते औद्योगिकीकरण वाढवून देश प्रगत होऊ शकणार नाही. हा वरवरचा मुलामा म्हणून बघायला बरे वाटेल. परंतु खरी प्रगती व्हायला पाहिजे ती शेतीक्षेत्रातूनच. हे क्षेत्र जोपर्यंत देशाच्या आर्थिक योजनेत दुय्यम स्थानावर राहणार आहे, तोपर्यंत हा देश 'प्रगत देश' म्हणून संबोधला जाऊ शकणार नाही.

व्यापारासंबंधात समानता (पॅरिटी)

कच्च्या मालाचे उत्पादन क्षेत्र (शेती व इतर लहान उद्योग) व पक्क्या मालाचे उत्पादन क्षेत्र (औद्योगिक क्षेत्र) यातील व्यापारसंबंधात समानता (पॅरिटी) निर्माण करण्याचा प्रश्न हा थेट आंतरराष्ट्रीय व्यापाराच्या मुळाशी आहे. विकसित देश अविकसित देशांचे शोषण करीत असतात तसे एकाच देशातील विकसित औद्योगिक क्षेत्र आणि अविकसित शेतीक्षेत्राचे शोषण करणे साहजिकपणे येते.

उद्योगांना 'दीर्घकाळात बृहत्प्रमाणावरील ऱ्हासमान उत्पादन व्ययाचा' सिद्धांत लागू पडतो, म्हणून उद्योगातील वस्तूंची किंमत उत्तरोत्तर कमी झाली पाहिजे. तसेच शेतीला 'ऱ्हासमान उत्पादन व्ययाचा' सिद्धांत लागत नाही, उलट 'वर्धमान व्यय' सिद्धांत लवकर लागतो. म्हणून शेतमालाच्या किंमती व उद्योग क्षेत्रातील वस्तूंच्या किंमतीत मूलभूत फरक पडतो.

शेतकरी हा सर्वात मोठा उपभोक्तावर्गही आहे. त्याला व शहरातील सामान्यांना मक्तेदारी असलेले भांडवलशाही उद्योग व सट्टाखोरीचे व्यापारी सतत शोषित असतात. अशा शोषणातून मुक्ती मिळविण्यासाठी देशभरातील सर्व प्रकारच्या शेतकऱ्यांनी एकत्र येण्याची गरज आहे.

उद्योगातील उत्पन्नाच्या तुलनेत शेतीत मिळणारे उत्पन्न अगदी कमी असल्याने शोषणाला एक प्रकारची मान्यता प्राप्त झाली आहे. उद्योगाच्या बरोबरीने शेतीक्षेत्राचे स्थान उंचावले, तर शोषण तर बंद होईलच, त्याशिवाय अर्थव्यवस्थेत एक प्रकारची समता निर्माण करणे शक्य होईल. त्यासाठी कापूस उत्पादक संघाने खेड्यातील कष्टकरी जनतेला शहरातील मंडळींच्या तुलनेत जीवन जगता यावे म्हणून खालील तुलनात्मक वर्गवारी आपल्या जाहीरनाम्यात प्रस्तुत केली होती. त्यातील मागणी अवास्तव वाटणे कुणालाही शक्य होणार नाही.

१. पाच एकर शेती करणाऱ्या शेतकऱ्यांना कारखान्यातील संरक्षित मजुराइतके जीवनमान मिळाले पाहिजे.

२. पाच ते पंधरा एकर जमीन असणाऱ्या शेतकऱ्यांना शहरातील कारकुनाइतके जीवनमान मिळाले पाहिजे.

३.पंधरा ते तीस एकर जमीन असणाऱ्या शेतकऱ्यांना अधिकारी वर्ग २ इतके जीवनमान मिळायला पाहिजे.

४. तीस ते पन्नास एकर जमीन कसणाऱ्या शेतकऱ्यांना पहिल्या वर्गातील अधिकाऱ्यांना मिळणारे जीवनमान मिळायला पाहिजे.

५. पन्नास एकरापेक्षा जास्त जमीन कसणाऱ्यांना छोट्या कारखानदाराइतके जीवनमान मिळायला पाहिजे.

वरील मागण्या करण्याचा उद्देश स्पष्ट आहे की, शहरी व ग्रामीण क्षेत्रातील आर्थिक असमानता दूर करणे, श्रीमंत व गरीब यातील सतत वाढणारी दरी कमी व्हावी, शोषणमुक्त समाज तयार करण्यात याची मदत व्हावी, या तत्वाला अनुसरून शेतमालाला मिळणारे मूल्य निर्धारित करण्यात यावे हाही संदेश सरकारला यातून मिळावा. आज शेतीक्षेत्राला जे दुय्यम स्थान देण्याचे सतत प्रयत्न होत आहे, त्याला संघटनेचा विरोध दर्शवता यावा. वरील मागण्या जर सरकारला मान्य करता येत नसतील, तर औद्योगिक क्षेत्रात तयार होणाऱ्या वस्तू शेतकऱ्यांना स्वस्त दरात मिळवून देण्याची सोय करावी. अन्यथा औद्योगिक क्षेत्रातील सर्वच वस्तूंचे उत्पादन मूल्य जनतेच्या माहितीसाठी जाहीर करावे म्हणजे त्यातून शेतकऱ्यांचे व इतर ग्राहकांचे किती शोषण होते, हे जनतेला समजेल व आंदोलनाच्या मदतीने त्या शोषणाची तीव्रता कमी करणे शक्य होईल.

स्वयंरोजगारांना संरक्षण आवश्यक

शेतीक्षेत्रात लहान शेतकऱ्यांची संस्था सर्वात जास्त आहे. भारताच्या अर्थव्यवस्थेतसुद्धा अशा प्रकारच्या स्वयंरोजगार करणाऱ्यांची संख्या जवळपास ९० टक्के आहे. शेतकरी, लहान कारखानदार, फेरीवाले, व्यापारी, लहान दुकानदार इत्यादी स्वयंरोजगार करणारे नागरिक कसे तरी जीवन जगतात. संघटित कामगार वर्गासाठी

सरकारात मंत्रालय, स्वास्थसेवा, प्रॉव्हिडंड फंड, विमा व इतर अनेक सुविधा उपलब्ध आहेत. यांची संख्या ८-९ टक्के असताना सरकार त्यांना घाबरून या सोयी उपलब्ध करते कारण ते संघटित आहेत.

या उलट स्थिती स्वयंरोजगारांची आहे. त्यांची संख्या नव्वद टक्के असूनही त्यांच्यासाठी कोणत्याही सोयी उपलब्ध केल्या जात नाहीत. याचा अर्थ एकच, की जे कुणी सरकारला अडचणीत आणू शकतात त्यांनाच या प्रकारच्या सुविधा प्राप्त होऊ शकतात. खरे तर हे स्वयंरोजगारी उद्योजक जे काही काम वा उत्पादन करतात ते नफ्यासाठी नसते, तर ते जीवन जगण्यासाठी असते. परंतु राष्ट्रीय सकल उत्पन्नात भर घालणाऱ्यांमध्ये यांचा मोठा हिस्सा असतो, हे विसरता येत नाही.

या सर्वांना सरकारतर्फे कोणतेही संरक्षण पुरविले जात नाही. त्याउलट त्यांना अनेक प्रकारच्या जाचांना तोंड द्यावे लागते. त्यात प्रामुख्याने पोलिस, विक्रीकर, आयकर, नगरपालिका, अनेक विभागात काम करणारे निरिक्षक व अन्य अधिकारी इत्यादींचा वर्षभर त्रास असतो. शेतकरी या सर्व जाचांमुळे सतत त्रस्त असतो. परंतु त्याच्या मदतीला कुणीच धावून येत नाही.

सध्याचे सरकार स्वयंरोजगाराला प्रोत्साहन देण्याच्या घोषणा सतत करीत असते. तेव्हा या लहान शेतकरी व इतर स्वयंरोजगारांचे आर्थिक जीवन किमान सुरक्षित ठेवण्याची जबाबदारी सरकारवर पडते. किंबहुना ही सर्व समाजाची व पर्यायाने राष्ट्राची जबाबदारी ठरते. या स्वयंरोजगारांत लहान शेतकऱ्यांची संख्या सर्वात मोठी आहे.

भांडवल व श्रम यांची झालेली विभागणी

भांडवल व श्रम हे आज 'जेली' सारखे नाहीत. प्रोप्रायटरी कॅपिटल व कंपनी कॅपिटल, संघटित मजूर व असंघटित मजूर, कंपनी भांडवल संरक्षणात व मक्तेदारीत, तर प्रोप्रायटरी भांडवल असुरक्षित व स्पर्धेत. भांडवलदार व संघटित मजूर आपल्या बंधूंना विसरले.

संरक्षित श्रमिकांना असंघटित क्षेत्रातील असुरक्षित बांधवाची काळजी नाही त्यांना उलट स्पर्धेत ढकलले जाते. म्हणून आजची उत्पादन रचना समानतेची व न्यायाची नाही.

न्याय्य रचना निर्माण करणे हा पहिला व महत्त्वाचा प्रश्न आहे. थोड्यांना संरक्षणात व इतरांना खुल्या स्पर्धेत ठेवण्याऐवजी सर्वांनाच स्पर्धेत जगू देण्याची आवश्यकता आहे. याला असणारा पर्याय म्हणजे कमकुवत स्वयंरोजगारानांही सामाजिक मक्तेदारीचे संरक्षण देणे आवश्यक ठरेल.

कापूस उत्पादकांनी सुरू केलेली चळवळ अंतिमतः सामाजिक समता, आर्थिक समता व योग्य न्यायासाठी उभी करण्यात आली आहे. हा दीर्घ स्वरूपाचा लढा आहे.

जसजसे समाजात गोंधळाचे प्रमाण वाढत जाईल तसे या लढ्याचे उद्दिष्ट सरकारला व समाजालाही समजून येईल.

कंपनी भांडवल हे अमानवी, राक्षसी, हिंसात्मक स्वरूपाचे म्हणूनच युद्धज्वर निर्माण करणारे व म्हणून शांतताविरोधी असते. या उलट प्रोप्रायटरी भांडवल मानवी, अहिंसात्मक व शांततेचे असते. आजचे अर्थशास्त्र कंपनी भांडवलावर उभे आहे. म्हणूनच ते जगाला शांततेकडे, मानवतेकडे नेऊ शकत नाही. आपणाला बुद्धाचे, शांततेचे अर्थशास्त्र हवे आहे. प्रोप्रायटरी भांडवलावर आधारित अर्थशास्त्रच शांततेकडे, शोषणमुक्तीकडे नेऊ शकते.

कंपनी संघटनेऐवजी सहकारी संघटनेला सामाजिक सहकार्य मिळाले पाहिजे. कारण सहकारी संघटना याच खऱ्या मानवी व लोकशाही असतात. म्हणून स्वयंरोजगार व सहकारी संघटनाच मानवजातीच्या कल्याणासाठी उपयुक्त असल्याने त्यावर आधारित अर्थशास्त्र अंमलात आणण्याची आज भारतातच नाही, तर जगातील सर्वच देशात गरज आहे. १९७० च्या सुमारास विदर्भात झालेली कापूस उत्पादकांची चळवळ पर्यायाने आपणा सर्वांना या जागतिक स्तरावरील वैचारिक प्रवासातून आनंदमयी वातावरणात नेऊन सोडते. राजकीय, सामाजिक व आर्थिक समता ज्यांना हवी आहे त्या सर्वांनी या संघटनेच्या कार्याला पाठिंबा देण्याची गरज आहे.

☐☐☐

२ आत्महत्यांना सरकारी धोरणच जबाबदार ('टिस' अहवालाचा दुजोरा)

शेतकऱ्यांच्या वाढत्या आत्महत्यांमुळे समाजात सतत चर्चा होत आहे. एका दृष्टीने ही चर्चा आवश्यक आहे. परंतु अशी परिस्थिती निर्माण होऊ शकेल, असे भविष्य विदर्भात १९७० च्या सुमारास महाराष्ट्र कापूस उत्पादक संघाचे नेते डॉ. वा.रा.कोरपे, डॉ.म.गो. बोकरे, डॉ. गोविंदराव गुडधें, श्री सुदाम देशमुख व इतरांनी वर्तविले होते. पस्तीस वर्षे सरकारने तसेच सर्वच राजकीय नेत्यांनी या अतिशय महत्त्वाच्या प्रश्नाकडे काणाडोळाच केला आहे. यातून राजकीय पक्ष तसेच त्यांच्या नेत्यांची या गंभीर प्रश्नाबद्दलची संवेदनशीलता किती खालच्या स्तरावर पोहोचली आहे, याची कल्पना करता येते.

देशभरातील सामान्यांना सरकारकडून अनेक बाबतीत काहीच मदत मिळत नसते, म्हणून सध्याचे सरकार जनतेचे जरी असले, तरी जनतेसाठी मात्र नाही. याबाबतची सामान्यांची भावना दिवसेंदिवस अधिक ठाम होत आहे. रस्त्याची दुरुस्ती असो वा शाळा-कॉलेज प्रवेशाचा प्रश्न असो वा मुंबईच्या डान्सबारचा प्रश्न असो, सरकारी यंत्रणा निष्कामी झाल्याचे स्पष्टपणे दिसत असल्याने देशातील न्यायालये मात्र याबाबत जनतेच्या मदतीसाठी धावून येताना दिसत आहे. म्हणूनच शेतकऱ्यांच्या आत्महत्येचा प्रश्नही मुंबई उच्च न्यायालयाने हाती घेतला आहे. ऑल इंडिया बायोडायनॅमिक व ऑरगॅनिक फार्मिक असोसिएशन या सेवाभावी संस्थेने शेतकऱ्यांच्या वाढत्या आत्महत्यांबाबत चिंता प्रदर्शित करून सदर उच्च न्यायालयाला याबाबत मार्गदर्शनपर न्याय (direction) देण्याची विनंती केली होती. न्यायालयानेही त्याची दखल घेऊन कार्याला सुरुवात केली होती. त्या कामाचाच भाग म्हणून न्यायालयाने मुंबईतील एका प्रतिष्ठित व सामाजिक शास्त्राचे शिक्षण देणाऱ्या 'टाटा इन्स्टिट्यूट ऑफ सोशल सायन्सेस- टिस' संस्थेला या प्रश्नाचा सर्वबाजूने खोलात जाऊन अभ्यास करून आपला अहवाल आठ आठवड्यात सादर करायला सांगितले होते. त्याप्रमाणे या संस्थेनेसुद्धा अल्पावधीत उल्लेखनीय काम करून आपला अहवाल १५ मार्च २००५ ला सदर न्यायालयाला सादर केला होता. त्या अहवालातील प्रमुख मुद्द्यांची याठिकाणी चर्चा करत आहे. १९७० च्या सुमारास केलेल्या शेतकऱ्यांच्या सर्वच प्रश्नांना दुजोराच या अहवालातून मिळत आहे हे मुद्दाम सुचवावेसे वाटत आहे.

'टिस' संस्थेने खालील चार प्रमुख बाबींबाबत खूप विस्ताराने विचार मांडले आहेत.

(१) कर्जबाजारीपणा व त्यामागील प्रमुख कारणे
(२) कृषिकामाचे तुटीचे अर्थशास्त्र
(३) सरकारची चुकीची धोरणेच या स्थितीला कारणीभूत
(४) आत्महत्येमागील इतर कारणे

(१) कर्जबाजारीपणा व त्यामागील प्रमुख कारणे

भारतीय अर्थव्यवस्थेत शेतीक्षेत्राला प्रमुख स्थान आहे; परंतु त्याबाबत सरकारकडून नेहमी उपेक्षाच होत आली. या क्षेत्रावर जवळपास ७५ टक्के जनता प्रत्यक्ष व अप्रत्यक्षरीत्या आपल्या उदरनिर्वाहासाठी अवलंबून असते. तसेच हे क्षेत्र राष्ट्रीय सकल उत्पन्नाच्या २५ टक्के भाग उचलते. बहुतांश उत्पन्न या क्षेत्रात काम करणाऱ्यांच्या उपभोगासाठीच खर्च होते म्हणजे जागतिक व्यापाराच्या तुलनेत एक टक्क्यापेक्षा कमीच असते.

एका अभ्यासाचा संदर्भ देऊन सदर अहवाल म्हणतो, "आंतरराष्ट्रीय नाणेनिधी व जागतिक बँकेच्या सूचनेनुसार भारतीय सरकारने ग्रामीण विकासाच्या गुंतवणुकीत खूप मोठी घट केली आहे. या खर्चात प्रामुख्याने शेतीविकास, विशेष क्षेत्र कार्यक्रम, जलपुरवठा योजना, पूरनियंत्रण, ग्रामीण उद्योग, ऊर्जा, सार्वजनिक वाहतूक इत्यादींचा समावेश आहे. यामुळे शेती उद्योगात नकारात्मक प्रगती झाली आहे. केंद्र सरकार व राज्य सरकारे मिळून १९८५-९० मध्ये अशा खर्चाचे प्रमाण राष्ट्रीय सकल उत्पन्नाच्या (जीडीपी) फक्त १४.५ टक्के होते. त्यात २०००-०१ मध्ये मोठी घट होऊन ते प्रमाण ५.९ टक्क्यावर आले. अन्नधान्याचा प्रति व्यक्ती उपभोग जो १९३९-४४ च्या दुष्काळात होता तोच स्तर आजसुद्धा कायम असल्याचे दिसून येते.ही स्थिती खूपच भितीदायक आहे. ग्रामीण विकासासाठी केंद्र व राज्य सरकारांतर्फे करण्यात येणाऱ्या खर्चाचा स्तर टक्केवारीने १९८५-९० (जीडीपीच्या तुलनेत) जर पुढे ठेवला असता, तर या कार्यासाठी होणारा खर्च २०००-०१ वर्षी रु.१,२४,००० कोटी न राहता तो रु. ३,०५,००० कोटी झाला असता. एकूण प्रत्यक्षात झालेल्या खर्चाच्या तुलनेत तो खर्च अडीच पटीने झाला असता."

अहवालात पुढे असेही म्हटले आहे की, १९८०-८१ च्या किमती कायम ठेवून शेती क्षेत्रासाठी करण्यात आलेली गुंतवणूक १९५०-५१ मध्ये फक्त रु.१,२६६ कोटी होती व ती १९७८-७९ मध्ये रु. ५,२४६ कोटी झाली. परंतु १९७८-७९ नंतर मात्र त्यात घट होऊन ती गुंतवणूक १९९० मध्ये फक्त रु.४,६९२ कोटी झाली. योजना

पंचवार्षिक योजना (१)	एकूण तरतूद (२)	शेतीसंबंधित क्षेत्रासाठी (३)	टक्केवारीत (३) चे (२) शी प्रमाण (४)
पहिली १९५१-५६	२,३७८	३५४	१४.९
दुसरी १९५६-६१	४,५००	५०१	११.३
तिसरी १९६१-६६	८,५७७	१०८९	१२.७
वार्षिक योजना १९६६-६९	६,६२५	११०७	१६.७
चौथी १९६६-७४	१५,७७९	२३२०	१४.९
पाचवी १९७४-७९	३९,४२६	४८६५	१२.३
वार्षिक योजना १९७९-८०	१२,१७७	१९९७	१६.४
सहावी १९८०-८५	९६,५००	५६९५	५.८
सातवी १९८५-९०	१,८०,०००	१०५२५	५.९
वार्षिक योजना १९९०-९१	५८,३६९	३४०५	५.८
वार्षिक योजना १९९१-९२	६४,७५१	३,८५१	६.०
आठवी १९९२-९७	४,३४,१००	२२४६२	५.२
नववी १९९७-०२	८,५९,२००	४२४६२	४.९
दहावी २००२-०७	३,९८,८९०	२०६६८	५.२

(संदर्भ : योजना आयोग – दहावी योजना)

आयोगातर्फे शेती क्षेत्रासाठी केलेल्या तरतुदीत तर प्रत्येक पंचवार्षिक योजनेनंतर, काही अपवाद सोडता सतत, घसरणच आढळून येते. खालील तक्ता अहवालात दिला आहे –

गेल्या सात वर्षांच्या उपलब्ध कागदपत्रांवरून 'टिस' संस्थेला असे आढळले की, राष्ट्रीय सकल उत्पन्नाच्या तुलनेत शेतीसाठी केलेली गुंतवणूक ११.६ टक्क्यांवरून घसरून ती आता १.३ टक्का झाली आहे. १९९०-९१ साली सध्याचे प्रधानमंत्री डॉ. मनमोहन सिंग वित्तमंत्री म्हणून होते. (भारताला जागतिकीकरणाला जुंपण्यात त्यांचा मोठा हात होता हे विसरता कामा नये). अभ्यासगटाला असे आढळले की, १९९४-९५ पासून उपलब्ध माहितीच्या आधारे शेतीक्षेत्राला एकूण रु.७८,००० कोटींची आवश्यकता होती. त्यापैकी सर्व प्रकारच्या अधिकृत पतपुरवठा करणाऱ्या संस्थांकडून फक्त ११ टक्केच भार उचलला गेला. म्हणजे जवळपास नव्वद टक्के कर्जपुरवठा खासगी सावकारांकडून झाला होता. ही अतिशय धक्कादायक बातमी आहे. अठ्ठावन्न वर्षांच्या दीर्घ काळानंतरही अधिकृत क्षेत्रातील बँकिंग व्यवस्थेचा पसारा वाढूनसुद्धा शेतकऱ्यांना सावकारांकडून मिळणाऱ्या कर्जावर सतत अवलंबून राहावे लागते. यातून सरकारी धोरणात शेतीक्षेत्राला किती गौण स्थान आहे, याची कल्पना करता येते. याउलट औद्योगिक क्षेत्रासाठी सर्वप्रकारच्या अद्यावत सोयी व सुविधा उपलब्ध करण्यात सरकारने धन्यता मानली आहे.

कृषि कामाचे तुटीचे अर्थशास्त्र

भारतीय शेतीला सर्व बाबतीत सरकारकडून गौण महत्त्व प्राप्त होत आहे, हे आणखी एका प्रमुख बाबतीत सिद्ध होते. कोणताही व्यवसाय, उद्योग वा धंदा करताना तो नफा देणारा नसला, तरी त्यातून तोटा होऊ नये ही प्रत्येक व्यक्तीची प्रामाणिक इच्छा असते. अनेक पिढ्यांपासून शेती व्यवसाय करत येत असल्याने वा इतर अन्य कौटुंबिक कारणामुळे ही कुटुंबे तोट्यात असणारा शेती व्यवसायच करताना दिसतात. त्यांच्यापैकी बहुतांशांना शेतीचा जमाखर्च अजिबात समजत नाही. तरीही नफ्यासाठी शेती व्यवसायाचे उद्दिष्ट न ठेवता त्यातून कुटुंबाला जीवनाचा आधार फक्त मिळावा या समाधानाच्या आधारे ही कुटुंबे शेती व्यवसाय करत असतात.

दुसरीकडे औद्योगिक क्षेत्रात सतत क्रांती घडून येत आहे. त्या क्षेत्रातून निर्माण होणाऱ्या अनेक वस्तूंचा शेती करण्यासाठी उपयोग व्हावा म्हणून सरकारी धोरणातून तसेच औद्योगिक क्षेत्रातर्फे होणाऱ्या जाहिरातीतून प्रचार होत असतो. अशा वस्तूंचा वापर वाढला, तर शेती खूप फायद्याची होते याची स्वप्ने शेतकऱ्यांच्या मनात ठसविली जात असतात. याचा परिणाम म्हणून शेतीच्या उत्पादन खर्चात औद्योगिक वस्तूंच्या वापराचा फार मोठा भाग आज दिसून येतो. परंतु असे घडत असताना शेतकरीवर्गाला

स्वत:चे नुकसान होत आहे याची पूर्ण कल्पना नसते. यातून दोन गोष्टी स्पष्ट होतात. एक, शेतकरी हळूहळू औद्योगिक वस्तूंचा वापर वाढवत जातो व त्यावरील स्वत:चे विसंबून राहणे वाढवत असतो. दोन, उत्पादन खर्चात सतत वाढ होत असते. परंतु केंद्र सरकारतर्फे तयार करण्यात येणाऱ्या न्यूनतम आधार किमतीत त्या वाढीचा पूर्णपणे समावेश होण्याची शक्यता अतिशय कमी असल्याबद्दलची कल्पना शेतकऱ्यांना नसते वा तशी कल्पना करून देण्यात येत नसते.

सदर अहवालात या प्रश्नावर बरीच चर्चा केली आहे. आजच्या शेतकऱ्यांच्या कर्जबाजारीपणाला व हजारोंच्या संख्येत होणाऱ्या आत्महत्यांना हा मुद्दा सर्वात जास्त जबाबदार आहे. म्हणून न्यायालयाने याबाबत सरकारला आदेश देऊन सध्याची स्थिती बदलून ती शेतकऱ्यांच्या फायद्याची व्हावी म्हणून प्रयत्न करावे, अशी विनंती केली आहे. जोपर्यंत हा प्रश्न शास्त्रोक्तपणे सोडविला जात नाही तोपर्यंत सध्याच्या आत्महत्या थांबणे असंभव आहे. अहवाल पुढे म्हणतो –

१. शेतीच्या उत्पादन खर्चात खूप वाढ झाली आहे. ही वाढ मुख्यत्वे १९९५ नंतर मोठ्या प्रमाणात झाली आहे. औद्योगिक क्षेत्रातर्फे पुरवठा होणाऱ्या वीज, एचवायव्ही बियाणे, रासायनिक खते, डिझेल, वाहतूक साधने, शेती अवजारे या वस्तूंमुळे ही मोठी वाढ झाल्याचे दिसून आले.

२. शेतीक्षेत्रासाठी सरकारतर्फे सवलती (सबसिडीज) देण्यात येतात. त्यातील प्रमुख भाग औद्योगिक वस्तूंचा पुरवठा करणाऱ्या उत्पादकांना व वितरकांना मिळतो. याशिवाय याचा फायदा श्रीमंत शेतकरी व श्रीमंत राज्ये यांनाही मिळत असतो. उदाहरणार्थ १९८०-८७ च्या काळात पंजाबमध्ये दर हेक्टरी रु.१,०२७ सबसिडी दिली होती तेव्हा देशातील सरासरी सबसिडी फक्त रु. ५११ होती.

३. वाढीव मजुरीच्या दरामुळेही उत्पादन खर्च वाढत असता महागाईचे कारण पुढे करुन सरकार किमान मजुरीचे दर सतत वाढवीत असते. परंतु तेच सरकार या वाढीव दराचा विचार न्यूनतम आधार किमती ठरविताना करेलच, याची ग्वाही देता येत नाही.

४. न्यूनतम आधार किमती सरकारतर्फे शेतात केल्या जाणाऱ्या पेरण्या होण्याआधी जाहीर करण्यात येतात. सरकारच्या कृषि भाव विभागाच्या सह-संचालकाचा दाखला देऊन अहवालात म्हटले आहे की “ न्यूनतम आधार भाव महाराष्ट्रातील शेतकऱ्यांना पूर्ण न्याय देत नाही.”

पुढे म्हटले आहे की राज्याच्या शेतीक्षेत्रासाठी अनुकूल व प्रतिकूल हवामानानुसार शेतातील उत्पादकता ठरते. प्रत्येक राज्यात सारखेच हवामान राहण्याची शक्यता नाही. इतर राज्यांच्या तुलनेत महाराष्ट्रात तुटीच्या जलपुरवठ्यामुळे तसेच

प्रतिकूल हवामानामुळे प्रति हेक्टरी उत्पादकता कमीच असते. म्हणून प्रति हेक्टरी खर्च वाढत असतो. पंजाब व हरयाणा राज्यात अनुकूल परिस्थितीमुळे त्याच पिकासाठीची उत्पादकता बरीच जास्त असते. म्हणून तेथील उत्पादन खर्चही कमी असतो. म्हणून केंद्र सरकारतर्फे दरवर्षी जाहीर होणाऱ्या न्यूनतम आधार किमती सर्व देशभर एकच असल्याने पंजाब, हरयाणासारख्या राज्यांचा खूप फायदा होतो, तर महाराष्ट्रासारख्या दुष्काळी परिस्थिती असलेल्या राज्यातील शेतकऱ्यांचे खूप नुकसान होते. हा प्रकार गेली ५-६ दशके सतत चालू आहे. महाराष्ट्रासारख्या सर्व राज्यांतील शेतकऱ्यांचे नुकसान टाळण्यासाठी विभागवार वा राज्य स्तरावर प्रत्येक पिकासाठी स्वतंत्र न्यूनतम आधार किमती जाहीर करण्याची गरज आहे.

५) महाराष्ट्र सरकार केंद्रातील कृषी खर्च व भाव आयोगाच्या (सीएसीपी) न्यूनतम आधार किमती ठरविण्याच्या पद्धतीबाबत सहमत नाही. सदर पद्धतीत सर्व प्रकारचे उत्पादन खर्च हिशोबात धरले जात नसल्याने त्यावर आधारित भाव स्वीकारणे शक्य नाही. महाराष्ट्र सरकारच्या प्रस्तावानुरूप केंद्र सरकार आधार किमती ठरवीत असते हे विसरून चालता येणार नाही.

सदर अहवालात या संबंधात खालील मुद्दे मांडले होते, परंतु त्याकडे कुणी लक्ष दिले नाही व आजही दिले जात नाही हे दुदैव आहे -

१) ऊस सोडल्यास गेल्या दहा वर्षात न्यूनतम आधार किमतीच्या तुलनेत प्रत्यक्ष उत्पादन खर्च नेहमीच जास्त होता.

२) न्यूनतम आधार किंमत व उत्पादन खर्च यातील दरी गेल्या आठ वर्षात (१९९६-२००४) टक्केवारीत खालीलप्रमाणे होती. म्हणजे सरकारी जाहीर किंमत अपेक्षित किमतीपेक्षा किती कमी होती याचा हिशोब समजेल.

तांदूळ – ३८%, बाजारी – ४८%, भुईमूग – ३२%, तूर –४०%, कापूस – ३८%, सूर्यफूल – ५०%, मूग – ५०%, उडीद – ४०%, सोयाबिन – ३७%, ऊस – १२%, गहू – ४७%, चणा – ४७%.

यावरून असे म्हणता येईल की महाराष्ट्रातील सर्वच पिकांसाठी झालेला उत्पादन खर्च जवळपास ३०-५०% इतका भरून निघाला नाही. नफा होण्याची बातच विसरा.

३) याच सुमारास (१९९०-९१ ते १९९५-९६) औद्योगिक वस्तूंच्या किमती भरमसाठ वाढल्याने शेतमालाच्या उत्पादन खर्चात मोठी वाढ झाली आहे. रासायनिक खते ११३%, जलपुरवठा खर्च ६२%, कीटकनाशक औषधे ९०% महाग झालेत. १९९०-९१ च्या तुलनेत २००५ च्या सुरुवातीस डिझेलच्या किमती ७५% वाढल्या होत्या. अहवालात असेही म्हटले आहे की लहान शेतकऱ्यांना सरकारतर्फे जाहीर केलेल्या किमतींचा कधीच फायदा पोहोचला नाही.

३) सरकारची चुकीची धोरणेच आजच्या स्थितीला कारणीभूत

अभ्यासातून असे आढळले की गेल्या चार वर्षांत एकापेक्षा जास्त वेळा शेती क्षेत्रात नापिकीची स्थिती निर्माण झाली होती. मुख्य कारणांमध्ये कीटकनाशक औषधांचा भरमसाठ वापर याचा समावेश आहे. ही औषधे शेतकऱ्यांनी कर्जे काढून विकत घेतली आणि त्याच्या अतिउपयोगामुळे जमिनीची उत्पादकता कमी होत गेली. त्याचा परिणाम कर्जबाजारी होण्यात झाला.

याबाबत शेतकऱ्यांमध्ये जागरूकता निर्माण करण्याची आवश्यकता असताना सरासरी यंत्रणेकडून विशेष मदत झाली नाही असे अहवालात म्हटले आहे. रासायनिक खते व कीटकनाशक औषधाच्या वापरामुळे भरघोस पिके तयार होऊन शेतकरी लवकर श्रीमंत होऊ शकतो, असा प्रचार ह्या वस्तू निर्माण करणाऱ्या उत्पादकांकडून व त्यांची विक्री वाढविण्याचे एकमेव ध्येय असणाऱ्या वितरकांकडून होत असतो. त्यातून शेतकऱ्यांना स्वप्ने बघायला लावण्यात येतात. या अपप्रचाराच्या विरोधातसुद्धा सरकारी यंत्रणा हालचाल करताना दिसत नाही, असे सदर अभ्यासात आढळून आल्याचे नमूद केले आहे.

जितका रासायनिक वस्तूंचा वापर जास्त करण्यात येतो तितक्या प्रमाणात जमिनीला जास्त पाण्याची गरज भासते. परंतु सरकारतर्फे जलपुरवठा करण्यात येणाऱ्या योजना बरेचदा कागदांवर असल्याने शेतीला आवश्यक पाणी मिळत नाही. त्यामुळे पाऊसच मित्र होऊन त्याच्या आधारे शेती केली जाते. म्हणून नापीक जमीन व कर्जबाजारीपणा शेतकऱ्यांच्या जीवनातून बाहेर पडत नाही. रासायनिक वस्तूंचा उपयोग कमीत कमी करून शेतकऱ्यांनी नैसर्गिक शेतीकडे वळावे असा आदेश न्यायालयाने देऊन सध्याची दैनावस्था नियंत्रणात आणावी, अशी सूचना सदर अहवालात केली आहे.

सध्याचे सरकारी धोरण शेतकऱ्यांच्या फायद्याचे नसून ते औद्योगिक वस्तू शेती क्षेत्राला पुरविणाऱ्या उद्योगपतींना सहाय्य करणारे आहे असे स्पष्ट म्हटले आहे. एकाच गोष्टीमुळे एकीकडे उद्योगपती श्रीमंत होतो, तर दुसरीकडे शेतकरी आत्महत्या करतो, हा प्रकार चुकीच्या सरकारी धोरणांमुळे उघडपणे बघायला मिळतो.

'टिस' च्या अभ्यास गटाला हा प्रश्न मुंबई उच्च न्यायालयाकडून सोडविण्यास सांगितले म्हणून तसेच या प्रश्नाचे राष्ट्रीय स्तरावरील महत्त्व लक्षात घेऊन संबंधित सरकारकडून भरपूर व तत्परतेने साहाय्य मिळावे अशी अपेक्षा होती. परंतु प्रत्यक्षात मात्र अभ्यास गटाचा अनुभव उलटा दिसून आला. जालना व धुळे वगळता राज्यातील इतर जिल्हाधिकाऱ्यांकडून याबाबतीत आवश्यक ती माहिती मिळू शकली नाही. नागपूर विभागीय कमिशनर, कृषि विभाग कमिशनर तसेच सहसंचालक- एपीसी यांचेकडून

काही माहिती जरी प्राप्त झाली असली, तर इतर सरकारी यंत्रणा मात्र 'याचेशी आपले देणे-घेणे नाही' या थाटात वावरत होती. म्हणजेच शेतकऱ्यांच्या आत्महत्यांमुळे सरकारी विचारसरणीत काहीच तरंग उठले नाहीत. याउलट एका राजकीय पुढाऱ्याला कौटुंबिक कारणांमुळे गोळ्या घालून जखमी केल्यावर लगेच केंद्र व राज्यसरकारात कधी न दिसणारी धावपळ व चिंता दिसत होती. शेतकऱ्यांनी यापासून योग्य तो धडा घ्यावा. 'रोज मरे त्याला कोण रडे?' हा नियमही यातून बाहेर पडतो.

४) आत्महत्येमागील इतर कारणे

१. तीन-चार वर्षात एकदा वा कधी दोनदा नापीक अवस्था निर्माण होते व त्यामुळे शेतकऱ्यांच्या जीवनाचे गणितच चुकते.

२. शेती व्यतिरिक्त इतर प्रकारचे उत्पन्न देऊ शकणाऱ्या संधींचा तुटवडा असल्याने शेती सतत तोट्यात असते.

३. नगदी पिकांच्या माध्यमातून झटपट श्रीमंत होण्याच्या विचाराने सतत व भरपूर रकमेचे कर्ज काढण्याची मानसिकता तयार होते व तो खेळ अनेकदा कर्जबाजारीपणा आणतो.

४. अधिकृत बँकिंग पद्धत शेतकऱ्यांच्या गरजा भागविण्याऐवजी स्वतःच्या नियमात गुरफटली गेली आहे. म्हणून प्रति माहे पाच ते दहा टक्के व्याजाचा बोजा उचलून शेतकरी स्थानिक सावकाराकडे धाव घेण्यास तयार होतो. स्वातंत्र्यानंतरच्या काळात देशातील बँकिंग पद्धतीने आंतरराष्ट्रीय दर्जा प्राप्त केला असला, तरी सावकारी पद्धतीत मात्र कोणताच बदल झाला नाही.

५. आत्महत्या करणाऱ्यांपैकी चाळीस टक्के शेतकऱ्यांनी प्राथमिक कृषि सहकारी पतसंस्थांकडून कोणतेही कर्ज घेतले नव्हते. तसेच ८० टक्के शेतकऱ्यांनी भूविकास बँकेकडून कर्जे घेतली नव्हती. कारण या कर्जावर वेळोवेळी व्याज देणे शक्य नव्हते. नमुना अभ्यासात असे आढळले की, पंचावन्न टक्के शेतकऱ्यांनी व्यापारी बँकांकडून कर्ज काढली नव्हती.

६. बहुतेक आत्महत्या करणाऱ्या शेतकऱ्यांनी रु.१०,००० ते रु.६०,००० पर्यंतच्या रकमांचीच कर्जे काढली होती. कर्जबाजारी होऊन आत्महत्या करणाऱ्यांमध्ये लहान व मध्यम स्तरातील शेतकऱ्यांचीच संख्या मोठी आहे.

७. कर्जबाजारीपणा हा एक-दोन वर्षात निर्माण झाला नसून त्याची पाळेमुळे कित्येक दशकांची जुनी आहेत. देशातील आर्थिक नीतीतच त्याचा उगम आहे.

८. बीटी-कॉटन व एचवायव्ही बियाण्यातून कर्जबाजारी होणे हा प्रकार नवीन आहे. याच्या वापरातून फायद्याऐवजी नुकसानच जास्त झाले आहे.

९. जमिनीची तसेच राष्ट्रीय स्तरावरील नैसर्गिक साधनसंपत्तीची असमान व

अन्याय्य वाटणी झाल्यामुळे देशातील बेकारी कमी न होता ती सतत वाढत आहे.

आत्महत्या केलेल्या घटनांची नोंद योग्य पद्धतीने सरकार दरबारी न झाल्याने सरकारतर्फे देण्यात येणाऱ्या अनुदानाबाबत अनेक कुटुंबावर अन्याय झाला आहे. अनेक शेतकऱ्यांनी जमिनी भाडे हक्कांवर घेऊन त्यातून जीवनाचा आधार प्राप्त करण्याचा प्रयत्न केला. परंतु ते जमीन मालक नसल्यामुळे त्यांना त्या अनुदानाचा लाभ मिळू शकला नाही. 'पीडितांना मदत कशी करता येणार नाही' याबद्दलच सरकारी यंत्रणा फक्त जागरूक असते हे यातून समजते.

वरील चर्चेतून एक गोष्ट स्पष्ट होते की, देशातील शेती संबंधात असलेल्या सध्याच्या धोरणात आमूलाग्र व पायाभूत बदल करण्याची ताबडतोब गरज आहे. असे बदल क्रांतिकारक स्वरूपाचे असू शकतात. परंतु सत्तर टक्के लोकांचे जीवन सुसह्य करण्याची नितांत गरज असताना असे बदल करणे राष्ट्राच्या हिताचेच आहे. त्याला अन्य पर्याय सध्यातरी दिसत नाही. असे बदल करण्यात दिरंगाई झाल्यास आत्महत्यांचे सत्र सतत चालू राहील व त्यातून सामाजिक संतुलन बिघडू शकते.

❑❑❑

३ शेतकऱ्यांच्या आत्महत्या मलमपट्टीने थांबणार नाहीत

(शेतकऱ्यांच्या आत्महत्या हे एक शेतकरी समाजातले दुःखद प्रकरण आहे. शासनाला याचे नेमके कारण सापडत नसल्याने नागपूर अधिवेशनाच्यावेळी अकराशे कोटी रुपयांचे पॅकेज देऊनही शेतकऱ्यांच्या आत्महत्या चालूच आहेत. शेती व शेतकऱ्यांच्या समस्यांचे एक अभ्यासक व प्रसिद्ध अर्थशास्त्रज्ञ कै.डॉ.म.गो.बोकरे (नागपूर) यांचे बंधू श्री.दिवाकर बोकरे यांनी शेतकऱ्यांच्या आत्महत्या थांबविण्यासाठी अशी पॅकेजेस सबसिडी, मोफत वीज व पाणी आदी मलमपट्ट्यांनी हा प्रश्न सुटणार नाही, तर तो शेतकऱ्यांच्या शेतमालाला उत्पादन खर्चावर आधारित भाव देऊनच सुटेल असे सांगितले आहे.)

नागपूर येथे झालेल्या विधानसभेत मुख्यमंत्री श्री.विलासराव देशमुख यांनी आत्महत्या केलेल्या तसेच कर्जाच्या ओझ्याखाली दबलेल्या लहान शेतकऱ्यांसाठी जवळपास अकराशे कोटी रुपयांचे पॅकेज मांडले होते. त्यानंतर दोनच दिवसात विदर्भात काही शेतकऱ्यांनी आत्महत्याही केल्या, असे वृत्त प्रसिद्ध झाले.

१४ डिसेंबर २००५ रोजी वर्धा जिल्ह्यातील डोरली या २६९ लोकवस्तीच्या खेड्यात 'गावातील शेतीसहीत हे गाव विकणे आहे' असा गावकऱ्यांनी फलक लावून सरकारवरील नाराजी दर्शविली आहे. म्हणजे सरकारने घोषणा केलेल्या 'पॅकेज' चे शेतकऱ्यांकडून कसे 'स्वागत' केले गेले याचे प्रत्यक्ष उदाहरण जगासमोर मांडण्यात आले. शेतकऱ्याला जीवन जगणे अशक्य असल्याचाच संदेश या गावातील चाळीस घरे असलेल्या शेतकऱ्यांनी दिला आहे.

याचा अर्थ सरळ दिसतो की

१) सरकारला शेतकऱ्यांच्या आर्थिक स्थितीची अजिबात कल्पना नाही किंवा कल्पना असली तरी त्यावर काही उपाय प्रत्यक्ष अमलात आणण्यासाठी लागणारे राजकीय बळ सरकार चालविणाऱ्यांपाशी नाही.

२) शेतकऱ्यांच्या मूळ प्रश्नांना बगल देऊन वेळ मारून नेण्यासाठी एक प्रकारची बेफिकीर वृत्तीच त्यातून दिसून येते. रोगावर जालीम औषधाऐवजी नुसती वरवर मलमपट्टीच लावण्याचा हा प्रकार आहे.

मागील वर्षी सप्टेंबर २००४ मध्ये भोपाळ येथे लाखो शेतकऱ्यांचा मोर्चा निघाला होता. याची प्रसिद्धी माध्यमांनी अजिबात दखल घेतली नव्हती. परंतु मुंबईहून

प्रसिद्ध होणाऱ्या भांडवलवादी उद्योगाशी जवळचे संबंध असणाऱ्या 'बिझिनेस स्टँन्डर्ड' या इंग्रजी वृत्तपत्राने मात्र आपल्या १६-९-२००४ च्या अंकात त्या भव्य मोर्चाचा मोठ्या आकाराचा फोटो छापला होता. परंतु मोर्चा वृत्त न छापता त्या फोटोखाली एक संक्षिप्त संदेश त्या वृत्तपत्राने देण्याचे मात्र कष्ट घेतले होते. तो असा : "Farmers stage a rally in Bhopal on wednesday demading higher prices for farm produces'

भोपाळ मध्ये जमलेल्या लाखो शेतकऱ्यांची मागणी व वर्धा जिल्ह्यातील डोरली गावातील शेतकऱ्यांची मागणी एकाच प्रकारची आहे. ती मागणी म्हणजे शेतमालाला योग्य भाव द्या. काँग्रेसचे एक ज्येष्ठ नेते श्री.गोविंदराव आदिक यांनी २४ ऑक्टोबर २००५ च्या 'लोकसत्ता' त प्रसिद्ध केलेल्या लेखातसुद्धा शेतमालाला उत्पादन खर्चावर आधारित भाव द्या म्हणून सरकारला विनंती केली आहे. असे विचार शेतकरी नेते श्री.विजय जावंधिया व श्री.शरद जोशी पण सतत मांडत आहेत. या मागणीचे मूळ १९७० च्या सुरुवातीला विदर्भात निर्माण झालेल्या कापूस उत्पादक संघाच्या चळवळीत आढळून येते. म्हणजे सगळे नेते व शेतकरी एकमताने एकच मागणी सरकारला करत आहेत आणि ती म्हणजे 'उत्पादन खर्चावर आधारीत भाव शेतमालाला मिळावेत'.

हे चित्र इतके स्पष्ट असतानाही केंद्र तसेच राज्य सरकार मात्र त्याकडे सतत दुर्लक्ष करून मलमपट्टीचीच भाषा बोलत असतात. ते कसे ते आता पाहू या -

१) गेल्या फेब्रुवारी २००५ च्या केंद्रीय अर्थसंकल्पात वित्तमंत्री श्री.पी.चिदंबरम यांनी पंतप्रधान मनमोहन सिंग यांच्या आशीर्वादाने शेतीक्षेत्राच्या विकासासाठी चालू वर्षी आधीच्या वर्षाच्या तुलनेत कर्ज वाटपासाठी तीनपट अधिक रक्कम उपलब्ध करून देण्याची लोकसभेत टाळ्यांच्या गजरात घोषणा केली. येथे एक गोष्ट लक्षात घ्यावी की कर्ज मदत म्हणजे शेतकऱ्यांना अर्थसाहाय्य होत नाही. सरकारचे कर्जरूपी पैसे परतफेडीच्या माध्यमातून परत व्याजासह सरकारी तिजोरीतच जमा होतात. ते शेतकऱ्यांच्या खिशात अजिबात जात नसताना सरकारतर्फे मात्र शेतकऱ्यांना दानधर्म केल्याचा आव आणण्यात येतो.

२) गेल्या निवडणुकीपूर्वी आंध्रप्रदेश तसेच महाराष्ट्रातील काँग्रेस सरकारांनी केंद्र सरकारचा आदर्श डोळ्यापुढे ठेवून व मतपेटीवर लक्ष ठेवून शेतकऱ्यांना मोफत वीज व पाणी उपलब्ध करून देण्याच्या घोषणा केल्या. आंध्रप्रदेशात काँग्रेस सत्तेवर आल्यावर लगेच याबाबतच्या वटहुकुमावर सह्या करून आपला कार्यभार सुरू केला. कर्जबाजारी झालेल्या महाराष्ट्र सरकारने मात्र अशा घोषणा निवडणुकीसाठीच करायच्या असतात म्हणून त्या जबाबदारीतून अंग काढून घेतले. या दोनच राज्यांत चालू वर्षी सर्वात जास्त शेतकऱ्यांच्या आत्महत्या झाल्याची नोंद आहे, हे येथे लक्षात ठेवावे.

शेतकऱ्यांनी मात्र या घोषणांकडे संपूर्ण दुर्लक्ष केले होते. मोफत वीज वा पाणी कधी देणार म्हणून शेतकऱ्यांचे मोर्चे निघाले नाहीत. उलट 'शेतमालाला योग्य भाव द्या' या एकमेव मागणीसाठी मात्र त्यांनी जागोजागी मोर्चे काढलेत. परंतु सरकारला मात्र अशा मागणीशी काही देणे घेणे नाही हेच त्यांच्या आत्तापर्यंतच्या कारकिर्दीतून स्पष्ट होते.

आज केंद्र सरकारात तीन प्रमुख व्यक्ती आर्थिक रचनेच्या नाड्या सांभाळून पाश्चिमात्यांचा भांडवलवाद पूर्णपणे अमलात आणण्याच्या प्रयत्नात आहेत. पंतप्रधान, वित्तमंत्री व योजना आयोगाचे प्रमुख ह्या त्या व्यक्ती आहेत. भांडवलवादाशिवाय गत्यंतर नाही म्हणून पश्चिमी अर्थव्यवस्था आपल्या देशात १९९०-९१ मध्ये आयात करण्यात सध्याच्या पंतप्रधानांचा हात होता. त्यावेळी संसदेला, शेतकरीवर्गाला तसेच सामान्य जनतेला विश्वासात न घेता भांडवलवादाचे जोखड आपल्या देशाच्या मानेवर लादून पंतप्रधानांनी तसेच त्यांच्या काँग्रेस पक्षाने देशातील जनतेचा एक प्रकारचा विश्वासघातच केला होता. सबब त्यांच्याकडून शेतकऱ्यांच्या खऱ्या प्रश्नांना उत्तरे मिळण्याची शक्यता असू शकत नाही. भांडवलवादात शेतीऐवजी औद्योगिक क्षेत्राला केंद्रस्थानी ठेवूनच आर्थिक कार्यक्रम आखण्यात व राबविण्यात येतात.

गेल्या पंधरा वर्षात जागतिकीकरणाच्या त्सुनामी वादळामुळे आपल्या देशातील सामान्यांच्या पाठीचा कणाच मोडला गेला आहे. अनेक शतके चालत आलेल्या लहान लहान उद्योगांबरोबर मध्यम आकाराचे उद्योग व शेतीक्षेत्र लाखोंच्या संख्येत उद्‌ध्वस्त झाल्याने त्यांचा व त्यांच्यावर अवलंबून असणाऱ्या अनेक सामान्यांचा सर्वच राजकीय पक्षांवरचा विश्वास उडाला आहे. म्हणून शेतीक्षेत्रात तसेच लहान उद्योगात गुंतलेली अनेक कोटी जनता आज कोणत्याही राजकीय पक्षाला दूर ठेवू शकते हेच गेल्या काही निवडणुकीमुळे झालेल्या सत्ताबदलातून स्पष्ट होते. जागतिकीकरणाचा कोणताही कार्यक्रम आपल्या देशात आज यशस्वी होणे शक्य नाही. म्हणून केंद्र तसेच राज्यात कोणतेही सरकार दीर्घ काळासाठी टिकून राहायचे असेल तर शेतीक्षेत्र तसेच असंघटित मजूर व स्वयंरोजगार करणाऱ्या क्षेत्रांना जवळ केल्याशिवाय राजकीय पक्षांना आज पर्याय नाही. हा मंत्र राजकीय पक्षांना थोड्या प्रमाणात उमजायला लागला आहे. म्हणून या क्षेत्रासाठी मलमपट्टी रूपी खिरापतीचे वाटप या पक्षांकडून होणे स्वाभाविक आहे.

मोफत वीज व पाणी देऊन वा कर्जावरील व्याज माफ करून शेतकऱ्यांच्या आत्महत्या थांबतील असा या राजकारणी नेत्यांचा तसेच त्यांना सल्ला देणाऱ्या अर्थतज्ज्ञांचा भाबडा विश्वास आहे. आत्महत्या करणाऱ्या शेतकऱ्यांना वेळेवर व योग्य रकमेचे कर्ज उपलब्ध करून मिळाले असते तर त्यांच्या हातात पैसा आला असता व

त्यांनी आत्महत्या करून आपल्या मागे राहिलेल्या बायका मुलांना कायमचे संकटात ढकलले नसते, अशी समजूत या नेत्यांनी व तज्ज्ञांनी करून घेतल्याचे वर्तमानपत्रातून आलेल्या बातम्यांवरून सहज समजते.

महाराष्ट्राच्या मुख्यमंत्र्यांनी नुकतीच अशी कबुली दिली की महाराष्ट्रातील शेतकऱ्यांच्या आत्महत्या मोठ्या प्रमाणात कर्ज न फेडू शकल्यामुळे झाल्यात. म्हणून एक कर्ज फेडण्यासाठी दुसरे कर्ज द्या असा साधा अर्थ त्यांनी लावला दिसतो. याचा अर्थ असा की या कर्जाची मालिका स्वतःच्या जीवनापर्यंत मर्यादित न ठेवता ती पुढील पिढ्यांपर्यंत चालू ठेवावी. आमच्या कॉलेजच्या पुस्तकांत एक वाक्य अनेक दशकांपर्यंत शिकवून मनावर बिंबविले जात असे ते असे की 'भारतीय शेतकरी हा कर्ज घेऊनच जन्म घेतो, कर्जातच जीवन जगतो व कर्जात राहतच मरतो.' राजकारणी नेत्यांनी मात्र हा मंत्र प्रत्यक्षात आणण्याचा विडाच उचललेला दिसतो आहे.

पारंपारिक बँकिंग पद्धत ही मुख्यतः उद्योगपतींच्या फायद्यासाठी असल्याचेच जगभर दिसून येते. त्या पद्धतीचा शेतकऱ्यांना काडीमात्र फायदा होत नसतो. बांगला देशातील ग्रामीण बँकेच्या क्रांतीकारक प्रयोगातून याला पुस्तीच मिळते. असंघटित शेतकऱ्यांना तसेच लहान उद्योगांना या कारणास्तव खाजगी पतपेढ्या व सावकारांचीच नाइलाजास्तव मदत घ्यावी लागते. या सावकारांकडून गरजू शेतकऱ्यांची लुबाडणूक व शोषण होते, हे सर्वांनाच अनंत काळापासून माहिती आहे. परंतु महाराष्ट्राच्या उपमुख्यमंत्र्यांनी मात्र या सावकारी धंद्यांचे पूर्णतः उच्चाटन करण्याच्या हेतूने विदर्भातील शेकडो सावकारांना पोलीस कोठडीत बंद करून ठेवले. सावकारी व्यवसायावर संक्रांत आणणे म्हणजे सत्यापासून लांब जाणे म्हणावे लागेल. त्याऐवजी शेतकऱ्यांना सोयीस्कर बँकिंग पद्धत तयार करून ती सेवा शेतकऱ्यांच्या दारापर्यंत नेली असती तर आजच्या शेतकऱ्यांच्या कर्जबाजारी स्थितीत बरीच सुधारणा दिसली असती. अशा बँकिंग पद्धतीच्या अनुपस्थितीमुळेच आंध्रप्रदेशात व इतरत्र सावकारांना मारण्यासाठी नक्षलवादी संघटना उदयाला येऊ शकल्या.

आत्महत्या करण्यात लहान व गरीब शेतकऱ्यांचाच मोठा भाग आहे. श्रीमंत शेतकऱ्यांनी आत्महत्या केल्याची बातमी अजूनतरी वाचावयास मिळत नाही. आज राजकारणात श्रीमंत शेतकरीच पुढे असल्याने, छोट्या शेतकऱ्यांबद्दल त्यांच्या मनात चांगले विचार येणे कठीणच आहे. सरकारतर्फे उपलब्ध होत असलेल्या कर्जसोईंचा फायदा सामान्यतः श्रीमंत शेतकरीच घेत असतो. त्यांची संख्या अत्यल्प असूनही त्यांनी अशा सुविधांचा सर्वात जास्त लाभ घेतलेला असतो.

आधी उल्लेख केलेल्या भोपाळ येथील शेतकऱ्यांच्या मोर्चामागील पार्श्वभूमी व शेतकऱ्यांच्या प्रत्यक्षातल्या मागण्या यांचा तज्ज्ञांनी खोलात जाऊन अभ्यासच केला

नाही. अशा मागण्यातच पुढील मोठा 'अर्थशास्त्रीय लढा' लपला आहे याची जाणीव करणे आवश्यक आहे. याचा खुलासा खालील प्रकारे करता येईल –

१) आज सामान्य शेतकऱ्यांना स्वतःच्या अज्ञानामुळे स्वतःला काय पाहिजे याची पूर्ण कल्पना नाही. आपल्याला सतत कर्ज का घ्यावे लागते व कर्जमुक्तीसाठी कोणती मागणी योग्य वा अयोग्य याबाबत त्याची कल्पना स्पष्ट नाही.

२) श्रीमंत शेतकरीच राजकारणातील त्यांचे नेतृत्व करत असल्याने 'नेते म्हणतील तीच पूर्व दिशा' असे सर्व समजून वागतात. म्हणून हे नेते स्वतःचा फायदा करून घेण्यासाठी सरकारकडून अनेक प्रकारे कर्ज कसे घेता येईल व त्यातून अधिक श्रीमंत कसे होता येईल याचाच विचार करतात.

३) शेतकरी शेतमालासाठी वाढीव भावच फक्त मागतो. तो मोफत वीज व पाणी मागत नाही. तरीही तो शेतकरी जे मागत नाही, तेच नेमके राजकीय पुढारी शेतकऱ्यांना देण्याचा निश्चय का करतात याची कारणे शोधणे फार कठीण नाही.

४) शेतमालाचे भाव कोण ठरवितो? शेतकरी वर्ग असे भाव कुणाकडून ठरवून मागतो? उद्योगपती आपण तयार केलेल्या वस्तूंचे भाव व त्यातील सतत केलेली वाढ इतरांकडून व सरकारकडून ठरवून का मागत नाही? औद्योगिक व शेतीक्षेत्रात तयार होणाऱ्या वस्तूंच्या किंमती ठरविण्यासाठी दोन भिन्न पद्धती का आहेत? सरकार व राजकीय नेते समतेच्या गप्पा करतात तर त्यांना ही असमानता का दिसत नाही ?

५) शेतकरी कर्जफेड करू शकत नाही म्हणून स्वतःची जमीन व इतर संपत्ती विकून कर्जातून मुक्ती मिळविण्यासाठी सतत प्रयत्न करत असतो. परंतु उद्योगपतीच्या धंद्यातून कर्जफेड करता आली नाही तरी ते स्वतःची संपत्ती तशीच शाबूत ठेवून कारखान्याला कुलूप लावून धंदा बंद करतो. असा फरक का? कर्जबाजारी झाल्याने शेतकरी आत्महत्या करतो परंतु तशा परिस्थितीत उद्योगपती मात्र आत्महत्या करण्याचा विचारही करत नाही. उलट धंद्यातून मिळविलेल्या भक्कम नफ्याच्या आधारावर सुखाचे जीवन जगतो. शेतकऱ्यांना इतका नफा का मिळू शकत नाही की, ज्याच्या आधारावर दुष्काळासारख्या नैसर्गिक आपत्तीतही तो सुखाने जगू शकेल?

वरील प्रश्नांची उत्तरे शोधण्याचा प्रयत्न केल्यास अर्थशास्त्रात सध्या असलेल्या विरोधाभासाची सहज कल्पना येऊ शकते. जागतिकीकरणाच्या आगमनामुळे आता हा विरोधाभास अधिक तीव्र होत जाणार हे लक्षात घ्यावे. खालील बाबी प्रामुख्याने अशा विरोधाभासास कारणीभूत आहेत.

१) शेतीतून उत्पन्न होणारे उत्पादन सामान्य व नैसर्गिक नावाने बाजारात येते. त्या उत्पादनावर कोणत्याही शेतकऱ्याचे नाव वा छापा (ब्रँड) वा नोंदणीचे प्रमाणपत्र नसते. गहू, तांदूळ, ज्वारी, डाळी, पपई, संत्री, मुळा, काकडी इत्यादी सर्वमान्य नावानेच

असे उत्पादन देशातील सर्व ग्राहकांना माहिती असते. असे उत्पादन अनेकदा शेतकी महाविद्यालये वा इतर संशोधन करणाऱ्या संस्थांतून तयार केलेल्या उत्तम प्रकारच्या / सुधारणा झालेल्या बियाण्यातूनही होऊ शकते, परंतु त्या संस्थाही अशा बियाण्याला कोणतेही मक्तेदारी ब्रँड लावत नसतात. असे बियाणे देशातील कोणत्याही शेतकऱ्यांना व नागरिकांना अल्प शुल्क देऊन प्राप्त होऊ शकते.

उद्योगात मात्र या उलट स्थिती असते. औद्योगिक वस्तू निर्माण केल्यावर त्यातील गुणांचा व ते उत्पादन करण्याचा मक्तेदारी हक्क त्या उद्योगाकडे वा व्यक्तीकडे नोंदणीच्या माध्यमातून प्राप्त होतो. त्या वस्तूची नक्कल अनेक वर्षे देशातील कुणी करू शकत नाही. याप्रकारे उत्पादन केलेल्या वस्तूंना सध्याच्या कायद्यानुसार ब्रँड नावे देऊन त्याद्वारे हे उद्योगपती आपले ग्राहक निर्माण करून भरमसाठ नफा कमवतात. कोलगेट टुथपेस्ट, हमाम, लक्स साबण, पॅराशूट खोबरेल तेल, डालडा, वनस्पती तेल इत्यादी नावे सर्वांना परिचित आहेत.

हे मक्तेदारी कायदे उद्योगपती, राजकारणी नेत्यांशी अनेक प्रकारे संबंध ठेवून लोकसभेच्या माध्यमातून मंजूर करून उपयोगात येतात. या कायद्यात पेटंट, ब्रॅड, कॉपीराईट, ट्रेड मार्क इत्यादींचा समावेश असतो. म्हणजे उद्योगाच्या फायद्यासाठी मानवनिर्मित मक्तेदारी कायदे तर शेतकऱ्यांसाठी सर्वसामान्य व मक्तेदारीपासून मुक्त असे नैसर्गिक कायदे असा असमानतेचा खेळ आर्थिक कारभारात चालतो. जागतिकीकरणामुळे हे मक्तेदारी कायदे अधिक तीव्र होत राहतील.

२) शेतकऱ्यांची (अर्थात सामान्यपणे लहान अशा) आर्थिक स्थिती तोळामासाच असते. शेतीचा धंदा बहुतेक करून सावकाराकडील कर्जातूनच होत असतो. शेतमाल तयार झाल्यानंतर तो काही काळ चांगले भाव मिळण्याच्या हेतूने साठवून ठेवण्याची ऐपत वा आर्थिक क्षमता अशा लहान शेतकऱ्यांची अजिबात नसते. यास्तव या लहान शेतकऱ्यांचा शेतमाल जवळ जवळ एकाच वेळी बाजारात येतो. इतक्या मोठ्या प्रमाणात बाजारात शेतमाल आल्याने त्याच्या किंमती, खरेदी करणारे जाणून-बुजून पाडतात. अशावेळी शेतकऱ्यांना सावकाराचे कर्ज फेडण्याची घाई (सावकाराकडून होणाऱ्या सतत तगाद्यामुळेही) असल्याने जो भाव मिळेल त्या भावाला तो आपल्या शेतमाल विकून घरी परततो. ही मिळणारी किंमत त्या शेतमालाच्या एकूण उत्पादन खर्चापेक्षा अनेकदा कमी असते. म्हणजे शेतकरी नुकसान करूनच शेतीचा व्यवसाय करत असतो, असा त्याचा अर्थ होतो. अनेकांना आपण उत्पादन केलेल्या शेतमालाचा उत्पादन खर्च कसा काढावा याचेही बाळबोध ज्ञान नसते.

या उलट स्थिती उद्योगांची असते. उद्योगांकडून बाजारात येणाऱ्या बऱ्याच वस्तू मक्तेदारी कायद्यांचे संरक्षण घेऊन येत असतात. एकसारख्या वस्तू निर्माण करणारे

उद्योग (स्कूटर्स, साबण, मोटार गाड्या, इलेक्ट्रिक वस्तू, टूथपेस्ट इत्यादी) फारच थोडे असल्याने त्यांच्यात बाजारात वस्तू किती आणायच्या व त्यांच्या किंमती किती असाव्यात याबाबत एकप्रकारची अलिखित एकवाक्यता असते. यालाच अर्थशास्त्रीय भाषेत 'कारटेल' म्हणतात. बाजारातील वस्तूंची संख्या मागणीपेक्षा कमी ठेवून त्यांच्या वाढीव किंमतीतून भरमसाठ नफा कमावणे या उद्योगांना शक्य असते. तसेच पारंपारिक बँकिंग पद्धत ही सामान्यतः उद्योगांसाठीच तयार केली असल्याने, या उद्योगांना सावकाराकडून शेतकऱ्यांचा जसा छळ होतो, तसा छळ सहन करावा लागत नाही. मर्यादित दायित्व (लिमिटेड लायबिलीटीज्) असणाऱ्या कंपन्यांच्या संचालकांना बँकेला कर्ज परतीबाबत समाधानकारक उत्तर देणे सोपे असते. या बँकेकडून मिळणाऱ्या भक्कम आर्थिक मदतीमुळे उद्योगातील वस्तूंचा प्रवाह बाजारात न जाऊ देता तो साठा गोडाऊन्समध्ये किंमती वाढेपर्यंत ठेवणे सहज शक्य असते.

असमानता नष्ट करता येईल का ?

उद्योग (विशेषतः मर्यादित दायित्व असलेले) व शेती यातील सध्या असलेली असमानता आज शेती उद्योगाला प्रगतीपासून लांब ठेवत आहे. शेती क्षेत्रात खुली स्पर्धा असते. त्यांच्यासाठी कोणतेही मक्तेदारी कायदे तयार केलेले नसतात. कुणीही शेती करून व सामान्यतः सहज मिळणाऱ्या बियाणांचा उपयोग करून उत्पादन झालेला शेतमाल नैसर्गिकरित्या कोणत्याही अडचणी शिवाय विकू शकतो. म्हणून अर्थशास्त्रात शेतीक्षेत्रातच खऱ्या रूपाने मुक्त स्पर्धा असते असे म्हटले आहे. या उलट स्थिती उद्योगांची असते. त्या क्षेत्रात सर्व मक्तेदारी कायद्यांचे संरक्षण प्राप्त होते. नवीन उद्योग सुरू करणाऱ्यांना या मक्तेदारी असलेल्या उद्योगांशी टक्कर देणे अशक्य असते. म्हणून त्या क्षेत्रात मुक्त स्पर्धेचा अभाव असतो. त्याऐवजी मक्तेदारी स्पर्धा कार्यरत असते.

अशा परिस्थितीत काय करता येईल?

१) शेतकरी उत्पादन करत असलेल्या सर्वच शेतमालाचे खर्च हिशोब शास्त्रीय पद्धतीने करण्यात यावेत. यावर उद्योगाप्रमाणे भरपूर नफा न दिला तरी निदान पंधरा-वीस टक्के (सावकार लावत असलेल्या व्याजापेक्षा नक्कीच जास्त) देऊन सरकारने प्रत्येक शेतमालाचे बाजारमूल्य ठरवावे व त्याबाबत कायदा करून ते मूल्यच राज्यात /देशात लागू करावे. त्या मूल्यापेक्षा कमी किंमतीला त्या वस्तू घेणाऱ्यास कायद्यानुसार शिक्षा करावी. आज उद्योगातही मक्तेदारी कायद्यामुळे असा अलिखित नियम आहेच.

२) शेती क्षेत्राप्रमाणे उद्योग क्षेत्रही मुक्त स्पर्धा असलेले करावे. म्हणजे मानवनिर्मित सर्व मक्तेदारी कायदे संसदेमार्फत रद्द करण्यात यावेत. अथवा शेती क्षेत्रालाही योग्य ते मक्तेदारी कायदे लागू करावेत. यातूनच दोन्ही क्षेत्रात आर्थिक व्यवहाराबाबत समानता येऊन कुणाचेही दुसऱ्या क्षेत्राकडून शोषण होऊ शकणार नाही.

३) या समतोल व्यवहाराच्या आधाराने शेतकऱ्यांच्या हातात थोडा अतिरिक्त पैसा जमा होऊ शकेल व त्यातून बचतीद्वारे दुष्काळासारख्या अरिष्टांवर मात करणे सोपे जाईल. तसेच शेतीक्षेत्रात यातून सतत सुधारणा करणेही सोपे होईल. अशाप्रकारे प्रत्येक शेतकरी एक यशस्वी उत्पादक म्हणून मानाने जगू शकेल व इतरांप्रमाणे देशाच्या प्रगतीला हातभार लावण्यासाठी सर्व प्रकारचे करही सरकारी तिजोरीत जमा करण्यात अभिमान बाळगू शकेल.

४) शेतीक्षेत्राला आज देशात उद्योग, सेवा क्षेत्रानंतर तिसरे स्थान देण्यात येत आहे. अशाप्रकारचे तिसऱ्या क्रमांकाचे नागरिकत्व शेतकऱ्यांना अभिमानाची गोष्ट होऊ शकत नाही. अशा असमान स्थानामुळेच शेतकऱ्यांना शेतमालाला योग्य भाव प्राप्त करण्यासाठी सतत मोर्चे काढून हक्क मागण्यासाठी झगडावे लागते. असे मोर्चे उद्योग व सेवा क्षेत्राना कधीच काढावे लागत नसतात. यातूनच सरकार दरबारी शेतीक्षेत्राबद्दल असलेला आकस स्पष्टपणे दिसून येतो.

आज देशात विपुल धान्य व इतर शेती उत्पादने होत असतात. आंतरराष्ट्रीय वित्त संस्था व इतर प्रगत देशीय सरकाराच्या दबावाखाली देशातील शेतकऱ्यांना जीवनमान सुधारण्यास मदत करण्याऐवजी आत्तापर्यंतच्या सर्व पक्षीय सरकारांनी परदेशी धान्य, कापूस व इतर शेतमाल कारखान्यांना कमी किंमतीत आयात करून उपलब्ध करून देण्यातच धन्यता मानली. याचा सरळ संबंध शेतकऱ्यांच्या आत्महत्येशी बांधला जातो.

श्री.विजय जावंधिया यांनी कापसाबद्दलचा खूप खोलात जाऊन अभ्यास केला आहे. त्यांनी २५-९-०४ च्या पुणे 'सकाळ' मध्ये सरकारांनी भारतीय शेतकऱ्यांची कशी दयनीय अवस्था केली याची आकड्यांसह सुस्पष्ट मांडणी केली आहे. ते आपल्या लेखात म्हणतात, "महाराष्ट्र सरकारने सुरू केलेली एकाधिकार कापूस खरेदी योजना १९९०-९४ च्या काळात सतत फायद्यात होती. पण हीच योजना १९९५ नंतर सतत तोट्यात जाऊ लागली व हमी भावात वाढ न करता तोटा वाढत गेला. १९९५ नंतर जागतिक व्यापार संघटनेची स्थापना झाली. भारतातून शेतीमालाची निर्यात वाढेल असा प्रचार करण्यात आला. पण कापसाची निर्यात तर वाढली नाहीच, उलट कापसाची आयात वाढली असे का? कापसाची आयात वाढत होती व देशातील बाजारात कापसाचे भाव पडत होते. एकाधिकार योजनेतील हमी किंमत वाढत नव्हती, ती १९९० ते २१०० रुपये प्रतिक्विंटल कायम होती. याच काळात देशातील बाजारपेठेत १६०० ते १७०० रुपयाप्रमाणेही कापूस खपत होता. कापड गिरणी मालकांचा व अमेरिकन लॉबीचा भारताच्या राजकारणावर किती प्रभाव आहे, याचाच हा पुरावा आहे.

श्री.जावंधिया यांच्या अभ्यासातून एक गोष्ट स्पष्ट होते की शेतकऱ्यांना अधिक

व स्वस्त कर्जे देऊन त्यांची आर्थिक स्थिती अजिबात सुधारणार नाही. फुकट वीज–पाणी देऊनही त्यांच्या मुख्य प्रश्न सोडविता येणार नाही. भोपाळ मोर्चात तसेच १९७० पासून महाराष्ट्र कापूस उत्पादन संघाने सतत केलेली उत्पादन खर्चावर आधारित शेती मालाची रास्त किंमतच त्यांना जीवन जगण्यास आधार देऊ शकते व हजारो शेतकऱ्यांच्या आत्महत्या थांबवू शकते.

जोपर्यंत शेतकरी तसेच लहान उद्योगांचे, तसेच असंगटित क्षेत्रातील स्वयंरोजगारांचे व वाढत्या बेकार युवकांचे प्रश्न मुळापासून समजून घेऊन सोडविले जात नाहीत तोपर्यंत जनतेतील असंतोष वाढत जाणार आहे. त्यामुळे कोणतेही सरकार स्थिरता प्राप्त करू शकणार नाही. जनतेचा तसेच शेतकरी वर्गाचा धगधगता प्रक्षोभ रस्त्यावर कधी उतरेल याची वाट न पाहता या तज्ज्ञांनी व राजकीय नेत्यांनी स्वतःची पोतडी भरण्याचे व कसेही करून निवडून येऊन सत्ता भोगायचे बंद करावे. त्याऐवजी शेतकऱ्यांच्या मूळ प्रश्नांचा अभ्यास करून त्यावर कायमचे उपाय योजावेत व सध्या चाललेला मलमपट्टी लावण्याचा प्रकार त्वरीत थांबवावा.

❑❑❑

४ शेतीसाठी आर्थिक धोरण नाही

मार्च १८, २००६ रोजी लिहिलेल्या व मेनस्ट्रीम शीर्षकाखाली प्रसिद्ध झालेल्या प्रा.सी.एच. हनुमंतराव यांच्या लेखामध्ये त्यांनी अलीकडे जो केंद्रीय अर्थसंकल्प सादर झाला, त्यातील ठळक त्रुटी योग्यप्रकारे दाखवून दिल्या आहेत. शेतीक्षेत्रात कार्यरत असलेल्या समूहापुढील काही मर्यादित विविक्षित समस्यांचाच ऊहापोह त्यांनी त्यांच्या लेखात केला आहे. माझ्या मते केंद्रीय अंदाजपत्रकामध्ये याहीपेक्षा काही महत्त्वाच्या मुद्द्यांचा गांभीर्याने विचार व्हायला हवा होता, ज्यामुळे भारतीय कृषिक्षेत्राचा ऱ्हास होत चालला आहे, मोठ्या प्रमाणात शेतकरी आत्महत्या करीत आहेत, शेतीक्षेत्राची अधोगती होत चालली आहे.

शेती हा आपल्या एकूण अर्थव्यवस्थेचा कणा आहे. जवळजवळ २/३ जनता, आपल्या देशात स्वतःच्या उदरनिर्वाहासाठी 'या' क्षेत्रावर निर्भर आहे. दुर्दैवाने आपल्या देशातील अंदाजपत्रकाचा मूलाधार आणि त्याची मांडणी औद्योगिकदृष्ट्या प्रगत राष्ट्रांकडून उचलली आहे. स्पष्टच लिहायचे, तर ब्रिटन (किंवा युनायटेड किंगूडम) कडून ! साहजिकच आपल्या देशाच्या केंद्रीय अर्थसंकल्पामध्ये औद्योगिक विकासाला प्राधान्य देत, आपल्या देशाने हेच क्षेत्र विकासाचा केंद्रबिंदू मानले. आजमितीला जवळजवळ सर्व विकसित देशांसमोर समस्या निर्माण झाली ती औद्योगिकीकरणाच्या अतिरेकाची. त्यामुळे कारखानदारी क्षेत्रामध्ये फक्त मोठ्या प्रमाणात, गरजेपेक्षा अधिक क्षमता ही वेगळीच समस्या डोके वर काढीत आहे. जागतिक पातळीवर सर्वच उत्पादन-संस्थांमध्ये उत्पादित मालाची संख्या गरजेपेक्षा कितीतरी पटीने अधिक असल्याचे चित्र दिसून येते. परिणामान्ती, गरीब आणि श्रीमंत यांच्यातील दरी सतत रुंदावत असल्याचे जाणवते. विशेष करून भांडवलशाहीशी लग्नगाठ बांधलेल्या देशांमध्ये ही परिस्थिती दिसून येते. त्या देशामध्ये गरिबी असून ती ठाण मांडून बसली आहे. त्यामुळे अशा राष्ट्राचा आर्थिक आदर्श आपण आपल्यापुढे ठेवू शकत नाही. आपल्या समस्या अधिक गुंतागुंतीच्या आहेत. आपल्याकडे कृषि उत्पादन व त्याच्याशी निगडित समस्या अत्यंत महत्त्वाच्या आहेत. विकसित राष्ट्रांसमोर नाहीत. गेल्या पाच दशकांत सादर झालेल्या प्रत्येक अंदाजपत्रकात कृषिक्षेत्रासारख्या महत्त्वाच्या क्षेत्राकडे दुर्लक्ष करण्यात आले आहे. या क्षेत्राला प्राधान्यक्रमाचे स्थान देण्यात आले नाही. त्यावर गांभीर्याने विचार केला गेला नाही. आपले कृषिक्षेत्र स्वयंभू व स्वावलंबी न करता केवळ

औद्योगिक उत्पादनक्षेत्राचा विचार करणे व शहरी आर्थिक गरजांवर लक्ष केंद्रित करणे ही धडपड केवळ निष्फळ आहे.

या ठिकाणी आपण कृषिक्षेत्र अशा रीतीने आर्थिकदृष्ट्या परिपूर्ण होईल व त्यामागील महत्त्वाचे घटक, समस्या सोडवाव्या लागतील याचा विचार करू. अशा या आजवर सांभाळलेल्या असमतोलामुळे ग्रामीण भागातील अनेक बेरोजगार व्यक्ती, धंदाव्यवसाय, नोकरीच्या आशेने शहराकडे धाव घेत आहेत, ही एक निराळीच समस्या बनली आहे.

१) इनपुट, आऊटपुट कॉस्ट (खर्च) : – औद्योगिक उत्पादनाच्या वाढत्या खर्चावर नियंत्रण नाही. शेतीजन्य उत्पादनांशी निगडित असा उत्पादकांकडून या वस्तूंचा वापर केला जातो, तसेच हे लोक दैनंदिन वापरासाठी वरील वस्तूंचा उपयोग करतात. आजमितीला शेतीक्षेत्राला कारखानदारी क्षेत्रावर मोठ्या प्रमाणावर अवलंबून रहावे लागते. शेतकऱ्यांना सध्या त्यांच्या शेतीकार्यक्रमात काही नॉन ऑरगॅनिक कच्च्या मालाचा पुरवठा आवश्यक भासतो. कारखान्यात बनविलेली हत्यारे, उपकरणे, साधने अधिकाधिक प्रमाणात वापरावी लागत आहेत. त्यांचा उपयोग फार मोठ्या प्रमाणात होऊ लागला आहे. ह्या बाबींकडे शासन दुर्लक्ष करू शकत नाही.

२) शेतीतल्या उत्पादित वस्तू तोटा सहन करून विकणे :– काठावर जगणाऱ्या बऱ्याचशा शेतकऱ्यांना त्यांनी उत्पन्न काढलेल्या वस्तूंची योग्य किंमत कच्च्या मालाच्या वाढणाऱ्या किंमतीमुळे मिळत नाही. त्याला पुढील गोष्टी कारणीभूत आहेत. १. शेतीजन्य उत्पादनाच्या किमती तो माल विकत घेणारे ठरवितात. विक्रेता ठरवीत नाही. शेती हंगामात अशाप्रकारच्या वस्तूंचे आकंठ उत्पादन असते. त्याकाळात किमती जाणूनबुजून खाली आणल्या जातात. विकत घेणारे (खरेदीदार) हे घडवून आणतात. शेतकरी जेव्हा या काळात खुल्या स्पर्धेत उतरलेले असतात तेव्हा असे घडते. हे औद्योगिक उत्पादनाच्या बाबतीत घडत नाही कारण त्यांना एकाधिकार पद्धतीचे संरक्षण असते. जसे ट्रेडमार्क्स, पेटंट्स, ब्रँड्स, जॉइंट स्टॉक कंपनीज त्यांच्यासारख्या संस्थांवर आर्थिक बोजा मर्यादित असतो. २. कारखानदारीस तयार झालेल्या उत्पादनांच्या किमती ठरविताना त्यामध्ये वरखर्च (ओव्हरहेड्स) मिळविण्याची पद्धत साधारणपणे अवलंबिली आहे. तर कृषिजन्य उत्पादनाच्या किमती ठरविताना अशा वरखर्चाला साधारणपणे वजा करण्यात येते. पंडित नेहरूंच्या काळापासून एका गोष्टीची भीती सतत व्यक्त होत होती की, शेतीजन्य मालाच्या किमती वरच्या पातळीवर राहिल्या, तर चलनवाढ होऊ शकते. चलनवाढीला ते एक कारण ठरेल. म्हणून आता वेळ आली आहे की, चलनवाढीचे कारण हे कृषिउत्पादनाच्या किमती आहेत की, औद्योगिक क्षेत्रातील उत्पादनांच्या किमती आहेत. त्या दोन्ही क्षेत्रांची तपासणी करणे गरजेचे वाटते.

३) कायमची कर्जबाजारी अवस्था :– देशातील बँकिंग यंत्रणाही प्रामुख्याने औद्योगिक क्षेत्राच्या प्रगतीवर लक्ष ठेवून असते. आणि पर्यायाने शेतीक्षेत्राकडे तिचे लक्ष कमी असते. सर्वसाधारण जनतेची अशी समजून करून दिलेली असते की, केवळ उपभोग्य वस्तूंचे उत्पादन कारखान्यांच्या माध्यमातून देशात वाढले, तरच देशाची प्रगती होऊ शकते. परिणामांती, कारखानदारी क्षेत्राला सर्व प्रकारच्या सुविधा पुरविल्या जातात आणि त्याच वेळी कृषिक्षेत्राला डावलले जाते. आपल्या देशातील बँकिंग सेवाप्रणालीचे स्वरूप असे तयार करण्यात आले आहे की, आपल्या उद्योगक्षेत्राला बँकांकडून मिळणाऱ्या कर्ज वा तत्सम सेवांसाठी प्राधान्यक्रम दिला जातो. बँका त्या क्षेत्राला थेट लाभ मिळवून देतात. शेतीवर निर्भर असणाऱ्या शेतकऱ्याला मात्र कर्ज मिळविण्यासाठी पाच–सहा अडथळ्यांना पार करावे लागते. शासकीय व तत्सम कामात नोकरशाहीच्या लालफितीत अडकलेल्या सामान्य शेतकऱ्याला कर्जासाठी झगडावे लागते. ते टाळण्यासाठी शेतकरी स्वाभाविकपणे 'केव्हाही कर्ज देण्यास' तयार असलेल्या खाजगी सावकाराचा आश्रय घेतो. शेतकऱ्याच्या आत्महत्या घडून येत आहेत, त्या त्यांना कर्ज मिळण्यास अडचणी येतात म्हणून नव्हे, तर अनेक मार्गांनी मिळालेले कर्ज त्यांना वेळचे वेळी परत करता येत नाही, या कारणास्तव घडत आहेत. खाजगी व्यापाऱ्यांकडून मिळणाऱ्या कर्जावरच्या व्याजाचा दर हा प्रतिमाह ३ ते २०% इतका असतो. आम्ही कॉलेजमध्ये असल्यापासूनच्या काळापासून असे शिकत आलो की, भारतीय शेतकरी जन्मतः कर्ज घेऊन येतो. आयुष्यभर कर्जाचा भार शिरावर बाळगतो आणि शेवटी मरतानाही त्याच्या डोक्यावर कर्जाचा बोजा असतो. आतापावेतो ४५ वर्षांनंतरही ही परिस्थिती कायम आहे. त्यात बदल नाही. अलीकडे एका सर्वेक्षणाद्वारे असा निष्कर्ष काढण्यात आला आहे की, जवळजवळ ८०% शेतकऱ्यांना बँकांच्या कर्जाचा लाभ मिळत नाही. ही कर्जे पुरवण्यासाठी असलेली प्रचलित यंत्रणा कुचकामी आहे. परिणामकारक नाही. शेतकऱ्यांनी आत्महत्या केल्या त्यांच्यापैकी ७०% शेतकरी हे स्थानिक खाजगी सावकारांच्या कर्जात गुरफटलेले होते. मग अशा परिस्थितीत शेतकऱ्यांना अधिक कर्ज उपलब्ध व्हावे म्हणून शासकीय अंदाजपत्रकात केवळ अधिक रकमेची तरतूद करून काय उपयोग होणार? शेतकऱ्यांना त्या रकमेचा कर्ज म्हणून लाभ मिळणार का?

४) पीक विमा योजना शेतकऱ्यांच्या फायद्याची नाही. याबाबत विमा कंपन्यांचा दृष्टिकोन नकारात्मक आहे. 'शेतकऱ्यांना नुकसानभरपाई कशी मिळते?' असाच विचार करणाऱ्या विमा कंपन्या विम्याची क्लेम प्रकरणे हाताळताना याच गोष्टीचा नेहमी विचार करतात.

५) नकली व निकृष्ट बियाणांचा पुरवठा :– पिकांसाठी बियाणे तयार

करणाऱ्या कारखान्यांकडून व व्यापाऱ्यांकडून मिळणाऱ्या बियाणांचा दर्जा निकृष्ट व नकली असल्याने शेतकऱ्यांची पिके हातची जातात. शेतकऱ्यांचे याबाबतीत झालेले नुकसान भरून निघण्यासाठी कोणताही पर्याय नाही. 'खरेदीदारांनो, सावधान !' अशा इशाऱ्यांचा काही उपयोग नाही. कारण बरेचसे शेतकरी अज्ञान, अडाणी, निरक्षर आहेत. त्यांना लिहिलेली भाषा समजत नाही. वाचता येत नाही. या ठिकाणी त्याऐवजी 'विक्रेत्यांनो, सावधान!' अशा भाषेत व्यापारी- उत्पादकांना इशारा दिला गेला असता, तर तो शेतकऱ्यांच्या फायद्याचा ठरला असता.

६) शेतकरी व राजकारणी लोक परस्पर विरोधी बोलतात :- कृषिक्षेत्रातील एकूण लोकसंख्येपैकी ८०% शेतकरी हे १९७७ सालापासून त्याच्या शेतीमालाच्या किमती ठरविण्यासाठी उत्पादनखर्चाचा आधार घ्या असे सांगत आहेत. महाराष्ट्राच्या विदर्भ प्रांतातून अशा स्वरूपाच्या मागणीला सुरुवात झाली. मागणीने चळवळीचे रूप धारण केले. अलीकडच्या काही वर्षांत याच भागात सर्वाधिक शेतकऱ्यांच्या आत्महत्यांची नोंद झाली आहे. सरकारकडून त्यांनी मोफत पाणी, वीज, वाढीव अनुदाने वा कर्जाची मागणी कधीच केली नव्हती. राजकीय नेते आणि कार्यकर्ते मंडळींनी निवडणुकीच्या मतांवर नजर ठेवीत शेतकऱ्यांना आपण होऊन या सवलती देण्यासाठी धडपड केली आहे. महाराष्ट्राच्या मुख्यमंत्र्यांनी एके ठिकाणी विधान केले की, अशाप्रकारची आश्वासने ही निवडणुकीसाठी असतात आणि शेतकऱ्यांनीसुद्धा त्या विधानांचा शब्दशः अर्थ घ्यायचा नसतो.

७) सुकलेली शेती म्हणजे शेतकऱ्याला डोकेदुखी – अनेक सिंचन-प्रकल्प योजना ह्या प्रचंड निधी उपलब्ध असूनही केवळ कागदोपत्री स्थिरावल्या आहेत. राजकारण्यांना अधिक लाभ ज्या ठिकाणी मिळत असेल, त्या प्रकल्पांसाठी निधी वापरला जातो, ज्याचे हित प्रथम जपले जाते. पाणी साठविणे ही संकल्पना वादविवाद चर्चेत आणि बैठकांमध्ये मांडायला चांगली आहे. नदीजोड प्रकल्पावर लंबीचौडी खलबते करणे हा एक राजकारण्यांचा विरंगुळा आहे असेच म्हणणे भाग पडते. या प्रस्तुत प्रकल्पापासून पुढील आणखी काही पिढ्यांना तरी फायदा होईल का? याविषयी शेतकरी साशंक आहे. अलीकडच्या एका सर्वेक्षणातच असे स्पष्ट झाले आहे की, महाराष्ट्रातील यवतमाळ आणि अमरावती जिल्ह्यांमधील सिंचन-प्रकल्पांचा अनुशेष हा ९०००० (१ प्रकल्प) व १,५९,००० हेक्टर्स (१६ प्रकल्प) इतक्या प्रचंड प्रमाणात फुगला आहे. रुपयांमध्ये मोजमाप केले, तर अनुक्रमे रु.१००० कोटी आणि रु.२७०० कोटी इतका अनुशेष फुगला आहे. आपल्या संबंध देशाच्या दृष्टीने ही किती लज्जास्पद बाब आहे ह्याची आपण कल्पना करू शकतो.

अंदाजपत्रकाकडून कोणत्या अपेक्षा आहेत

१. कृषिक्षेत्रासाठी स्वतंत्र अंदाजपत्रक सादर केले जाणे गरजेचे आहे. कारण अ) आपल्या देशातील ७०% जनतेचे शेती हे उपजीविकेचे प्रमुख साधन आहे. ही एवढी जनता शेतीवर निर्भर आहे. ब) देशात जोपासला जाणारा व मोठी उलाढाल होणारा हा व्यवसाय आहे. क) या क्षेत्रासाठी तरतूद केलेला एकंदर निधी, त्याचे प्रमाणित वाटप व वेळोवेळी परिस्थितिजन्य गरजेनुरूप निधीचा उपयोग करणे महत्त्वाचे ठरते.

२. आपल्या महत्त्वाच्या कृषिजन्य उत्पादित वस्तूंच्या किमती संबंधित तज्ज्ञांनी शास्त्रोक्त पद्धतीने ठरविल्या आहेत. या उत्पादनांची बाजारातील विक्री किंमत ठरविण्यासाठी असे करणे गरजेचे आहे. त्यावेळी अशा विक्री व्यवहारास किमान २०% नफा समाविष्ट असला पाहिजे. त्यासाठी सरकारने अशी एक यंत्रणा तयार केली पाहिजे की त्या माध्यमातून शेतकऱ्यांना आर्थिक पाठबळ मिळू शकेल.यामुळे शेतकऱ्यांमध्येही अधिक आत्मीय क्षमता निर्माण होईल. त्यामुळे शेतकऱ्यांपुढील सध्याच्या समस्या (प्रश्न) सुटू शकतील. कर्जाची त्यांना गरज भासणार नाही. किंबहुना, देश उभारणीच्या कार्यात ते हातभार लावू शकतील.

३. बँकिंग पद्धतीच्या जडणघडणीत व कार्यप्रणालीत आमूलाग्र बदल घडवून ती द्विस्तरीय पद्धतीची केली गेल्यास ती शेतकऱ्यांच्या दारापर्यंत पोचेल. या प्रकारच्या एकाच बदलामुळे शेतकऱ्यांच्या होणाऱ्या पिळवणुकीमागील एका शक्तीचे पूर्णतः उच्चाटन होईल. याचा दुसरा अर्थ खाजगी वितरण करणारे सावकार पुढे येणार नाहीत. त्यांचे अस्तित्व हळूहळू नाहीसे होईल. बांगला देशातील ग्रामीण बँकेची अशा तऱ्हेने रचना केली गेली आहे की, त्यांची पद्धत तळागळांतल्या शेतकऱ्यांपासून सुरू होते. याउलट आपल्या देशात आपण वरपासून सुरुवात केली आहे.

४. सरकारने एकप्रकारचे समान पातळीवर स्पर्धात्मक क्षेत्र दोन्ही क्षेत्रांसाठी तयार केले पाहिजे. त्यामुळे शेती आणि उद्योगक्षेत्राला स्पर्धेला तोंड देण्याची समान संधी मिळेल. तद्वतच उद्योगक्षेत्रात (काही प्रमाणात) जे एकाधिकारपद्धतीचे फायदे मिळतात, ते व तसे फायदे कृषिक्षेत्राला उपभोगता येतील. उद्योगक्षेत्रातील उत्पादनाच्या निर्मितीखर्चाची बाब अगदी संसदेपासूनही दडवून ठेवण्यात आलेली असते. शेअरहोल्डर्सपासूनही ती लपविलेली असते. सर्वांना या निर्मितीखर्चाची माहिती असायला हवी. त्यामुळे उद्योगक्षेत्रापासून किती प्रमाणात आणि कशी पिळवणूक होते आहे हे माहीत होईल. सहकार आणि कृषिक्षेत्रात गुंतवलेल्या सर्वांना (कोणालाही) ही माहिती उपलब्ध व्हायला हवी.

५. शेतकऱ्यांचा कर्जबाजारीपणा (अवस्था) ही बाब, सरकारच्या अंदाजपत्रकाच्या एकंदर ढाच्यातून संपूर्णतः वगळून टाकली गेली पाहिजे. त्यासंबंधीच्या

तरतुदी अंदाजपत्रकात घातल्या गेल्या पाहिजेत. अशा प्रकारची कर्जे पूर्णतः वगळून टाकण्याच्या बाबतीत सरकारने लाज बाळगण्याचे कारण नाही. कारण या क्षेत्राला कोणत्याही प्रकारची करप्रणाली लागू न करून सरकार त्यांच्यावर मेहेरबानी करत आहे. त्याप्रमाणे बँकांकडील त्यांची कर्जे व त्यांची परतफेड हा मुद्दाही दुर्लक्षित करावा. सध्याचा शेअरमार्केटमधला कल (ट्रेंड) हा सरकारी खजिन्याच्या मजबुतीवर आधारलेला आहे; आणि तसाच तो सर्वसाधारण गुंतवणूकदारांच्या मानसिकतेवर अवलंबून आहे. देशातील एकूण एनपीएनची किंमत १ लाख कोटीच्या घरात गेली असल्याचे सांगण्यात येते. बिझनेस लाइन रिसर्च ब्यूरोने म्हटले आहे की, 'मार्च २००५ रोजी संपलेल्या वर्षाअखेर प्रत्यक्ष करवसुलीखाली पात्र ठरलेली रक्कम ही रु. ४२,९१७ कोटी इतकी आहे. यावर कोणाचे दुमत असू शकणार नाही. अगोदरच्या काही वर्षांतील थकित करवसुलीची रक्कम रु. २८४३ कोटी इतकी आहे. यापेक्षा अधिक म्हणजे ज्या करपात्र वसुलीच्या बाबतीत वाद चालू आहेत, ती रक्कम रु.१,१०,०० कोटींच्या पलीकडे पोचली आहे. जो महसूल यापूर्वीच्या काळात हातून निसटला, ती रक्कम यापेक्षा अधिक होती. कॉर्पोरेट क्षेत्राला डायरेक्ट टॅक्सेसमधून दिल्या गेलेल्या सवलतींचा आकडा रु.५७९०० कोटींच्या घरात पोचतो. आयकर कायद्यात डिप्रीसिएशनच्या संदर्भात ज्या तरतुदी आहेत त्या प्रोत्साहनार्थ देण्यात आलेल्या सर्वांत आकर्षक तरतुदी होत्या. त्याचप्रमाणे काही पातळींवर आयकरातून सूट देवविणाऱ्या तरतुदींची व्याप्ती रु.११६६७ कोटीपर्यंत वाढली होती. (बिझनेस लाइन ता. ११ मार्च २००६) वरील आकड्यांशी तुलना केल्यावर हे लक्षात येईल की, शेतकऱ्यांची कर्जे पूर्णत्वाने वगळून होणारे संभाव्य नुकसान हे शेतकऱ्यांच्या एकंदर लोकसंख्येच्या मानाने खूपच सुसह्य असेल.

६. मूलभूत पाया सुविधा, रस्ते, वीज, पाणी, शाळा, शेती संशोधन संस्था, सिंचनसुविधा, गृहनिर्माण यांसारख्या सुविधा शेतीक्षेत्राला पुरविण्यापासून सरकार स्वतःला अलिप्त ठेवू शकत नाही. एकापाठोपाठ एक सत्तेवर येणाऱ्या आजवरच्या सरकारांनी उद्योगक्षेत्राला खुश ठेवण्याच्या प्रयत्नात वरील महत्त्वाच्या गोष्टींकडे आजवर दुर्लक्ष केले. अशा या मूलभूत सुविधांची तरतूद भारत सरकारने आपल्याला ज्यावर्षी स्वातंत्र्य मिळाले, त्यावेळेपासून करणे गरजेचे होते. एनडीए शासनकाळात त्यांना अशा काही महत्त्वपूर्ण सुधारणा घडवून आणण्याची संधी प्राप्त झाली होती. तसेच उद्योगक्षेत्राला अनावश्यक अशा काही योजना रद्द करून निर्णय फिरवणे शक्य होते. पण तसे न करता भांडवलशाहीपूरक असा पूर्वीच्या सरकारांचा दृष्टिकोन त्यांनी कायम ठेवला.

७. पीक विमा योजनेची व्याप्ती विस्तृत असायला हवी. याबाबतीत सरकारने प्रामाणिक आणि उमेदपणाचा दृष्टिकोन स्वीकारायला हवा. अंदाजपत्रकाच्या माध्यमातून

सरकारने विशिष्ट निधी या कारणासाठी प्रस्थापित केला पाहिजे. त्यायोगे शेतकऱ्यांना संभाव्य नैसर्गिक किंवा मनुष्यनिर्मित आपत्कालीन संकटात नुकसान झाल्यास भरपाई करण्याची तरतूद असेल. जवळजवळ नियमितपणे २ किंवा ३ वर्षांच्या कालावधीनंतर शेतकऱ्यांना आळीपाळीने दुष्काळ किंवा पूरपरिस्थितीला सामोरे जावे लागतेच. अशा स्थितीत सरकारने केवळ बघ्याची भूमिका घेणे योग्य ठरणार नाही. गेल्या ५० वर्षांपासून अधिक काळ, शेतकरी अशाप्रकारच्या विमा संरक्षणासाठी ओरड करीत आहेत. आश्चर्य म्हणजे एवढ्या प्रदीर्घ काळात जेवढी अंदाजपत्रके सादर झाली, त्यांपैकी एकाही अंदाजपत्रकात या महत्त्वाच्या विषयाची दखल घेण्यात आली नाही. वास्तवात शेतकरी समूहाची ती व्यापक आणि महत्त्वाची गरज आहे.

८. शासकीय ग्रामीण रोजगार हमी योजना : वास्तवात ह्या योजनेची प्रत्यक्ष अंमलबजावणी होत असताना भ्रष्टाचाराला व्यापक संधी मिळणार आहे. यासाठी जो निधी प्रत्यक्ष वापरला जाणार आहे त्यापैकी बराच हिस्सा आपल्या लाडक्या राजकारण्यांच्या खिशात जाणार आहे. महाराष्ट्रात गेली काही वर्षे कार्यान्वित असलेल्या रोजगार हमी योजना प्रचंड वादाच्या भोवऱ्यात सापडल्या आहेत. त्याच वेळी एक गोष्ट विसरता येणार नाही की, इतर राज्यांपेक्षा महाराष्ट्रातील प्रशासकीय यंत्रणा ही अधिक सक्षमतेने कार्यरत आहे. त्याचप्रमाणे अशाप्रकारच्या रोजगार हमी योजना ह्या देशभरातील लाखो गरीब बेरोजगारांना वर्षभराचे कायमस्वरूपी उपजीविकेचे साधन ठरू शकत नाहीत. विशेष करून ग्रामीण क्षेत्रात अशा योजनांचे फलित हे अनिश्चितच असू शकते. अशा हंगामी स्वरूपाच्या रोजगार संधी उपलब्ध करून देण्याऐवजी सरकारने बेरोजगारांनी स्वतःच्या पायावर उभे राहण्याच्या दृष्टीने ज्या व्यक्ती स्वतःचे व्यवसाय सुरू करू इच्छितात त्यांच्यासाठी प्रशिक्षण व व्यवसायपूरक सुविधा पुरविण्यात पुढाकार घ्यावे. एकदा असे प्रशिक्षण व सुविधा दिल्या गेल्या की, छोट्या व्यावसायिकांना धंद्यासाठी अल्प व्याजावर सहज कर्जे देण्यात पुढाकार घ्यावा. बँकांना त्यासाठी प्रवृत्त करावे. त्याचबरोबर मूलभूत सुविधा, करसवलती, बँकांच्या कार्याची माहिती इत्यादी बाबतीतही त्यांना अवगत करावे. हे सर्व त्यांचा प्रशिक्षणकार्यक्रम अथवा कार्यशाळा यांच्या माध्यमातून अल्पखर्चात किंवा विनामूल्य दिले जावे. एकदा का शेतकरीवर्गाला अधिक उत्पन्नाची हमी मिळाली व प्रत्यक्षात त्यांची आर्थिक परिस्थिती सुधारली (जी उत्पादनखर्चाच्या आधारावर कृषिउत्पादनांची किंमत ठरविण्याची खात्री देते) की, अपेक्षित संभाव्य २०% नफा हा शेतकऱ्यांना अधिक समाधानी करू शकेल, आणि मग कृषिक्षेत्रात व्यस्त असलेला समूहच, बेरोजगार, जे याच ग्रामीण वस्त्या सोडून शहराकडे धाव घेत आहेत, त्यांच्यासाठी उपजीविकेच्या नव्या संधी निर्माण करू शकेल. शहरीकरणाकडे झुकत चाललेली आपली अर्थव्यवस्था असा बेरोजगारांचा लोंढा

थांबला किंवा कमी झाला, तर सावरू शकेल. प्रशासकीय समस्या गुंतागुंतीच्या होणार नाहीत.

९. उद्योगधंदे आणि शहरवासीयांना लागणरी वीज यांचे प्रमाण कृषिक्षेत्राला लागणाऱ्या विजेच्या गरजेपेक्षा फार जास्त आहे. तथापि, अशी वस्तुस्थिती असूनही नॅशनल ग्रिडशी या क्षेत्राला बांधून ठेवण्यात आले आहे. साहजिकच वीजवितरणानंतर जेव्हा दबाव येतो व अधिक मेगावॅट विजेची गरज भासते त्यावेळी तूट भरून काढण्यासाठी वीज कंपन्या सरसकट मोठ्या भारनियमनाचा अवलंब करतात व त्याचा फटका कृषिक्षेत्राला अकारण बसतो. तेव्हा या क्षेत्राकडून एका विशिष्ट पातळीपर्यंत उत्पादनवृद्धीची अपेक्षा बाळगायची असेल, तर या कृषिक्षेत्राला स्वतंत्र ग्रिड देण्याचा जाणीवपूर्वक विचार व्हायला हवा. त्यामुळे या क्षेत्राशी निगडित विजेवर चालणाऱ्या सर्व प्रक्रिया अखंडितपणे चालू राहतील. उद्योगक्षेत्राकडून या क्षेत्राच्या बाबतीत होणारी मनमानी व दबाव यापासून कृषिक्षेत्र मुक्त होईल.वीजतुटवडा हे प्रकरण आगामी काळात अनेक वर्षे जाणवत राहणार आहे. अंदाजपत्रकात अशा स्वतंत्र ग्रिडसाठी तरतूद करणे आवश्यक आहे.

वार्षिक अंदाजपत्रकावर शहरांमध्ये विविध स्तरांवर चर्चा घडून येणे ही बाब आता नेहमीचीच झाली आहे. या विषयावरील काही व्यावसायिक आणि तज्ज्ञ लोक मध्यमवर्गीयांना अंदाजपत्रकातील महत्त्वाच्या मुद्द्यांवर व त्यामधील तरतुदींसंदर्भात माहिती देत असतात. करसवलती कोणत्या आहेत, त्यांचा फायदा कसा घ्यायचा याचे मार्गदर्शन केले जाते. बिझिनेस क्षेत्रातील करप्रणालींचीही माहिती देण्यात येते. संपूर्ण नगरामध्ये अंदाजपत्रकावर प्रकाश टाकणाऱ्या सार्वजनिक सभा भरविण्याचा प्रकार एकट्या आपल्या देशात दिसून येतो. निदान मी तरी शेतीक्षेत्राशी निगडित अथवा तशा व्यावसायिकाला त्याच्या क्षेत्रातील गुणदोषांचे विस्तारपूर्वक सादरीकरण मांडणारा पाहिलेला नाही. शेतकऱ्यांची बाजू कोणीच आजवर समर्थपणे मांडली नाही. दरवर्षी वित्तमंत्री अंदाजपत्रक मांडतात. दूरचित्रवाणीच्या सौजन्याने त्यांचे भाषण घरोघरी पोचते – ऐकले जाते; पण शेतीसमुदायातील किती शेतकरी वित्तमंत्र्यांचे हे भाषण ऐकतात? अंदाजपत्रकामुळे त्याच्या शेतीव्यवसायावर कोणता परिणाम होईल वा होऊ शकतो, याचे आकलन त्याला कधीच होत नाही. उद्योगक्षेत्रात व शहरवासीयांच्या बाबतीत मात्र परिस्थिती नेमकी उलटी आहे. शहरातील विविध स्तरांतील लोक आणि त्यांच्या कुटुंबावर पांढरपेशा आणि सुशिक्षित वर्गाने वार्षिक अंदाजपत्रकाची एकंदर मांडणी व त्याचे स्वरूप कसे असावे, हे ठरविण्यासाठी वित्तमंत्रालयाच्या सतत संपर्कात राहून प्रत्यक्ष अंदाजपत्रक पद्धतशीरपणे आपल्या वर्गाकडे वळविल्याचे दिसून येते. त्यामुळे साहजिकच त्यातील बहुतांशी तरतुदी या देशातील सर्वांत मोठे आणि महत्त्वाचे क्षेत्र

समजल्या जाणाऱ्या कृषिक्षेत्रातील बेरोजगारी दूर करण्यात उपयोगी ठरत नाहीत. याचा अर्थच असा की, केंद्रीय अंदाजपत्रकाकडून शेतीनिष्ठ शेतकऱ्यांनी त्यांचे दीर्घकाळ प्रलंबित प्रश्न सोडविण्यासाठी फार अपेक्षा बाळगू नयेत. हा एकप्रकारचा धोक्याचा कंदील मानायला हवा. शहरातील प्रत्येक व्यक्ती आणि तिचे कुटुंबीय अंदाजपत्रकाचा आपल्यावर कोणता परिणाम होईल अथवा अशा करप्रणालीमुळे बोजा किती व कसा कमी-जास्त होईल, याचा विचार बारकाईने करतात. कारखानदार, उद्योगपती अंदाजपत्रकातील तरतुदींकडे अगदी मुळापासूनच्या फायदा-तोटा सीमेवर लक्ष ठेवून असतात, तर अशाप्रकारे आपण भांडवलशाहीकडे झुकलेल्या देशाचे प्रतिनिधी असे वागलो आहोत. देशातील ७०% जनता जी कृषिक्षेत्राचा गोवर्धन पर्वत पेलून जगते आहे व इतरांना जगविते आहे, त्यांच्याकडे आपले लक्ष नाही. या अंदाजपत्रकाच्या निर्मितीप्रक्रियेत आपण जोवर लक्षणीय बदल घडवून आणत नाही, तोपर्यंत आपल्या लोकसंख्येपैकी बहुतांशी लोक भांडवलीप्रणीत अंदाजपत्रकाच्या फायदापासून वंचित राहणार आहेत. 'इंडिया' आणि 'भारत' या दोन शब्दांमधील अंतर वाढत जाणार आहे. फ्रान्स, अर्जेंटिना या देशांमध्ये अलीकडच्या काळात मोठ्याप्रमाणात हिंसा, निदर्शनांसारख्या घटना घडल्या. आपल्या देशातही असे अप्रिय प्रकार पाहायला मिळू शकतात. ते टाळण्यासाठी आपले अंदाजपत्रक हे शेतकऱ्यांशी जवळीक साधणारे व त्यांचे हित जपणारे असणे आवश्यक आहे, तसेच सामान्य माणसाच्या कक्षेत बसणारे असायला हवे.

❑❑❑

५ शेतकऱ्यांची फसवणूक थांबवा

निवडणुकीच्या निमित्ताने का होईना, आज शेतकऱ्यांना खूष ठेवण्यासाठी सर्व पक्षांकडून एक प्रकारची स्पर्धा होत आहे. सर्वप्रथम केंद्रीय अर्थसंकल्पात वित्तमंत्री पी.चिदंबरम यांना पंतप्रधान डॉ.मनमोहन सिंग यांच्या आशीर्वादाने शेतीक्षेत्राच्या विकासासाठी मागील वर्षाच्या तुलनेत कर्जवाटपासाठी तीनशे टक्के अधिक रक्कम उपलब्ध करून दिली. त्यानंतर आंध्र प्रदेश, महाराष्ट्र वगैरे काँग्रेस सरकारांनी आम्हीसुद्धा शेतकरीवर्गाचे वाली किंवा त्राता आहोत, म्हणून शेतकऱ्यांना काय देऊ नि काय नाही, या भावनेने मोफत वीज, जास्त कर्जे, काही रकमेपर्यंत कर्ज माफी, जुन्या कर्जावरील व्याज माफी इत्यादी प्रलोभने जाहीर करण्यास सुरुवात केली. आंध्र प्रदेशातील काँग्रसने तेथील निवडणुकीपूर्वीचे मोफत वीज देण्याचे आश्वासन दिले होते व सत्तेवर आल्यावर सर्वप्रथम काम म्हणजे याबाबतच्या वटहुकुमावर सही करून तेथील मुख्यमंत्र्यानी आपला कार्यभार सुरू केला. ही जणू काही निवडणूक जिंकण्याची जादूची कांडीच असल्याचे समजून प्रथम भाजप-सेना युतीने व नंतर महाराष्ट्राच्या विद्यमान मुख्यमंत्र्यांनीसुद्धा आम्ही काही कमी नाही म्हणून शेतकऱ्यांच्या मतांवर नजर ठेवून आश्वासने जाहीर केली. शेतकऱ्यांनी मात्र कर्ज कधी मिळेल व मोफत वीज-पाणी याचा फायदा कधी उपलब्ध होणार, याविषयी आपली चिंता व्यक्त केल्याचे मला तरी कधी दिसले नाही.

शेतकऱ्यांविषयी सर्व राजकीय पक्षांना अचानक पुळका कसा आला याचे सर्वांनाच आश्चर्य वाटले आहे. स्वातंत्र्यानंतर आजवर दहा पंचवार्षिक योजना आखण्यात आल्या. त्यापैकी फक्त पहिल्याच योजनेत शेती उद्योग प्रगतीच्या केंद्रस्थानी ठेवून सरकारी धोरण आखले होते, त्यावर अनेकांनी सरकारला धारेवर धरले होते व शेतीवर विसंबून जगातील प्रगत देशांशी आपण कधीच सामना देऊ शकणार नाही, असा या टीकाकारांचा सूर होता. पं. नेहरू हे समाजवादी विचाराने प्रभावित झाले होते. सोवियत युनियनमध्ये मोठ्या उद्योगांना प्राधान्य देऊन जी प्रगती साधली, तशीच प्रगती आपल्याला साधायची आहे, असा उद्देश स्पष्ट करून, शेतीऐवजी मोठे उद्योगच आपल्या देशाला प्रगत देशांच्या रांगेत उभे करू शकतील, या आत्मविश्वासाने त्यांनी स्वतः आपल्या सहकारी मंडळींच्या मदतीने दुसऱ्या पंचवार्षिक योजनेपासून औद्योगिक वाढीला केंद्रस्थानी ठेवून या देशाची सूत्रे सांभाळली. म्हणजेच पंचेचाळीस वर्षे औद्योगिकक्षेत्र प्रगतीच्या केंद्रस्थानी असताना आजच काँग्रेस तसेच भाजपसह सर्वच पक्षांनी

शेतीक्षेत्राकडे मोर्चा वळविण्याचे कारण तरी काय असावे?

आज केंद्रसरकारात तीन प्रमुख व्यक्ती आर्थिक रचनेच्या नाड्या सांभाळून पाश्चिमात्यांचा भांडवलवाद पूर्णपणे अमलात आणण्याच्या प्रयत्नात आहेत. पंतप्रधान, वित्तमंत्री व योजना आयोगाचे प्रमुख या त्या तीन व्यक्ती आहेत. भांडवलवादाशिवाय गत्यंतर नाही म्हणून आपल्या देशाचे आधीच्या पन्नास वर्षांचे आर्थिक धोरण फेकून देण्यात १९९०-९१ मध्ये सध्याच्या पंतप्रधानांचा हात होता. त्यावेळी संसदेला, तसेच जनतेला विश्वासात न घेता भांडवलवादाचे जोखड आपल्या देशाच्या मानेवर लादून या व्यक्तीने, तसेच त्यांच्या पक्षाने देशातील जनतेचा विश्वासघातच केला होता. भांडवलवादात शेतीऐवजी औद्योगिकक्षेत्रालाच प्रगतीच्या केंद्रस्थानी ठेवून कार्यक्रम आखण्यात व राबविण्यात येतात. सबब शेतकऱ्यांना अशा कार्यक्रमात गौण स्थान असताना आज अचानक त्यांची आठवण येऊन त्यांना अनेक प्रकारच्या खिरापती वाटण्यामागे कारण काय?

गेल्या पंधरा वर्षांत जागतिकीकरणाच्या वादळामुळे आपल्या देशातील सामान्यांच्या पाठीचा कणाच तोडला गेला आहे. अनेक शतके चालत आलेल्या लहान लहान उद्योगांबरोबर मध्यम आकाराचे उद्योगही लाखांच्या संख्येत उद्ध्वस्त झाला. त्यांचा व त्यांच्यावर अवलंबून असणाऱ्या अनेक सामान्यांचा यावेळच्या काँग्रेसवरील तसेच त्यानंतर आलेल्या व स्वतःला 'पार्टी विथ एक डिफरन्स' म्हणवून घेणाऱ्या, परंतु काँग्रेस पक्षाचाच आर्थिक कार्यक्रम अंमलात आणणाऱ्या भाजपा व एनडीएवरील विश्वास जवळपास उडाला आहे. शेती उद्योगापेक्षा औद्योगिकीकरणावरच या जागतिकीकरणाची मदार असल्याने शेती उद्योगही कधी नव्हता इतका संकटात सापडला.

देशातील ६०-७० टक्के जनता शेतीवर, प्रत्यक्ष वा अप्रत्यक्षरीत्या आपल्या जीवनाला आवश्यक असणाऱ्या आधारासाठी, अवलंबून आहे. गेल्या पंधरा वर्षांत कोणत्याच पक्षाला या क्षेत्रातील लोकांचा पाठिंबा न मिळाल्याने घसघशीत बहुमत मिळू शकले नाही. काही सरकारे दोन-तीन वर्षेच सत्तेवर बसू शकली. तर इतरांनी अनेकांबरोबर युती करून सत्तेला धरून राहण्याचा अयशस्वी प्रयत्न केला. काँग्रेसला तर सध्या फारच वाईट दिवस आले आहेत. त्यांना सध्या डाव्या पक्षांच्या आधाराशिवाय सरकार चालविणे कठीण आहे. ही सर्वांत मोठी नामुष्की काँग्रेसला सध्या सहन करावी लागत आहे. याचा अर्थ सरळ आहे. शेती क्षेत्राच्या तसेच लहान उद्योगात गुंतलेली अनेक कोटी जनता सत्तेपासून आज कोणत्याही राजकीय पक्षाला दूर ठेवू शकते, हा याचा सरळ अर्थ आहे. जागतिकीकरणाचा कोणताही कार्यक्रम आज आपल्या देशात यशस्वी होणे शक्य नाही. म्हणून केंद्र, तसेच राज्यात कोणतेही सरकार दीर्घ काळासाठी

टिकून राहायचे असेल, तर शेती क्षेत्र तसेच असंघटित मजुरांचे व स्वयंरोजगार करणाऱ्यांचे क्षेत्र यांना जवळ केल्याशिवाय पर्याय नाही. हा मंत्र आता राजकीय पक्षांना थोडा थोडा उमजायला लागला आहे. म्हणून या क्षेत्रासाठी अनेक खिरापतींचे वाटप होणे स्वाभाविक आहे.

मोफत वीज व पाणी देऊन शेतकऱ्यांच्या आत्महत्या बंद होतील असा या राजकारणी नेत्यांचा, त्यांना सल्ला देणाऱ्या अर्थतज्ज्ञांचा विश्वास आहे. आत्महत्या करणाऱ्या शेतकऱ्यांना वेळेवर व योग्य रकमेचे कर्ज उपलब्ध करून मिळाले असते, तर त्यांच्या हातात पैसा आला असता व त्यांनी आत्महत्या करून आपल्या मागे राहिलेल्या बायका-मुलांना कायमचे संकटात ढकलले नसते. अशी समजूत या नेत्यांची व तज्ज्ञांची असल्याचे वर्तमानपत्रांतून आलेल्या बातम्यांवरून सहज समजते.

परंतु जरा खोलात जाऊन या आत्महत्यामागील माहिती काढली तर असे दिसते की, या शेतकऱ्यांना जवळपास जन्मभर कर्ज काढूनच दिवस काढावे लागत होते. काही वर्षेच त्यांना थोडे काही सुख मिळू शकले. छोट्या शेतकऱ्यांना समाजातील रूढीनुसार लग्न वगैरे कार्यात कर्ज काढूनच खर्च करावा लागतो. अशा कार्यांना सरकारी वा इतर बँकांकडून कर्ज मिळणे अशक्य असल्याने अनेकांना स्थानिक सावकारांचे पाय धरावे लागतात. अशी कर्जे भरमसाठ व्याजाने व जमीन वा घरे तारण ठेवूनच मिळत असतात. दुष्काळ (ओला किंवा सुका) आला, तर त्यावर्षी अशातऱ्हेने काढलेल्या कर्जाची परतफेड अशक्य होते. तेव्हा सावकारांकडून अशा लहान शेतकऱ्यांची प्रथम जमीन व नंतर इतर संपत्ती हडप केली जाते. आंध्र प्रदेशातील नक्षलवादी चळवळ या पार्श्वभूमीतूनच सुरू झाली आहे. मोठे जमीनदार पूर्वी सावकारीचा व्यवसाय करत होते व अशा लहान शेतकऱ्यांच्या जमिनी हडप करूनच ते मोठे शेतकरी झालेत म्हणून शोषण झालेले शेतकरी तथा त्यांची वंशावळ या मोठ्या जमीनदारांविरुद्ध जणू युद्धच लढत असल्याचा भास होतो. सरकारकडून या जमीनदारांनाच संरक्षण मिळत असते व तेच जमीनदार अनेकदा राजकीय नेते होत असल्याने हे शोषण कार्य सतत चालू असते.

शेतकऱ्यांना काय पाहिजे याचा अभ्यास निवडक क्षेत्रातील काही तज्ज्ञांनीच केला असल्याने त्याला देशभर प्रसिद्धी मिळू शकली नाही. कॉलेजमधील अर्थशास्त्राच्या पुस्तकात गेली पन्नास वर्षे एक सूत्र शिकविले जात आहे व ते अजूनही पूर्णपणे अस्तित्वात असल्याचे दिसते. सूत्र असे होते की, 'भारतीय शेतकरी हा कर्जात जन्माला येतो, कर्जातच जीवन जगतो व कर्जातच मरतो' यात आजपर्यंत तसूभरही फरक पडलेला नाही. शेतकऱ्यांनी आत्महत्या केल्यात, त्या कर्ज मिळाले नसल्यामुळे नसून पूर्वीचे कर्ज फेडण्याची ताकद नसल्याने. कर्ज घेणे व ते फेडण्यासाठी परत नवीन कर्ज घेणे या

दुष्टचक्रात आजवर आपला शेतकरी गुरफटलेला आहे. त्याला आज कर्ज नको आहे. उलट त्या कर्जांतून कायमची सुटका हवी आहे. ही स्थिती १०-१५ टक्के श्रीमंत शेतकरीवर्ग सोडला, तर सर्वच शेतकर्‍यांची आहे. सबब, अर्थसंकल्पात तीनशे टक्क्यांनी अधिक कर्ज उपलब्ध करून देण्याची जी तरतूद केली आहे, ती निव्वळ फसवणूक आहे. निवडणुकीवर डोळा ठेवूनच ती तरतूद करण्यात आली आहे हे नक्की.

आज राजकारणात श्रीमंत शेतकरीच पुढे असल्याने, छोट्या शेतकर्‍यांबद्दल त्यांच्या मनात चांगले विचार येणे अशक्यच आहे. सरकारी अर्थसंकल्पातील कर्ज देण्यासाठी केलेल्या वाढीचा फायदा हा श्रीमंत शेतकरीच उठवित असतो. सामान्य शेतकरी हा या सधन शेतकर्‍यांकडून कर्ज घेऊन जिवंत राहण्याचा प्रयत्न करताना दिसतो. सरकारी व खासगी बँकांकडून तारणासंबंधी असलेल्या नियमांमुळे व कर्ज मिळण्यातील दिरंगाईमुळे लहान शेतकरी निरुपायाने गावातील श्रीमंत शेतकर्‍यांकडून वा सावकारी व्यवसाय करणाऱ्या व्यक्तींकडूनच सहजपणे मिळणारे कर्ज घेत असतो. म्हणून सरकारी बँकांचा फायदा अशा लहान शेतकर्‍यांना मिळणे अशक्यच असते.

२००४ मधील सप्टेंबर महिन्याच्या सुरुवातीला भोपाळ येथे शेतकर्‍यांचा एक भव्य मोर्चा काढण्यात आला होता. त्याची दखल महाराष्ट्रातील प्रसारमाध्यमांनी घेतल्याचे दिसत नाही. परंतु मुंबईहून प्रसिद्ध होणाऱ्या, उद्योगांशी जवळचे संबंध असणाऱ्या 'बिझिनेस स्टँडर्ड' या इंग्रजी वृत्तपत्राने १६ सप्टेंबर २००४ च्या अंकात त्या भव्य मोर्चाचा फक्त फोटो छापण्याचे कष्ट घेतले. त्याबद्दलचे वृत्त न छापता त्या फोटोखाली एक संक्षिप्त संदेश या वृत्तपत्राने दिला होता. तो असा, "Farmers stage a rally in Bhopal on Wednesday demanding higher prices for farm Produces."

हा संदेश शेतकर्‍यांना आज कोणत्या प्रश्नांना सामोरे जावे लागत आहे व त्यावर उपाय म्हणून त्यांना नक्की काय पाहिजे, याबाबतची स्पष्ट भूमिका सांगून जातो. राजकीय नेत्यांनी, प्रसिद्धीमाध्यमांनी तसेच अर्थतज्ज्ञांनी या मोर्चातील शेतकर्‍यांच्या मनातील अनेक वर्षे दाटलेल्या इच्छा जाणून घेण्याचा प्रयत्न केला नाही. शेतकर्‍यांबद्दल आज या नेत्यांना व तज्ज्ञांना जे प्रेम उरले आहे ते किती फसवे आहे, याची खात्री या संदेशातून स्पष्टपणे दिसून येते.

या संदेशाच्या मागे एक मोठा 'अर्थशास्त्रीय लढा' लपला आहे असे म्हटले, तर अनेकांना आश्चर्य वाटेल. हा लढा कोणता आहे हे बघू या.

१) आज सामान्य शेतकऱ्याला स्वतःला काय पाहिजे, याबाबत पूर्ण कल्पना नाही. आपल्याला सतत कर्ज का घ्यावे लागते व कर्जमुक्तीसाठी कोणती मागणी योग्य वा अयोग्य, याबाबत त्याची कल्पना स्पष्ट नाही.

२) श्रीमंत शेतकरीच त्यांचे नेतृत्व करत असल्याने नेते म्हणतील तीच पूर्व दिशा असे समजले जाते. म्हणून नेते स्वतःचा फायदा करून घेण्यासाठी सरकारकडून अनेक प्रकारे कर्ज कसे घेता येईल व त्यातून ऊस व इतर नगदी पिकांच्या माध्यमातून अधिक श्रीमंत कसे होता येईल याचाच विचार करतात.

३) शेतकरी उत्पादित वस्तूंसाठी वाढीव भावच मागतो, तो कर्ज, मोफत वीज, मोफत पाणी वगैरे मागत नाही. तरीही तो शेतकरी जे मागत नाही तेच राजकीय पुढारी शेतकऱ्यांना देण्याचा निश्चय का करतात, याची कारण शोधणे फार कठीण नाही.

४) शेतीत उत्पादित वस्तूंचे भाव कोण ठरवितो? शेतकरीवर्ग असे भाव कुणाकडून ठरवून मागतो? उद्योगपती आपण तयार केलेल्या वस्तूंचे वाढीव भाग ठरवून का मागत नाही? औद्योगिकक्षेत्रात व शेतीक्षेत्रात तयार होणाऱ्या वस्तूंच्या किमती ठरविण्यासाठी दोन भिन्न पद्धती का आहेत? शेतकरी कर्जफेड करू शकत नाही म्हणून स्वतःची जमीन व इतर संपत्ती विकून कर्जातून मुक्ती मिळविण्यासाठी प्रयत्न करतो. परंतु तसा प्रयत्न उद्योगात होताना का दिसत नाही ?

५) शेतकरीच आत्महत्या करतो व आपल्यामागे स्वतःच्या कुटुंबाला संकटात लोटून जातो. उद्योगात कुणी आत्महत्या केल्याचे ऐकायला येत नाही. त्यांना कर्ज फेडता येत नसतानाही ते आत्महत्या का करत नाहीत ?

या प्रश्नांची उत्तरे शोधण्याचा प्रयत्न केल्यास अर्थशास्त्रातील विरोधाभास सहज लक्षात येऊ शकतो. येथे त्यादृष्टीने प्रयत्न करू या.

१. शेतीतून निघणारे उत्पादन सामान्य वा नैसर्गिक नावाने बाजारात विकायला येते. त्या उत्पादनावर कोणत्याही शेतकऱ्याचे नाव वा छापा (ब्रँड) वा नोंदणीचे प्रमाणपत्र नसते. गहू, तांदूळ, ज्वारी, डाळी, डाळिंब, संत्री, मुळा, काकडी इत्यादी सर्वमान्य नावानेच असे उत्पादन ग्राहकांना माहिती असते. हे सर्व उत्पादन देशातील कोणताही नागरिक सहज निर्माण करू शकतो. सामान्यतः शेतीचे उत्पादन सर्व ठिकाणी नैसर्गिक नियमांवर अवलंबून असल्याने एकाच वेळी सर्व शेतकऱ्यांच्या शेतातील माल बाजारात विक्रीसाठी आणला जातो. शेतीक्षेत्रातच फक्त मुक्त स्पर्धा कार्यरत असल्याने वस्तूंच्या किमतीत मागणीनुसार चढ–उतार सतत आढळून येतो. बाजारात अशा उत्पादनाची खरेदी करणारा हा व्यापारीच असतो. तो बाजारात वस्तू भरपूर प्रमाणात आल्या, तर शेतकऱ्यांना आपल्या वस्तूंच्या किमती खूप कमी करून विकण्यास भाग पाडतो. अशा वस्तू एकतर नाशवंत असल्याने किंवा त्या बाजारात समाधानकारक भाव मिळेपर्यंत स्वतःजवळ बाळगून ठेवता येण्याची आर्थिक ताकद नसल्याने, व्यापारी म्हणेल त्या भावाने वस्तूंची विक्री करून शेतकरी घरी परततो. सावकाराचा कर्जवसुलीचा तगादा साधारणतः शेतकऱ्याला अडचणीत टाकत असतो. म्हणून मागणी व पुरवठ्यानुसार

अशा वस्तूंच्या किमती ठरून शेतकऱ्यांना अनेकदा स्वतः केलेला खर्चही वसूल करणे कठीण जाते. मुक्त स्पर्धा व कर्जाचा तगादा ही दोन कारणे या स्थितीला जबाबदार ठरतात. त्याचा फायदा सावकाराला व व्यापाऱ्याला मिळतो. शेतीमालाच्या किंमती स्वतः उत्पादक ठरवीत नसून त्या अशा व्यापाऱ्यांकडून ठरविण्यात येतात. तसेच शेतीमालाचा उत्पादनखर्च किती झाला, याबद्दलचे असलेले शेतकऱ्यांचे अज्ञानही त्याच्या कर्जबाजारी अवस्थेला जबाबदार असते.

याउलट उद्योगक्षेत्राची स्थिती आहे. उद्योगांकडून बाजारात येणाऱ्या बहुतेक वस्तू मक्तेदारी कायद्यांचे संरक्षण घेऊन येतात.पेटंट्स, कॉपीराईट्स, ब्रँड, ट्रेड मार्क्स इत्यादी मक्तेदारी कायदे मानवनिर्मित आहेत. त्याच्या संरक्षणामुळे व त्या वस्तूंची नक्कल करण्याबद्दल कायद्याने मनाई केली असल्याने त्या क्षेत्रात शेतीक्षेत्रासारखी मुक्त स्पर्धा नसते. त्याऐवजी मक्तेदारीचे संरक्षण घेणाऱ्यांमध्येच संगनमत होऊन त्या वस्तूंच्या बाजार मूल्यात खूप वाढ करणे या उत्पादकांना शक्य असते. त्यातूनच भरमसाठ नफा कमविता येतो. यामुळेही स्वतः उत्पादित केलेल्या वस्तूंचे बाजारमूल्य ठरविण्याचे स्वातंत्र्य उत्पादनकर्त्यांना प्राप्त असते. भोपाळ येथे झालेल्या शेतकऱ्यांच्या मागणीसारखी वाढीव भाव ठरवून देण्याबद्दलची मागणी करण्याची त्यांना गरज नसते.

२. आज आपल्या देशात हा एक मोठा आर्थिक गोंधळ चालू आहे. देशाच्या दहा पंचवार्षिक योजनांपैकी फक्त पहिल्याच योजनेत शेती उद्योग केंद्रस्थानी ठेवून आर्थिक कार्यक्रमाची आखणी केली होती. परंतु त्यानंतर मात्र उद्योगपतींनी सरकारात बसलेल्यांशी संगनमत करून देशाची आर्थिक नाडी स्वतःच्या हातात ठेवली. त्याचे परिणाम आज सर्वांना भोगावे लागत आहेत. शेतकरी त्यामुळे सर्वांत जास्त भरडला जात आहे. औद्योगिकक्षेत्राने राजकारणी लोकांना हाताशी धरून देशाच्या अर्थव्यवस्थेवर पूर्ण वर्चस्व प्रस्थापित केले आहे. निवडणुकीच्या दडपणामुळे शेतीक्षेत्र व इतर असंघटित क्षेत्रांसाठी पैशाची सोय करून देण्याशिवाय त्यांच्याकडे पर्याय उरला नाही.

३. शेतकरी कष्ट करून उत्पादन काढतो. परंतु त्याच्याऐवजी मधले व्यापारीच त्यांच्या उत्पादित वस्तूंचे बाजारमूल्य ठरवितात. यामुळे शेतकऱ्यांना फायद्याऐवजी तोटाच सहन करावा लागतो. परंतु यातील फायदा मात्र या व्यापारीवर्गाला तसेच उद्योगाला मिळतो. विदर्भात १९७० च्या सुरुवातीला कापूस उत्पादक शेतकऱ्यांची एक मोठी चळवळ कापूस उत्पादक संघातर्फे उभी केली गेली होती. कापसाला वाजवी भाव मिळवून देण्यासाठी ही चळवळ होती. शेतकऱ्यांनी राजकीय पक्षांचे झेंडे बाजूला ठेवून ही चळवळ यशस्वी केली होती. त्यावेळचे मुख्यमंत्री वसंतराव नाईक स्वतः शेतकरी असल्याने या शेतकऱ्यांचे प्रश्न व व्यापाऱ्यांकडून कित्येक दशके होणारी लुबाडणूक त्यांच्या लक्षात आली त्यांनी स्वतः पुढाकार घेऊन उत्पादनखर्चावर आधारित

कापसाच्या बाजारमूल्याचा विचार करून, सरकारतर्फे एकाधिकार कापूस खरेदी योजना तयार केली. सरकारने महाराष्ट्रातील सर्व कापूस विकत घेऊन तो योग्य वेळी उद्योगांना योग्य किमतीत विकून 'ना-नफा-ना-तोटा' तत्त्वावर ही योजना अंमलात आणली. त्यावेळी शेतकऱ्यांची पिळवणूक होण्याचे थांबले होते. या योजनेला कापडगिरण्या व मधले व्यापारी यांनी खूप विरोध केला. तरीसुद्धा आज बत्तीस वर्षांनंतरही ही योजना महाराष्ट्रात चालू आहे. कापूस उत्पादकांचा राग कोणत्याही पक्षाला निवडणुकीच्या संबंधात ओढवून घेता येत नसल्यामुळे या योजनेला रिझर्व्ह बँक व केंद्र सरकारपर्यंत सर्वांचाच विरोध असूनही ही योजना बंद करता येणे शक्य नाही.

आज भोपाळ येथे शेतकऱ्यांची जी मागणी होत आहे, ती या पार्श्वभूमीवर अतियोग्यच आहे. उद्योगासारखा, उत्पादनखर्चावर आधारित बाजारभाव त्यांच्या वस्तूंना मिळायला पाहिजे. हीच शेतकऱ्यांची एकमात्र मागणी आहे. सारांशाने असे म्हणता येईल की.

१) शेतकरी उत्पादन करीत असलेल्या सर्वच वस्तूंचे खर्च-हिशोब शास्त्रीय पद्धतीने करण्यात यावेत. त्यावर उद्योगांप्रमाणे भरपूर नफा न देता निदान पंधरा-वीस टक्के नफा देऊन सरकारने प्रत्येक वस्तूचे बाजारमूल्य ठरवावे व त्याबाबत कायदा करून ते मूल्यच देशभर लागू करावे. त्या मूल्यापेक्षा कमी किमतीला त्या वस्तू घेणाऱ्यास शिक्षा होण्याची या कायद्यात तरतूद असावी. आज उद्योगातही अशा प्रकारचा मक्तेदारी कायदा आहे. 'सिपला' या औषध निर्माण करणाऱ्या भारतीय कंपनीने दक्षिण आफ्रिकेतील 'एडस्' रोगग्रस्त लोकांच्या सोयीसाठी म्हणून त्या क्षेत्रातील संघटनेचा आदेश धुडकावून, आपली औषधे कमी किमतीने विकायला सुरुवात केली. तेव्हा संघटनेतर्फे 'सिपला' विरुद्ध त्या देशातील कोर्टात फिर्याद दाखल केली होती. परंतु आंतरराष्ट्रीय दडपणामुळे ती फिर्याद मागे घेण्यात आली होती.

२. शेतकरीवर्गाला अशा पद्धतीने आपल्या उत्पादनासाठी योग्य किमती मिळाल्यास, तर त्या वर्गाला कुणाकडून कर्ज घेण्याची गरज भासणार नाही. त्यांच्या हातात पैसा जास्त येऊन शिल्लक तयार होऊ शकेल. या शिलकेचा उपयोग महापूर व कोरडा दुष्काळ असताना जीवन साहाय्यासाठी होऊ शकेल. त्यामुळे कुणाचेही उपकार वा दडपण राहण्याची शक्यता नाही. स्वतःच्या कुटुंबाला आवश्यक त्या सोयी उपलब्ध करून देता येतील.

३. अशा वाजवी मूल्यामुळे शेतकऱ्यांनाही उद्योगाप्रमाणे आपल्या जवळ येत असलेल्या वाजवी पैशाचा उपयोग, शेती उद्योगात अनेक प्रकारच्या सुधारणा करण्यासाठी होऊ शकेल. बचत वाढत गेल्यास त्यातून प्रत्येक शेतकरी आपल्या देशातील एक यशस्वी उत्पादक म्हणून मानाने जगू शकेल. इतकेच नव्हे तर तो देशाच्या प्रगतीसाठी

आवश्यक असणारे सर्व करसुद्धा नियमित सरकारी तिजोरीत भरण्यास मागे राहणार नाही.

४. शेतीक्षेत्राला आज आपल्या देशात दुय्यम स्थान आहे. आधी उद्योग व सेवाक्षेत्र व त्यानंतर शेतीक्षेत्र विचारात घेण्यात येते. अशाप्रकारचे दुय्यम नागरिकत्व शेतकऱ्यांना मान्य नाही. म्हणूनच त्यांच्या वस्तूंना वाजवी भाव मिळवून घेण्यासाठी भोपाळसारखे भव्य मोर्चे काढावे लागत आहेत. उद्योगातर्फे असे मोर्चे कधीच का निघत नाहीत, यातच सरकारदरबारी असलेल्या दुजाभावाची कल्पना करता येईल.

५. देशात विपुल धान्य व इतर शेती उत्पादन होत असताना, आंतरराष्ट्रीय वित्तसंस्था व इतर प्रगतदेशीय सरकारांच्या दबावामुळे देशातील शेतकऱ्यांना जीवनमान सुधारण्यासाठी मदत करण्याऐवजी एनडीए/भाजपासकट सर्व सरकारांनी परदेशी धान्य, कापूस इतर शेतीमाल कमी किमतीत मिळतात म्हणून आयात करण्यात पुढाकार घेतला व देशातील शेतकऱ्यांना आत्महत्या करण्यापर्यंत नेऊन पोहोचविले. शेतकरी नेते श्री.विजय जावंधिया यांनी कापसाबद्दल चिकित्सक अभ्यास केला आहे. त्यांनी १९७०-७५ मध्ये विदर्भात झालेल्या शेतकऱ्यांच्या आंदोलनामध्ये भाग घेऊन शेतकऱ्यांना त्यातून फायदा मिळवून दिला. त्यांनी २५ सप्टेंबर ०४ च्या पुणे 'सकाळ' मध्ये एक लेख लिहिला. त्यात सरकारांनी भारतीय शेतकऱ्यांची कशी दयनीय अवस्था केली याची आकड्यांसह सुस्पष्ट मांडणी केली आहे. ते त्या लेखात म्हणतात, 'महाराष्ट्र सरकारने सुरू केलेली एकाधिकार कापूस खरेदी योजना १९९०-९४ च्या काळात सतत फायद्यात होती. पण हीच योजना १९९५ नंतर सतत तोट्यात जाऊ लागली व हमीभावात वाढ न करता तोटा वाढत गेला. १९९५ नंतर जागतिक व्यापार संघटनेची स्थापना झाली. भारतातून शेतीमालाची निर्यात वाढेल, असा प्रचार मुक्त अर्थव्यवस्थेच्या समर्थकांनी केला होता; पण कापसाची निर्यात तर वाढली नाहीच, उलट कापसाची आयात वाढली का? कापसाची आयात वाढत होती. देशातील बाजारात कापसाचे भाव पडत होते. एकाधिकार योजनेतील हमी किंमत वाढत नव्हती, ती १९०० ते २१०० रुपये प्रतिक्किंटल कायम होती. याच काळात देशातील बाजारपेठेत १६०० ते १७०० रुपयांप्रमाणेही कापूस खपत होता. कापड गिरणीमालकांचा व अमेरिकन लॉबीचा भारताच्या राजकारणावर किती प्रभाव आहे, याचाच हा पुरावा आहे. मुक्त अर्थव्यवस्थेच्या काळातील कापूस आयातीचे आकडेच हा मुद्दा स्पष्ट करणारे आहेत. १९९८-९९ मध्ये ७.८७ लाख, १९९९-२००० मध्ये २२.०१ लाख, २००१-२००२ मध्ये २२.१३ लाख, २००२-२००३ मध्ये २० लाख, तर २००३-२००४ मध्ये १५ लाख कापूस गाठींची आयात झाली आहे.'

श्री. जावंधिया यांच्या अभ्यासातून एक गोष्ट स्पष्ट होते की, शेतकऱ्यांना कर्जे

व अधिक कर्जे देऊन त्यांची आर्थिक स्थिती अजिबात सुधारणार नाही. फुकट वीज-पाणी देऊनही त्यांचा मुख्य प्रश्न सोडविता येणार नाही. भोपाळ येथील मोर्चात केलेली उत्पादनखर्चावर आधारित शेतीमालाची रास्त किंमतच त्यांना जीवन जगण्यास आधार देऊ शकते हे स्वतः शेतकरीच जाणून आहे. असे असताना कर्जमाफी, फुकट वीज, पाणी, जास्त कर्ज वगैरे आमिषे दाखवून मत मिळविण्याची मतलबी डाव राजकारणी लोकांनी व सरकारात काम करणाऱ्या अर्थतज्ज्ञांनी करू नये. यातच आपल्या देशाचे हित आहे. जोपर्यंत शेतकरी तसेच लहान उद्योगांचे आणि असंघटित क्षेत्रातील स्वयंरोजगारांचे व वाढत्या बेकारांचे प्रश्न मुळापासून समजून घेऊन सोडविले जात नाहीत, तोपर्यंत जनतेतील असंतोष वाढत जाणार आहे व कोणतेही सरकार स्थिरता प्राप्त करू शकणार नाही. जनतेचा व शेतकरीवर्गाचा धगधगता प्रक्षोभ रस्त्यावर कधी उतरेल याची वाट न पाहता या तज्ज्ञांनी व नेत्यांनी स्वतःची पोतडी भरणे व कसेही करून निवडून येऊन सत्ता भोगाणे बंद करावे.

❑❑❑

६ बळीराजाची अर्थसंकल्पातून फसवणूक सुरूच

'सर्वोत्कृष्ट अर्थसंकल्प' – पंतप्रधान डॉ. मनमोहन सिंग
'पुण्यातील उद्योगवर्तुळातून अर्थसंकल्पाचे स्वागत'
'आयटीपार्कमध्ये उत्साह'
'मारुती (कार) चे भाग्य उजळले'
'थम्स-अप फॉर स्टॉक मार्केट'

१ मार्च २००६ च्या वर्तमानपत्रांतील काही ठळक मथळे वरीलप्रमाणे होते. शेकडो उद्योगपतींच्या मुलाखती प्रसारमाध्यमातून आनंदमय वातावरणच दर्शवित होते. अर्थसंकल्पानंतर दोन दिवसांत मुंबई शेअरबाजाराचा निर्देशांक २८३ अंकांनी उंचावला होता व त्यामुळे त्या बाजाराने एक ऐतिहासिक स्थिती प्राप्त करून अर्थसंकल्पांमुळे झालेल्या औद्योगिकक्षेत्रातील भरभराटीची ग्वाहीच दिली होती. या आनंदमयी वातावरणात मात्र आमच्या बळीराजाबद्दल अतिशय मोघम बातम्या छापून आल्या. औद्योगिकक्षेत्रासाठी सर्व तऱ्हेने फायद्याचा अर्थसंकल्प अर्थमंत्र्याने सादर केला असला तरी लोकसभेपासून गल्लीतील वर्तमानपत्रांनी मात्र हा अर्थसंकल्प शेती क्षेत्राच्या क्रांतिकारक बदलाला अनुरूप असल्याचे चित्र रंगविले. एका वर्तमानपत्राने तर 'ड्रीम नव्हे ग्रीन बजेट' या मथळ्याचा दीर्घ लेख ५ मार्चच्या अंकात प्रकाशित केला होता.

दूरदर्शनवर व इतर चॅनेल्सवर अनेक उद्योगपती तसेच काही अर्थतज्ज्ञांच्या मुलाखती दिसत होत्या. सर्वजण खुशीत होते. देशातील आर्थिक प्रगतीचा दर नक्कीच आठ टक्क्यांपेक्षा जास्त राहून जागतिक स्तरावर भारत एक प्रगत देश म्हणून झेंडा फडकवेल असाच सर्वांचा सूर दिसून आला. शेतकरी व त्यांचे नेते मात्र या प्रकाशझोताच्या बाहेरच आढळून आलेत. नाही म्हणायला शेतकऱ्यांची बाजू मांडणाऱ्यांत डॉ. बुधाजीराव मुळीक (शेतीसाठी अर्थ (हीन) संकल्प-लोकसत्ता १ मार्च) व खासदार बाळासाहेब विखे (शेतकऱ्यांचा भ्रमनिरास – लोकसत्ता ६ मार्च) यांचा प्रामुख्याने उल्लेख करावा लागेल.

देशातील शेकडो अर्थतज्ज्ञ व उद्योगपती जेव्हा अर्थसंकल्पातील तरतुदींमुळे शेतीक्षेत्रात कायमचा कायापालट घडून येईल अशी ग्वाही देतात, तेव्हा अर्थसंकल्पातील

तरतुदींचा अर्थ बघणे आवश्यक ठरते.

औद्योगिकक्षेत्राला काय दिले

अर्थसंकल्पातून बळीराजाला काय मिळाले हे बघण्याआधी आनंद व्यक्त करणाऱ्या औद्योगिक व सेवाक्षेत्रांना वित्तमंत्र्यांनी कोणती देणगी दिली हे पाहणे महत्त्वाचे ठरेल.

१) मार्च २००६ ला संपलेल्या वर्षात विकासयोजनांसाठी एकूण रु.२,११,२५३ कोटींची तरतूद होती. त्यात पुढील वर्षांसाठी रु.२,५४,०४१ कोटींची तरतूद केली आहे. या भरीव वाढीचा जवळपास संपूर्ण हिस्सा शेतीक्षेत्रासाठी राखून ठेवतील असा भरवसा शेतीक्षेत्रातील सामान्यांचा होता; परंतु तसे मात्र झाले नाही. त्याचे वितरण औद्योगिक क्षेत्रासाठीच मुख्यत्वे कसे झाले ते पाहू या -

	२००५-०६ (कोटी रु.)	२००६-०७ (कोटी रु.)
१) ऊर्जानिर्मिती वितरण	५३,७२०	६९,५९३
२) सामाजिक सुधारणा (ग्रामीण गृहयोजना वगळता)	५१,२७१	६३,३१३
३) परिवहन उद्योगक्षेत्र	४०,४१२	४८,६१४
४) दळणवळण	१७,५२५	१९,८८४
५) शेतीक्षेत्र	५,९०७	७,३८५
६) ग्रामीण सुधारणा	१६,७१६	१८,२६९

वरील आकड्यांवरून कोणालाही सहज समजू शकेल की, सुरुवातीच्या १,३ व ४ प्रस्ताव उद्योगांनाच लाभ देणारे आहेत. त्यात चालू वर्षांच्या तुलनेत जवळपास २३ टक्के वाढ करण्यात आली. याउलट शेतीसंबंधी उपक्रमांसाठी केवळ तेरा टक्के वाढ दिसते. शेतीला केंद्रस्थानी ठेवून देशाची आर्थिक प्रगती साधू म्हणणाऱ्या सरकारने गेल्या पन्नास वर्षांच्या इतिहासाप्रमाणे उद्योगालाच झुकते माप दिले आहे. सामाजिक सुधारणांचा फायदा सर्वच क्षेत्रांना मिळणार असल्याने तो खर्च खास शेतीसाठी आहे असे म्हणणे बरोबर होणार नाही.

२) लहान मोटार गाड्यांवरील अबकारी कर (एक्साईज ड्यूटी) चोवीसऐवजी सोळा टक्के केल्यामुळे मध्यमवर्गीय ग्राहक व उद्योग यांनाच त्याचा लाभ मिळेल. कर्जबाजारी शेतकऱ्यांचा त्याच्याशी संबंध नाही.

३) वस्त्रोद्योगासाठी लागणारी यंत्रे व यंत्रभाग यावरील आयात कर पंधराऐवजी

दहा टक्के केल्याने मोठ्या उद्योगांना फायदा होणार आहे.

४) कागद व त्यापासून तयार होणाऱ्या वस्तूंवरील अबकारी कर सोळाऐवजी बारा टक्के केल्यामुळे या उद्योगालाच फायदा झाला.

५) रसायन तयार करणाऱ्या उद्योगांना अबकारी करात पंधराऐवजी दहा टक्के केल्याने लाभ मिळणार आहे.

६) वीज निर्माण करणाऱ्या उद्योगांना २०१० सालापर्यंत करण्यात येणाऱ्या गुंतवणुकीमुळे होणाऱ्या नफ्यातून सेक्शन ८० (आय ए) खाली करसवलत मिळणार आहे.

७) साबण व स्नानगृहात लागणाऱ्या वस्तू तयार करणाऱ्या कंपन्यांसाठी आयात कर सुसूत्रीकरणाच्या नावाखाली व जागतिकीकरणाचे नियम पाळण्यासाठी कमी केल्याने बहुतेक सर्वच उद्योगांना लाभ मिळणार आहे.

अशा अनेक वस्तू सामान्य शेतकरी सहज वापरत नसल्याने अथवा फारच अल्पप्रमाणात वापरत असल्याने शेतकरीवर्गाला अशा करकपातीचा विशेष फायदा होणार नाहीच. राष्ट्रीय द्रुतगती मार्ग, जलव्यवस्थापन रकमांची तरतूद केली म्हणून सांगितले तरी त्याचा उपयोग शेतीक्षेत्राऐवजी अनेक प्रकारच्या उद्योगांना तसेच शहरवासीयांनाच मिळणार आहे. अन्नप्रक्रिया व तशाच इतर उद्योगांसाठी अर्थसंकल्पात वाढीव रकमेची तरतूद असली तरी असे उद्योग अनेक देशी तसेच परदेशी कंपन्यांच्या हातातच राहणार असल्याने शेतकऱ्यांना आम्ही मदत करत आहोत असे सांगणे चुकीचे आहे.

यासंबंधात अर्थसंकल्पावर प्रतिक्रिया व्यक्त करताना भारतातील सर्वांत मोठ्या उद्योगाचे प्रमुख श्री. मुकेश अंबानी या अर्थसंकल्पाचा उपयोग होणार व त्यामुळे तळागाळातील वर्गांना या प्रगतीचा चमचा-चमचा का होईना, लाभ मिळणार असे मत व्यक्त केले. म्हणजे तळागाळातील व्यक्तींसाठी श्रीमंतांच्या सोनेरी ताटातील पडणारी वरणा-भाताची शिते असा याचा सरळ अर्थ होतो.

शेती उद्योगाला फायदा झाला का ?

अर्थसंकल्पात शेतकऱ्यांना केंद्रस्थानी ठेवून अनेक योजना, सवलती उपलब्ध करून दिल्यात असे पंतप्रधान, अर्थमंत्री, उद्योगातील सर्वच तज्ज्ञ सांगत आहेत. या सर्वांना शेतकऱ्यांना नक्की काय पाहिजे हेच माहीत नसावे, असे अर्थसंकल्पाचा बारकाईने अभ्यास केल्यावर म्हणता येईल. हजारो शेतकऱ्यांना आत्महत्या का कराव्या लागतात, तसेच इतरांना नाईलाजास्तव शेती का करावी लागते, याबद्दलचा संबंधितांनी अभ्यास केला असता, तर तो पूर्णतः बदलावा लागला असता यात शंका असू नये. अर्थसंकल्पात काय असावे हे पाहण्याआधी वित्तमंत्र्यांनी शेतीक्षेत्रासाठी काय दिले ते बघू या.

१) आधी सांगितल्याप्रमाणे विकास योजनांतर्गत शेतीक्षेत्रासाठी मागील वर्षांच्या तुलनेत फक्त तेरा टक्क्यांनी जादा पैसा उपलब्ध करण्याचा प्रस्ताव आहे. ज्या क्षेत्रावर सत्तर टक्के जनता प्रत्यक्ष व अप्रत्यक्षपणे अवलंबून आहे त्या क्षेत्रासाठी एकूण रु. २,५४,०४१ कोटीपैकी फक्त रु. २५,६५४ कोटी म्हणजे एकूण रकमेच्या फक्त दहा टक्के रक्कम उपलब्ध केली आहे. याउलट उद्योगांसाठी हेच प्रमाण ५४% आहे.

२) शेतीक्षेत्रासाठी कर्ज उपलब्धतेत पन्नास हजार कोटी रुपयांची वाढ करून ती आगामी वर्षात रु.१,७५,००० कोटी केल्याबद्दल प्रत्येक जण केंद्रसरकारचे अभिनंदन करत आहे. त्याचप्रमाणे केंद्रसरकारने दानशूरवृत्ती दाखवून अशा कर्जावरील व्याज कमी करून ते सात टक्के केले आहे.

आज शेतकऱ्यांना कर्जबाजारीपणामुळे आत्महत्या कराव्या लागतात. तसेच शेती ही सामान्यांसाठी तुटीचे अर्थशास्त्र ठरल्यामुळे अनेकजण शेती सावकारांना विकून शहराकडे जीवनाचा आधार शोधण्यासाठी धाव घेत आहेत. आज सामान्य शेतकऱ्यांच्या हातात खर्च केल्यावर दोन पैसे शिल्लक राहिले असते, तर आत्महत्येची पाळी त्यांच्यावर आली नसती. म्हणून तो शेतमालाला उत्पादनखर्चावर आधारित भाव सरकारतर्फे उपलब्ध करून द्यावे म्हणत असताना सरकार मात्र तुला कर्ज फेडता येत नाही, म्हणून अधिक कर्ज घेण्याचा आग्रह करत आहे.

३) अर्थसंकल्पात सुरुवातीला सांगितल्याप्रमाणे सरकारने 'शेतकऱ्यांच्या कल्याणासाठी' म्हणून सरकारतर्फे फळप्रक्रिया, अन्नप्रक्रिया, त्यासाठी लागणारी यंत्रे, वस्त्रोद्योग, चर्मोद्योग, हातमाग आदीसाठी जादा रक्कम गुंतविण्याचे ठरविले आहे. परंतु या सर्व उद्योगांत सामान्य शेतकरी लाभ घेताना कधी दिसले का? अर्थमंत्र्यांनी लहान उद्योगासाठी राखून ठेवलेल्या अनेक उद्योगांचे संरक्षण काढून ते क्षेत्र स्पर्धेसाठी मोकळे केले आहे. असे असताना या सर्वांचा फायदा शेतकऱ्यांना मिळणे अशक्य आहे.

४) डॉ. मुळीक म्हणतात, दुष्काळ, पूर, अल्पभूधारक शेतकरी, निचरा योजना, पाणलोटक्षेत्र विकास, भूगर्भातील पाण्याचे पुनर्भरण, खाजगी सावकारीचे उच्चाटन वगैरे मुद्द्यांना अर्थमंत्र्यांनी अजिबात स्पर्शही केला नाही.

५) ग्रामीण हमी रोजगारासाठी चौदा हजार कोटी रुपये, ग्रामीण रस्त्यांसाठी चौदा हजार कोटी रुपये, ग्रामीण विद्युतीकरणासाठी अकरा हजार कोटी रुपये आणि अशाच इतर काही योजना सरकारतर्फे तयार केल्या असल्याबद्दल अर्थमंत्र्यांनी उल्लेख केला. या सर्व आधीच्या अनुभवानुसार एका वर्षात पूर्ण होऊन त्याचा लाभ सर्वांना मिळेल असे म्हणणे चेष्टाच होईल. शेतकऱ्यांऐवजी उद्योगांनाच याचा अधिक लाभ होणार हे निश्चित. त्यातील बराच भाग भ्रष्टाचारात जाणार हेही नक्की.

खासदार बाळासाहेब विखे योग्य तेच सांगतात. ते म्हणतात, 'शेतीमालाच्या

अनिश्चित बाजाराभावामुळे कर्जबाजारी होऊन उद्ध्वस्त झालेल्या शेतकऱ्यांना प्रत्यक्ष सरकारी महसुलातून कुठलाही दिलासा न देता, त्यांच्या कर्जवाढीचा ढोल वाजविणाऱ्या अर्थसंकल्पाने आत्महत्येपर्यंत पोहोचलेल्या शेतकऱ्यांना कोणताच दिलासा दिलेला नाही.'

या उलट स्थिती उद्योगक्षेत्रात दिसते. उद्योगांना दिलेला कर लाभ रु.५७,९०० कोटी आहे. घसाऱ्यांबाबत आयकरात दिलेली सवलत उद्योगक्षेत्राला एक मोठी देणगीच आहे. वैयक्तिक तत्त्वावर देण्यात येणाऱ्या दानाची (गीव्हअवेज) करसवलतीची रक्कम ११,६९५ रु. कोटी असल्याचे एक तज्ज्ञाचे मत आहे. आयात कररूपाने दिलेल्या सवलतीची एकूण रक्कम ५७,१०० कोटी रुपये आहे. त्याचप्रमाणे निर्यात-प्रोत्साहन व कस्टमड्युटी मिळून उद्योगांना दिलेल्या सवलती ९२,६०० कोटींच्या आहेत. अर्थसंकल्पात सेवाकर अनेक प्रकारे वाढविण्यात आला आहे. याचा भार सामान्य शेतकऱ्यांना सहन करावा लागणार आहे. इतक्या सवलती व देणग्या उद्योगक्षेत्राला जवळपास दरवर्षी मिळत असूनही त्या क्षेत्राकडून २००५ सालापर्यंत एक लाख दहा हजार कोटी करबाकी होती. या थकबाकीपैकी ज्याबद्दल कोणतेही दुमत नाही अशी चालू वर्षातील रक्कम ४२,९१७ कोटी रुपये आहे. कोर्टात किंवा इतरत्र निर्णयासाठी खोळंबलेली करबाकी ६५,३०० रुपये तर दुमत नसलेली आधीच्या वर्षांची २,८४३ कोटी रुपये आहे.

वरील चर्चेनुसार अर्थसंकल्पात उद्योगक्षेत्राला मोठे झुकते माप मिळाले आहे. तर बळीराजाच्या तोंडाला पाने पुसली हेच स्पष्ट दिसते. बळीराजाच्या कल्याणासाठी सरकारला खरेच मनापासून चिंता असेल, तर खालील बाबी लक्षात ठेवूनच पुढील अर्थसंकल्प तयार करण्यात यावा.

१) उत्पादनखर्चावर आधारित शेतमालाला भावाची हमी द्यावी व त्यासाठी सरकारने कायदे करून पूर्ण जबाबदारी घ्यावी.

२) सध्याच्या बँकिंग पद्धतीत आमूलाग्र बदल करून शेतीक्षेत्रासाठी स्वतंत्र तसेच शेतकऱ्यांच्या सर्व गरजा तत्परतेने पुऱ्या करणारी बँकिंग पद्धत सुरू करावी. यामुळेच खाजगी सावकारीचे उच्चाटन शक्य होईल.

३) सर्व लहान शेतकऱ्यांची सध्याची कर्जे (सावकार व बँका) संपूर्णपणे माफ करावीत व त्यासाठी अर्थसंकल्पात तरतूद असावी.

४) सध्या युरोपात अमलात असलेल्या 'कॉमन ॲग्रिकल्चर पॉलिसीकॅप' धरतीवर शेती उद्योगासाठी सवलती भारतीय शेतकऱ्यांनाही उपलब्ध करून द्याव्यात. यात सामान्यतः शेतीची उत्पादकता वाढ, उत्पादनाला योग्य असलेल्या सर्वच घटकांचा जास्तीत जास्त उपयोग, यथायोग्य राहणीमान उपलब्ध करून देणे, बाजारात आवश्यक

असलेली स्थिरता, सर्वप्रकारच्या शेतमालांची समाजासाठी उपलब्धता, ग्राहकांना योग्य व परवडणाऱ्या भावात शेतमालाची उपलब्धता इत्यादींचा समावेश असावा.

५) भारतीय शेती निसर्गाच्या लहरीवर अवलंबून असल्याने शेतीच्या सर्व उत्पादनासाठी यथायोग्य विमासंरक्षण सरकारने स्वखर्चाने उपलब्ध करून द्यावे.

६) शेती हा उद्योग आहे हे समजून औद्योगिकक्षेत्रासारख्या सर्व सुविधा (पाणी, वीज, रस्ते, शाळा, दवाखाने, करमणुकीच्या सोयी) सरकारने निश्चित वेळ ठरवून उपलब्ध करून द्याव्यात. सरकारने या सर्व सोयी विकास योजनेतील कार्यक्रमातून उपलब्ध असलेल्या रकमेतून पूर्ण कराव्यात.

शेतीक्षेत्रावर देशाची सत्तर टक्के जनता अवलंबून असल्याने कोणताही अर्थसंकल्प तयार करताना वरील बाबी केंद्रस्थानी ठेवले तरच शेतीक्षेत्राला खऱ्या अर्थाने न्याय मिळू शकेल. अन्यथा बळीराजाच्या तोंडाला पाने पुसण्याचा खेळ पुढे कोणतेही सरकार असले तरी चालूच राहील, याची संबंधितांनी दखल घेणे आवश्यक आहे. तसे झाले नाही तर देशात जो काही सामाजिक तणाव निर्माण होईल, त्याची जबाबदारी स्वीकारण्याची तयार सरकारने ठेवावी.

□□□

७ | शोषणकर्त्यांनो, तुम्हीच खरे कर्जबाजारी !

अर्थशास्त्रज्ञ असलेले आपले पंतप्रधान आत्महत्या केलेल्या शेतकऱ्यांच्या कुटुंबांना, तसेच जे शेतकरी आत्महत्या करण्याची शक्यता आहे त्या सर्वांना दिलासा व पुढील उज्ज्वल भवितव्याची खात्री देण्यासाठी काही आठवड्यांपूर्वी विदर्भाच्या दौऱ्यावर आले होते. 'देशाचा राजा'च शेतकऱ्यांच्या सध्याच्या हलाखीच्या परिस्थितीचा आढावा घ्यायला येतो म्हणून विदर्भातील खेड्यापाड्यातील शेतकरीवर्ग एका दृष्टीने आनंदात होता, तर दुसरीकडे हा राजा खरंच आपले प्रश्न सोडवू शकेल का, याबद्दल संशयी होता. त्याचे कारण म्हणजे राज्याचे मुख्यमंत्री, तसेच अनेक मंत्री अशा प्रकारच्या दौऱ्यावर सतत येत असतात. परंतु आपले प्रश्न तसेच राहत असल्याचे या शेतकऱ्यांनी अनेक वर्षे अनुभवले आहे.

पंतप्रधानांची भेट लवाजम्याबद्दल जितकी गाजली, तितकी त्यांच्या मदत कार्यक्रमाबद्दल मात्र गाजली नाही. राज्याच्या मुख्यमंत्र्यांनी १०७५ कोटी रुपयांचे पॅकेज जाहीर करून अनेक महिने झालेत, परंतु सदर रकमेचा तळागाळातील शेतकऱ्यांना दिसण्याइतपतसुद्धा फरक जाणवला नाही. पंतप्रधानसुद्धा आणखी एक पॅकेज जाहीर करून परतले. कर्जात पूर्णपणे बुडालेल्या शेतकऱ्यांना नाराज मात्र करण्यात पंतप्रधान यशस्वी झाले. सबंध दौऱ्यासाठी त्यांच्या सोबत मोठा लवाजमा असल्याने त्या सर्वांसाठी सरकारच्या तिजोरीतील म्हणजे कर भरणाऱ्यांचे पाच-सात कोटी रुपये नक्कीच खर्च झाले असतील.

पंतप्रधानाच्या नागपूर पॅकेजने काय देण्याचे जाहीर केले?

१. आत्महत्या झालेल्या सहा जिल्ह्यांसाठी प्रत्येकी पन्नास लाख रुपये. पीडित कुटुंबांच्या तातडीच्या गरजा भागविण्यासाठी नगद पैशाचे वितरण. म्हणजे एकूण तीन कोटी रुपये मदत म्हणून दिलेत. यापेक्षा दुप्पट रक्कम या गाजलेल्या दौऱ्यासाठी खर्च झाली हे सांगणे न लगे.

२. अधिकृत बँकांकडून घेतलेल्या कर्जावरील ७१२ कोटींचे थकीत व्याज माफ करण्याचा निर्णय जाहीर केला. आज अधिकृत बँकांकडून कर्ज घेणाऱ्या शेतकऱ्यांची संख्या फक्त १५-२० टक्केच आहे. म्हणजे जवळपास ८० टक्के शेतकरी

स्थानिक व चोवीस तास सेवा उपलब्ध करणाऱ्या सावकारांकडून कर्ज काढून जीवन जगण्याचा प्रयत्न करत असतो. त्या व्याजाचा दर महिन्याला दोन ते पाच टक्के असतो. ते व्याज फेडण्यासाठी क्षमता अनेकांत नसते आणि याच कारणास्तव सामान्य शेतकरी पिढ्यान्‌पिढ्या कर्जात डुंबत असतो. या खासगी सावकरांना द्यावयाच्या व्याजाचा हिशोब सरकारजवळ असण्याची शक्यता नाही. या व्याजातून मुक्ततेची खरे तर शेतकऱ्यांना तातडीची गरज आहे. व्याजाशिवाय मुद्दल रक्कमसुद्धा सरकारने फेडून या शेतकऱ्यांना कर्जबाजारीपणातून मुक्त करण्याची अपेक्षा पंतप्रधानांच्या गाजावाजा केलेल्या भेटीची आतुरतेने वाट पाहणाऱ्या शेतकऱ्यांची होती. परंतु जसा सबंध अर्थव्यवस्थेत काळा पैसा राजरोसपणे वापरला जातो व त्याची नोंदही केली जात नाही. त्याचप्रमाणे या सावकारी कर्जाचे झाले आहे. कुणालाच अशा व्यवहारांची कल्पना करणे शक्य नाही. परंतु ही यंत्रणा कार्यरत असल्याबद्दल मात्र पंतप्रधानापासून गल्लीतील नेत्यांपर्यंत सर्वांना कल्पना आहे.

३. बँकांकडून घेतलेल्या १,२९६ कोटी रुपयांच्या थकलेल्या परतफेडीसाठी तीन ते पाच वर्षांसाठी मुदत अशा कर्जबाजारी शेतकऱ्यांना वाढवून देण्याचे जाहीर केले. सावकारांकडून घेतलेल्या व परतफेड न केलेल्या कर्जाची रक्कम कितीतरी पटीने अधिक असताना श्रीमंत शेतकऱ्यांशिवाय इतरांना या सवलतीचा मुळीच फायदा होणार नाही हे स्पष्ट आहे.

४. विदर्भात जलपुरवठा करण्यासाठी अनेक योजना जरी दरवर्षी जाहीर केल्या जात असल्या, तरी त्यापैकी फक्त ५०-६० टक्के योजनांनाच चालना मिळते. अशा अनेक योजनांचा पैसा राज्यातील अनेक खासदार/आमदार आपल्या मतदारसंघातील कार्यासाठी वळवून घेतात, याबाबत वाद नाही. म्हणूनच विदर्भाचा या बाबतीतील अनुशेष सतत वाढत आहे. या योजना कार्यरत व्हाव्यात म्हणून सरकारने एकूण ५२३ जलपुरवठा योजनांसाठी केंद्रसरकारकडून २१७७ कोटी रुपयांच्या मदतीचा या 'नागपूर पॅकेज' मध्ये समावेश आहे. यासाठी तीन-चार वर्षांचा काळ लागणार असल्याने शेतकऱ्यांना याचा ताबडतोब लाभ मिळणे अशक्य आहे.

या पॅकेजमध्ये व मुख्यमंत्र्यांनी आठ महिन्यांपूर्वी जाहीर केलेल्या पॅकेजमध्ये अर्थाअर्थी विशेष फरक नसल्याने विदर्भातील शेतकरीवर्ग पंतप्रधानांच्या भेटीवर नाराज का झाला याचे कारण सहज समजू शकते. काही शेतकऱ्यांनी आपली नाराजी पंतप्रधानांचा दौरा संपण्यापूर्वीच आत्महत्या करून व्यक्त केली. त्या दिवसापासून रोज आत्महत्या होत असल्याच्या बातम्या जनतेला प्रसिद्धीमाध्यमातून वाचायला व ऐकायला

मिळत आहेत. जुलैअखेर एकूण ८० शेतकऱ्यांनी आत्महत्या करून आपली नाराजी व्यक्त केली आहे. हा आकडा यापुढेही वाढत जाणार यात शंका नाही.

मग प्रश्न निघतो की, या आत्महत्यांना थांबविण्यासाठी पंतप्रधान तसेच इतरांजवळच उपाय नाही का ? हा कर्जबाजारीपणा आत्महत्या यांच्या संबंधाबद्दल कुणी कसा अभ्यास वा विचार करत नाही? कर्जबाजारीपणा कमी करण्यासाठी सरकार, त्यातील अर्थतज्ज्ञ, सामाजिक नेते, समाजातील अर्थतज्ज्ञ विचार करण्याची शक्ती गमावून बसलेत का ? सध्याचे कृषिमंत्री माध्यमांतील बातमीनुसार १९ मे २००६ रोजी संसदेत निवेदन करताना सांगतात की, '२००३ ला संपलेल्या दहा वर्षांत एक लाखावर शेतकऱ्यांनी कर्जबाजारीपणामुळे आत्महत्या केल्यात. हे निवेदन इतक्या थंडपणे केले गेले व ऐकल्या गेले की, त्याचे पडसाद जनमानसापर्यंत पोहोचलेच नाहीत. प्रसिद्धीमाध्यमे खून, बलात्काराच्या बातम्यांचा सतत भडिमार करत असतानाही या दरवर्षी होणाऱ्या दहा हजार शेतकऱ्यांच्या खुनाबद्दल मात्र दखलपात्र बातमी नाही म्हणून त्यावर चूप बसतील. यातून समाजाच्या संवेदनशीलतेची पातळी लक्षात येऊ शकते.

कर्जबाजारीपणा व आत्महत्या यात गेल्या काही वर्षांपासून एक प्रकारचे घनिष्ठ नाते निर्माण झाले आहे. आत्महत्या फक्त कर्जबाजारीपणामुळेच होतात, असा समज आज समाजात तयार झाला आहे. प्रसारमाध्यमेसुद्धा अशाच अर्थाने शेतकऱ्यांच्या आत्महत्येचे आकडे देत असतात. शेती-कर्ज-कर्जबाजारीपणा-गरिबी-आत्महत्या अशा प्रकारचा दुष्टचक्र ठरणारा संबंध भारतातील तज्ज्ञांपासून ते सामान्य जनतेच्या मनापर्यंत ठाम घर करून बसला आहे. हा संबंध मुळातच का तयार झाला व आजही होत आहे, याबाबत आपला बुद्धिमान समाज विचार करायला तयार नाही, असे सहज दिसून येते. अपवाद म्हणता येईल असा एक प्रयत्न १९७० च्या सुरुवातीस नागपूर येथे झाला होता. महाराष्ट्र कापूस उत्पादक संघातील काही तज्ज्ञ, अर्थशास्त्रज्ञ, प्राध्यापक व काही राजकीय नेते एकत्र येऊन कर्जबाजारीपणाचा उगम कसा झाला व त्याचे विविध रंग कसे फोफावत गेलेत व त्यातून भारतातील संपूर्ण शेतीक्षेत्राला, तसेच शेतकऱ्यांना कायमची मूठमाती देण्याचे कसे प्रयत्न केल्या जातात, याबाबतचा अतिशय शास्त्रोक्तपणे अभ्यास तेव्हा करण्यात आला होता. असा अभ्यास त्यापूर्वी वा त्यानंतर आजपर्यंत कुणी केल्याचे दिसत नाही. ही देशाच्या अर्थव्यवस्थेच्या प्रगतीची शोकांतिकाच म्हणावी लागेल. एकविसाव्या शतकातील जगात भारत सर्वांत जास्त प्रगत करण्याचे स्वप्न बघणाऱ्यांना शेतात काय पिकते, याची अजिबात कल्पना नाही हेच खरे.

कर्जबाजारीपणाची कारणे

जेव्हा एखादी व्यक्ती स्वतःच्या व त्यावर अवलंबून असणाऱ्या कुटुंबातील सभासदांच्या जीवनाला आर्थिक आधार मिळावा म्हणून व्यवसाय, उद्योग वा नोकरी करण्याचा प्रयत्न करते, तेव्हा त्या व्यवसायातून, उद्योगातून, नोकरीतून मिळणाऱ्या उत्पन्नातून सर्वसाधारण खर्च करून थोडा पैसा बचत म्हणून ठेवण्याचा प्रयत्न करत असते. हा सर्वमान्य नियम जगातील प्रत्येक भागात दिसून येतो आणि त्याकडे कोणत्याही संशयातून बघण्याची आवश्यकता नाही.

या देशातील शेतकऱ्यांनाही हा नियम लागू व्हायला काही हरकत असू नये. उद्योगपती मिळवत असलेल्या उत्पन्नातून नुसता सर्वसामान्य खर्चच भागविण्याचा उद्देश ठेवत नाही, तर त्यातून आपल्या उद्योगाच्या भविष्यकाळात होणाऱ्या विस्तारासाठी आवश्यक असणारे भांडवलसुद्धा मिळवून ते बाजूला ठेवण्याचा प्रयत्न करीत असतो. म्हणूनच उद्योगपती हे दीर्घकाळानंतर मोठ्या उद्योगसमूहाचे मालक होतात. श्री. अंबानी यांचा उल्लेख यासंबंधात केला तरी याचा अर्थ सहज स्पष्ट होईल. असाच प्रकार सेवाक्षेत्रातसुद्धा बघायला मिळतो. कारकून पुढे-मोठा अधिकारी होतो व स्वतःच्या भविष्यासाठी काही पैसा जमा करून ठेवतो. त्याला महागाईचा त्रास होऊ नये म्हणून मालकाकडे तगादा लावून व कधी संघटनेच्या ताकदीवर संप करून अधिक पगार प्राप्त करतो.

उद्योग व कर्मचारीवर्गात कर्जबाजारीपणाचा प्रकार आपल्याला कधी दिसत नाही. उद्योगपती वा कर्मचारी 'कर्ज घेऊन जन्म घेतो, कर्जातच जीवन जगतो व कर्जातच मृत्यू पावतो'. असा वाक्प्रचार कधी ऐकायला येत नाही. परंतु हा वाक्प्रचार शेतकऱ्यांच्या बाबत शाळा- महाविद्यालयाच्या पुस्तकांतून गेली पन्नास-साठ वर्षे शिकविला जातो हे आपण अनुभवतो. मग कर्जबाजारीपणा शेतकऱ्यांच्याच वाट्याला का येतो? इतक्या वर्षांनंतरही या कर्जबाजारीपणातून सामान्य शेतकऱ्यांची सुटका का झाली नाही वा सुटका का करून देण्यात आली नाही.

महाराष्ट्र कापूस उत्पादक संघाने याबाबत केलेल्या अभ्यासातून या प्रश्नांची उत्तरे सहज सापडू शकतील.

शेतकरी अनेक शतकांपासून जीवनाला आवश्यक असणाऱ्या शेतमालाच्या उत्पादनाचे कार्य करत आला आहे. औद्योगिक क्रांतीनंतर मात्र त्याच्या गरजा हळूहळू वाढू लागल्यात. समाजातील इतर घटकांशी जसजसा संबंध वाढत गेला, तस तसा त्याच्या गरजेचा आकार वाढू लागला. म्हणून स्वतःच्या शेतीत तयार होणाऱ्या मालापैकी

काही भाग बाजारात नेऊन मिळेल त्या किमतीला विकून तो या नव्या गरजा भागवू लागला. मुळातच अशिक्षित असल्याने जोपर्यंत शेतीत भरपूर उत्पन्न निघायचे तोपर्यंत संसाराचा गाडा हाकलताना त्याला फारशा अडचणींना तोंड द्यावे लागले नाही. कालांतराने अनेक पिढ्यानंतर जमिनीचा आकार वारसाहक्कामुळे कमी होत गेला. लहान आकाराची शेती, म्हणून त्यातून निघणारे उत्पन्न कमी, समाजाशी घनिष्ठ संबंध ठेवणे आवश्यक ठरल्याने औद्योगिकक्षेत्रात तयार होणाऱ्या वस्तूंसाठीच्या गरजा वाढलेल्या. कुटुंबासाठी व हळूहळू शेतीतून जास्त उत्पन्न मिळविण्यासाठी अधिक पैशाची गरज भासू लागली. म्हणून शेतीतून मिळणाऱ्या उत्पन्नातील खूप मोठा भाग विकून त्याच्या आधाराने जीवन जगण्याचा प्रयत्न होऊ लागला. हे सर्व घडत असताना शेतातील मालाचा उत्पादनखर्च व तो माल विकून मिळणारे उत्पन्न यांचा हिशोब करण्याचे ज्ञान मात्र प्राप्त केले गेले नाही. म्हणून बाजारात माल विकताना किती किमतीला विकावा व त्या उत्पन्नातून स्वतःला नफा व तोटा होतो, याबाबतचे अज्ञान अनेक पिढ्यानंतर आजही दिसून येते.

कापूस उत्पादक संघाने भारतात प्रथमच शेतकऱ्यांना शेतमालाचा उत्पादनखर्च कसा ठरवावा याचे शिक्षण त्यांच्या घरी जाऊन दिले. त्याच्या तुलनेत बाजारात प्राप्त होणारे मूल्य किती असावे व प्रत्यक्षात किती मिळते, याचा हिशेब समजावून सांगण्यात आला. यातून अनेक शेतकऱ्यांना दिसून आले की, आपले गणित अनेक पिढ्या चुकीच्या आधारावर मांडण्यात आले. भरपूर मोठी जमीन व त्याला साजेशा भक्कम उत्पन्नामुळे असे गणित मांडण्याची पूर्वीच्या शेतकऱ्यांना गरज भासली नाही. जमीन लहान, उत्पन्न लहान म्हणून नफ्याऐवजी तोटाच आपल्या वाट्याला आल्याचे नवीन पिढीतील शेतकऱ्यांना समजू शकले. कापूस उत्पादक संघाने शास्त्रीय अभ्यासातून शेतकऱ्यांना दाखवून दिले की, शेतकऱ्यांच्या शेतमालासाठी होणारा उत्पादनखर्च सतत वाढत असताना त्या प्रमाणात बाजारभाव मिळत नाहीत. या दोनमधील अंतर सर्वसामान्यपणे २५-३० टक्के तोट्याच्या बाजूला दिसून आले.

नवीन पिढीतील शेतकरी शिकलेला असून, समाजात घडणाऱ्या अनेक बाबींबाबतची आवश्यक असलेली माहिती त्याला आहे. म्हणून उत्पादनखर्च व शेतमालाला प्राप्त होणाऱ्या बाजारमूल्याबद्दलची त्याला स्पष्ट कल्पना आहे. अशा प्रकारच्या चुकीच्या गणितातून गेल्या ५०-६० वर्षांत शेतकऱ्यांचे किती नुकसान झाले असावे, याचा अंदाज या नवीन पिढीतील शेतकऱ्यांना सहज लावता येतो. सरकारची आर्थिक धोरणे किती फसवी आहेत, तसेच ती शेतकऱ्यांच्या किती हिताविरुद्ध

आहेत याचा अंदाज त्याला आज सहज करता येतो. शेतकऱ्यांच्या प्रभावी संघटनेअभावी सबंध शेतकरीवर्गाची गेली ५०-६० वर्षे सरकारतर्फे, उद्योगांतर्फे, अधिकृत बँकिंग यंत्रणेतर्फे किती फसवणूक-तसेच लुबाडणूक हेत आली याचे चित्र या नवीन दमाच्या शेतकऱ्यांना आज स्पष्ट दिसायला लागले आहे.

महाराष्ट्र कापूस उत्पादक संघाने शेतकरीवर्गाला ही नवीन चेतना देण्याचे ऐतिहासिक महत्त्वाचे काम केले. यातून त्या तज्ज्ञाची दूरदृष्टी व अर्थशास्त्रीय सिद्धान्तांविषयी असलेली स्पष्ट कल्पना व गाढा विश्वासच दिसून येतो. याला दुजोरा देणाऱ्या 'टाटा इन्स्टिटच्यूट ऑफ सोशल सायन्सेस' च्या गत वर्षाच्या अहवालाचा दाखला म्हणून उल्लेख करता येईल. या संस्थेने स्वतंत्रपणे केलेल्या अभ्यासातून हेच निदर्शनास आणून दिल की, शेतमालाला बाजारात प्राप्त होणारे मूल्य नफा न धरताही त्या शेतमालाच्या उत्पादनखर्चाच्या ५० ते ६५ टक्केच असते. म्हणजे शेतकऱ्याला सरासरीने ३५ ते ५० टक्के तोटा सहन करूनच शेती करावी लागते आणि त्या अहवालाने असाही दुजोरा दिला आहे की, हा आतबट्ट्याचा व्यापार एक-दोन वर्षांतील नसून गेली अनेक वर्षे चालू आहे. त्यासाठी सरकारी धोरणांना या संस्थेने सर्व दोष दिला आहे.

थोडक्यात, भारतीय शेतकरी गेली ५०-६० वर्षे शेतीत कमीत कमी २५ टक्के तोटा सहन करीत आला आहे आणि ही उत्पन्नातील २५ टक्के तूट भरून काढण्यास शेतकऱ्याजवळ अन्य सुविधा वा पर्याय नाहीत. खरे तर उत्पादनखर्चातील सरासरी २५ टक्के तूट व कुटुंबासाठी करावा लागणारा निजी खर्च एकत्र केल्यास हे तुटीचे प्रमाण वाढून ते जवळपास चाळीस टक्के होते. मग प्रश्न येतो की, ही तूट शेतकरी सहन करून इतकी वर्षे शेती व्यवसाय का करीत आहे ? त्याला उत्तर पुढीलप्रमाणे देता येईल.

अ. शेतीशिवाय अन्य व्यवसाय करण्यासाठी लागणारे ज्ञान व कसब नसल्याने वडिलोपार्जित शेती व्यवसायात तो गुंततो.

ब. शेतकऱ्यांची बरीचे मुले अतिरिक्त उत्पन्न मिळविण्यासाठी मोठ्या शहरांत वा महानगरांत काम करतात.

क. ज्यांना कोणताच पर्याय उपलब्ध नाही, ते शेतकरी स्थानिक सावकारांकडून अतिशय जास्त दराच्या व्याजावर कर्ज घेतात व जीवनाला अर्थ प्राप्त करण्याचा प्रयत्न करतात. त्यांची ही जिद्द व हिंमत तात्पुरती असते. 'जेथे विहिरीतच नाही, तेथे पोहऱ्यात कसे येणार' अशी मराठीत म्हण आहे. जेथे शेतीत नफा नाहीच, तेथे अतिरिक्त उत्पन्न असणे शक्यच नाही. म्हणून सावकाराची मुद्दल रकमेची कर्जेच काय, त्यावरील

व्याजसुद्धा असा शेतकरी अनेक पिढ्या फेडू शकत नाही. म्हणून एक कर्ज फेडण्यासाठी किंवा व्याजसुद्धा देण्यासाठी दुसरे कर्ज तर कधी तिसरे वा चौथे कर्ज हा जीवनातील सट्टाबाजार अखेर शेतकऱ्याला कर्जबाजारी करून सोडतो. कधी न सुटणारा हा चक्रव्यूह त्या शेतकऱ्याला आत्महत्या करण्यास भाग पाडतो.

ड. सरकारतर्फे कितीही विविध कल्याणकारी योजना जाहीर झाल्या, तरी त्यांचा स्पर्शसुद्धा सर्वसाधारण शेतकऱ्यांना होत नसतो. औद्योगिक क्रांतीतून रोजगार मिळण्याबाबत नुसती स्वप्नेच सरकार रंगवू शकते. शेतकऱ्यांसाठी त्याचा कवडीचाही फायदा नसतो. म्हणून जोपर्यंत शरीरात ताकद आहे तोपर्यंत शेतात राबराब राबायचं, कर्ज फेडता नाही आले तर सावकाराच्या घशात स्वतःचे शेत घालायचे वा आत्महत्या करून ही दुःखी जीवनयात्रा संसारातील इतरांची पर्वा न करता संपवायची हा क्रम बहुतेक लहान व मध्यम शेतकऱ्यांबाबत स्पष्ट दिसून येतो.

शेतकऱ्यांना लुबाडणारे कोण?

देशातील चुकीच्या आर्थिक धोरणांचा सर्वांत जास्त फटका बसला तो शेतकऱ्यांना. पंडित नेहरूंजवळ महात्मा गांधींनी असा आग्रह धरला होता की, 'पाश्चिमात्यांच्या औद्योगिक संस्कृतीतून आपल्या देशाचे प्रश्न सोडविणे अशक्य असल्याने आर्थिक योजनेत शेती व खेडे 'केंद्रस्थानी' ठेवून देशातील जनतेला जीवनाचा उत्तम व सोपा मार्ग उपलब्ध करून देणे गरजेचे आहे.'परंतु सोव्हिएत युनियनमधील भव्य प्रमाणात झालेले औद्योगिकीकरण पंडित नेहरूंना खूप प्रभावित करीत होते. पंडित नेहरूसुद्धा विचाराने मार्क्सवादीच होते. त्यामुळे महात्मा गांधींचे विचार त्यांना अतिशय कालबाह्य वाटणे साहजिकच होते. आज होणाऱ्या आत्महत्यांचा प्रारंभ पंडित नेहरूंच्या या हटवादी विचारातून झाला आहे, असे म्हणावे लागते.

प्रथम पंचवार्षिक योजनेतील काही भाग सोडता आजपर्यंतच्या सर्व पंचवार्षिक योजनांत उद्योगांना केंद्रस्थानी ठेवण्यात आले आहे. शेती जरी ७० टक्के जनतेला जीवनाचा आधार देत असली, तरी या 'व्यवसायाला' अतिशय गौण स्थान देण्यात आले व अजूनही देण्यात येत आहे.

औद्योगिक प्रगतीतूनच गरिबी नष्ट होऊ शकते, या पश्चिमी विचारावर आधारित देशाचे आर्थिक नियोजन आजही आखण्यात येते. सबब उद्योगांना पाहिजे त्या सोयी, संरक्षण, अनुदाने, सवलती प्राप्त झाल्या. त्याचाच परिणाम म्हणून उद्योगांना लागणारा शेतीतील कच्चा माल स्वस्त दरात उपलब्ध करून देण्यात सरकारने सतत पुढाकार घेतला. म्हणून उद्योग व व्यापारी ठरवतील तीच किंमत योग्य धरून शेतमालाच्या

आधार किमती सरकार गेली अनेक दशके जाहीर करीत आहेत. शेतकऱ्यांना २५ टक्के तोटा सहन करून शेतमाल का विकावा लागतो, याचे उत्तर यातून मिळते. अशा प्रकारे स्वस्त शेतमालावर प्रक्रिया करून औद्योगिक वस्तू तयार होऊन त्या बाजारात विकताना उद्योगपती भरपूर नफा कमवतात, हे सत्य सरकारसुद्धा स्वीकारते. उद्योगपती किती नफा कमवितात याचे हिशोब सरकारकडे आहेत. परंतु ते मुद्दामच गुप्त ठेवण्यात येतात. कायदे करणाऱ्या संसदेपासूनही ते गुप्त ठेवतात. यातून सरकार व उद्योगपतींचे उद्देश स्पष्ट होतात. म्हणून शेतमालाला उत्पादनखर्चापेक्षा कमी मूल्य देण्यामागे सरकारचा, उद्योगपतींचा वा व्यापारीवर्गाचा प्रत्यक्ष हात आहे हे सांगायला नको. या सर्वांची एक अलिखित व्यूहरचनाच शेतकऱ्यांना लुबाडण्यास जबाबदार आहे. या तिघांमध्ये याबाबत एक प्रकारचे संगनमत असल्याशिवाय गेली पन्नास-साठ वर्षे शेतकऱ्यांना देशोधडीला लावणे शक्य झाले नसते.

आजचे कृषिमंत्री स्वतःला शेतकरी समजतात व आपणच 'शेतकऱ्यांचे खरे कैवारी' आहोत असा प्रचार करतात. यांच्या तुलनेत एका माजी कृषिमंत्र्याचे अंतःकरण शेतकऱ्यांच्या प्रेमाने किती भरून येत होते, याची कल्पना त्यांच्या एका लेखातील खालील भागावरून सर्वांना सहज करता येईल.

'आर्थिक दृष्टीतून भारतीय शेतकरी कर्जबाजारी नाही. उलट भारतीय भांडवलदार, व्यापारी आणि सरकार यांना भारतीय शेतकऱ्यांनी गेल्या शतकात एवढे प्रचंड कर्ज दिले की, तेवढे कर्ज कोणताही सावकार कुणाला देऊ शकणार नाही. या शोषकाची कमाल ही की, त्यांनी शेतकऱ्यांचे कर्ज परत न करता बुडविले आणि उलट शेतकऱ्यांनाच कर्जबाजारी म्हणून घोषित केले.जप्त्या, वॉरंट्स, काळ्या यादीतील शेतकऱ्यांच्या नावाची कुप्रसिद्धी अशा अघोरी मार्गांनी भारतीय अर्थव्यवस्थेच्या स्वामीला घायाळ करण्यात आले. उत्पादनखर्चापेक्षा कमी किमतीला आपले उत्पादन विकून आणि उत्पादनखर्चापेक्षा जास्त किमतीला औद्योगिक व उपभोग्य वस्तूंची खरेदी करून शेतकऱ्यांनी भांडवलदार, व्यापारी, नोकरदार आणि सरकार या सर्वांना अलोट कर्ज दिले. शेतकऱ्यांचे सर्व कर्ज त्वरित माफ करण्यात यावे आणि सामान्य नफ्यासह असणारी किंमत कृषीमालाला मिळावी. शेतकरी जे विकतो व जे खरेदी करतो, या दोन्ही किमती समाजवादी किमती असाव्यात.'

हे विधान शेतकऱ्यांचे खरे कैवारी डॉ. पंजाबराव देशमुख यांचे होते. त्यानंतर अनेक वर्षांचा काळ गेला आहे म्हणून शेतकऱ्यांची लुबाडणूक चालू ठेवून आज शेतकऱ्यांनी या लुबाडणाऱ्यांना दिलेल्या कर्जाचा बोजा खूपच वाढला आहे. त्याची

प्रत्यक्षात किंमत हजारो कोटी रुपयांत सहज भरू शकेल. म्हणून १०७५ कोटी रुपये पॅकेज वा ३७५० कोटी रुपये पॅकेज ही कर्जफेड धरता येणार नाही. ही तर वरवरची मलमपट्टीच आहे. शेतकऱ्यांच्या खऱ्या कर्जाला अजून परतफेडीचा स्पर्श झाला नाही. आणि जोपर्यंत नुसती मलमपट्टीच हे शोषक लावणार असतील, तोपर्यंत कर्ज देणाऱ्या खऱ्या कर्जबाजारी लोकांना (भांडवलदार, सरकार, नोकरशाही व व्यापारी) शांतपणे झोपू देणार नाही, असा स्पष्ट संदेश डॉ.पंजाबराव देशमुखांच्या वरील वाक्यांतून दिसून येतो. शेतकऱ्यांनी आपण दिलेल्या कर्जाची परतफेड मागण्यासाठी प्रत्यक्ष कृतीचा मार्ग धरणे म्हणूनच आवश्यक ठरते.

❑❑❑

८ | सरकारदरबारी शेतीक्षेत्राबद्दल आकस का?

केंद्रसरकारच्या लोकसभेत सादर केलेल्या गेल्या अर्थसंकल्पात शेतीक्षेत्र व शेतकरीवर्गाबद्दल बरेच प्रेम दाखविण्याचा प्रयत्न झाला. बँकांकडून देण्यात येणाऱ्या एकूण कर्जापैकी मागील वर्षाच्या तुलनेत थोडा जास्त भाग शेतीक्षेत्राकडे वर्ग करण्याचे सुतोवाच वित्तमंत्री पी.चिदंबरम् यांनी केले. औद्योगिकक्षेत्रातील अनेकांनी ही सवलत 'योग्यच' आहे, असे म्हणून वित्तमंत्र्यांची पाठ थोपटली. गेली पन्नास वर्षे याच काँग्रेस सरकारला या शेतीक्षेत्राची व शेतकऱ्यांची आठवण येत नव्हती. परंतु हजारोंच्या संख्येत शेतकऱ्यांनी आत्महत्या केल्याने सरकारला या क्षेत्रातील लोकांसाठी काहीतरी केल्याचा देखावा करणे भाग होते. तेव्हा दिले ते फक्त कर्ज, ज्याची परतफेड होऊन सरकारी पैसा परत सरकारकडेच येणार, याबद्दल शंका नाही. परंतु देखावा असा करण्यात आला की, जणू सरकारने हजारो कोटी रूपये या क्षेत्राला बक्षीस दिले.

पं.नेहरू पंतप्रधान असतानासुद्धा असाच प्रकार झाला होता. १९५१ ला पहिली पंचवार्षिक योजना सुरू झाली व १९६१ पर्यंत दुसऱ्या पंचवार्षिक योजनेचा काळ संपत आला होता. त्यावेळी तिसऱ्या योजनेची चर्चा चालू असताना देशाचे राष्ट्रीय उत्पन्न ४२ टक्क्यांने वाढले, असे योजना आयोगाने पं. नेहरूंना कळविले. त्यावर पं. नेहरू आपला राग आवरू शकले नाही. ते म्हणाले, "पण हे वाढलेले उत्पन्न कोणाकडे गेले?" कुणीच त्यांना समाधानकारक उत्तर देऊ शकले नाही. मग पं.नेहरू यांनी स्वतः पुढाकार घेऊन, याचा अभ्यास करण्यासाठी प्रा.महालनोबीस यांच्या अध्यक्षतेखाली समिती नेमली. या समितीने खूप सखोल अभ्यास करून आपला निष्कर्ष पं. नेहरूंना कळविला. त्यानुसार हे वाढलेले उत्पन्न भारतातील मक्तेदारी, भांडवलदारी असलेल्या ७५ घराण्यांत गेल्याचे निश्चित झाले होते.

याचा अर्थ स्पष्ट करताना समितीने म्हटले की, शेतीतून निर्माण झालेली धान्य व कच्चा मालरूपी संपत्तीची लूट या भारतीय शेतमालाच्या किमती कमी करण्यासाठी भांडवलदाराच्या लॉबीने सरकारवर दडपण आणायला सुरुवात केली. तोपर्यंत शेतकऱ्यांची कोणतीच संघटना अस्तित्वात नसल्याने शेतकऱ्यांचे संरक्षण करण्यासाठी 'देवा'शिवाय कुणीच अस्तित्वात नव्हता. जेव्हा किमती कमी करण्यासाठी हालचाल व्हायला लागली, तेव्हा भारतात सर्वप्रथम विदर्भात शेतकऱ्यांनी स्वतःचे जीवन तपासले. अनेक जण एकत्र येऊन त्यांनी सर्व गोष्टींचा सखोल अभ्यास केला. भांडवलदारांच्या

या प्रचाराविरुद्ध स्वतःची संघटना स्थापन करून चोख उत्तरे द्यायला सुरुवात केली. या उत्तरात असे दाखवून देण्यात आले की, महाराष्ट्रातील एक टक्का जमीन असलेला व त्यात ऊस पिकविणारा शेतकरी सोडून दिल्यास महाराष्ट्रातील इतर शेतकरी गरिबीचाच अनुभव घेत आहेत. हे आकड्यांसह सरकारपुढे, तसेच सबंध शेतकरीवर्गांपुढे मांडण्यात आले होते. कोरडवाहू शेतकरी कर्जाच्या डोंगराखाली कसा दबला गेला, याचेही चित्र त्यात स्पष्ट करण्यात आले होते.

१९७१-७२ च्या वार्षिक 'इकॉनॉमिक रिव्ह्यू' मध्ये दिलेल्या माहितीनुसार त्या वर्षी ५७.९ टक्के, म्हणजे अर्ध्यापेक्षा अधिक खेड्यातील जनतेला प्रत्येकी एक रुपया रोजपेक्षा जास्त खर्च करता आला नव्हता. त्याचबरोबर ९५ टक्के जनतेला प्रत्येकी दोन रुपये रोजापेक्षा खर्च करण्याची शक्ती नव्हती. आज रुपयाच्या अवमूल्यनामुळे या आकड्यांत मोठी वाढ दिसत असली, तरी तीस वर्षांनंतरही शेतकऱ्याची स्थिती 'जैसे थे' सुद्धा नसून, त्यात आणखी घसरणच झाली आहे. सध्याच्या सरकारात पश्चिमी शिक्षण घेऊन आलेले पंतप्रधान, वित्तमंत्री व योजना ओयागाचे मुख्य असल्याने त्यांचे विचार भांडवलदारवर्गाला पूरक राहणार यात शंका नाही. आजही सरकारला शेतकऱ्याची खरी आर्थिक स्थिती पूर्णपणे माहीत नाही, असे म्हणावे लागते. सरकारी धोरण ठरविणारी राज्यसत्ता निव्वळ शेतकऱ्यांच्या पाठिंब्यावर निवडून येत असताना, धोरण ठरविताना मात्र भांडवलदारांची भाषा वापरताना दिसते.

शेतकऱ्यांच्या बाबतीत सरकारतर्फे असा आकस का दिसून येतो? याचे उत्तर असे सांगता येईल की, जशी भांडवलदारांची मजबूत संघटना आज 'लॉबी' करून सरकारवर सतत दडपण ठेवते. तशी शेतकऱ्यांची मजबूत संघटना अस्तित्वात नाही. म्हणून त्यांच्या प्रश्नाकडे कुणाचेही लक्ष नसते. भांडवलदारांच्या संघटनेच्या सभेत साध्या मंत्र्यांपासून पंतप्रधानांपर्यंत सारेजण हजेरी लावतात. परंतु त्यापैकी एकही जण शेतकऱ्यांच्या सभेला जाण्याचे कष्ट घेत नाही. म्हणून शेतकऱ्यांची खरी स्थिती सरकारपर्यंत पोहोचतच नाही. सबब शेतकऱ्यांना कर्जे वाढवून दिली की, आपले कर्तव्य संपले अशा थाटात सरकारी नोकर व राजकारणी नेते वागतात.

वस्तूंचे भाव कसे ठरतात ?

कारखान्यात तयार होणाऱ्या वस्तूंसाठी, झालेला खर्च एकत्र करून त्यात पाहिजे असलेला नफा मिळविला की, जी बेरीज तयार होते त्यालाच वस्तूचे विक्री मूल्य धरण्यात येते व त्याच मूल्याप्रमाणे त्या वस्तूची बाजारात विक्री होते. यालाच अर्थशास्त्राच्या भाषेत 'ॲडिटिव्ह प्राईस' म्हणतात. याउलट शेतमालाचे विक्री दर, विशेषतः कापसाचे, याच्या उलट्या पद्धतीने ठरतात, म्हणजे आधी बाजारातील मूल्य किंवा किंमत ठरते व त्यानंतर त्यासाठी किती खर्च होतो याचे गणित मांडले जाते.

त्यामुळे बरेचवेळा या पद्धतीच्या गणितामुळे शेतकऱ्याला खर्चसुद्धा वसूल करायला मिळत नाही. याला 'रेसिड्युयल प्राईस' म्हणून संबोधले जाते. कापूस गिरणीला किती किमतीत तो कापूस परवडेल की, ज्या योगे त्या गिरणीमालकाला अपेक्षित नफा होईल, यावर कापसाचे विक्री मूल्य ठरते. कापूस विक्रीमूल्य ठरविताना त्यासाठी झालेल्या उत्पादनखर्चाचा विचार होत नसतो. हे एक प्रमुख कारण शेतकऱ्याच्या गरिबीला जबाबदार असते. गिरणीची समृद्धी व भांडवलदारांचा नफा हाच कापूस-व्यापाराचा केंद्रबिंदू असल्याने शेतकऱ्याचे सतत शोषण होत असते. 'जी बाजू कमजोर असते, तिचे शोषण होते' हा अर्थशास्त्राचा नियम याबाबत पूर्णपणे लागू असल्याचे दिसून येते.

एकीकडे शेतकऱ्याला उत्पादनखर्चावर आधारित भाव स्वतः उत्पन्न केलेल्या वस्तूंना मिळत नाही. तर दुसरीकडे, स्वतःसाठी व शेतीमाल उत्पादनासाठी कारखान्यात तयार होणाऱ्या वस्तू (औषधे, तेल, साबण, रासायनिक खते, कापड, शेतीची हत्यारे इ.) ॲडिटिव्ह पद्धतीने ठरलेल्या किमतीला बाजारातून घ्याव्या लागतात. म्हणजे खरेदी करताना जास्त भाव द्यावेत व शेतीमाल विकताना कमी भाव पदरात पाडून घ्यावेत, असा हा उफराटा नियम त्याला जीवनातून कायमचा उठवणार नाही का ?

गेली पन्नास वर्षे ग्रामीण विभागातील अर्थव्यवस्था का घसरत आहे, याचे कारण या भाव-असंतुलनात स्पष्टपणे दिसत आहे. प्राध्यापक बी. एन. गांगुली यांनी हा विचार सविस्तर मांडताना संपत्तीचा ओघ खेड्यांतून शहरांकडे किती पद्धतीने जातो व खेड्याची अर्थव्यवस्था सतत का तोट्यात असते याचे मार्मिक विवेचन केले आहे. शेतीसाठी कर्जाचा सतत मारा करून परिस्थिती कधीच सुधारू शकत नाही हे जाणून घेण्याची सरकारदरबारी कुणाचीच इच्छा नाही. पंतप्रधान नेहमी एकूण कर्ज किती वाटलेत वा कमी का वाटलेत याच भाषेत अजूनही बोलताना बघून त्यांची कीव येते.

शेतमालाला योग्य भाव कोण मागतो ?

आधी सांगितल्याप्रमाणे सरकारतर्फे श्रीमंत शेतकऱ्याला सोईचे होईल असेच धोरण सरकार सुरुवातीपासून घेत आले. परंतु लहान शेतकऱ्यांची बाजू सरकारतर्फे बघितली जात नाही. श्रीमंत शेतकरी शेतमालाला भाव येईपर्यंत काही दिवस थांबू शकतात व योग्य भाव असताना तो माल बाजारात आणून नफा कमावू शकतात. परंतु लहान शेतकऱ्यांबाबत ही स्थिती अगदी उलट असते. बाजारात जितका माल येतो, त्याच्या ४७% माल हा पाच एकरपर्यंत जमीन असलेले शेतकरी विकायला आणतात, असे श्री. नारायणन यांनी 'शेतीमालाच्या विक्रेय उत्पादनाची शेतीच्या आकारमानावरून विभागणी' या पुस्तकात संशोधनरूपाने मांडले आहे. सबब बाजारात विक्रीसाठी आणलेल्या शेतमालाला योग्य भाव मिळण्यात लहान शेतकऱ्यांचे हित फार महत्त्वाचे ठरते. कापूस तर शंभर टक्के व्यापारी पीक आहे. त्याबाबतीत धोरण ठरविताना लहान व

मोठा शेतकरी असा भेदभाव करणे बरोबर नसते कारण त्यात सर्वांचे हित सारख्या प्रमाणात असते.

आधी म्हटल्याप्रमाणे शेतमालाचे भाव गिरणी व कारखाने चालविणाऱ्या भांडवलदारांना परवडतील त्या प्रमाणावरच ठरत असतात. म्हणजेच उत्पादकाला उत्पादनखर्च कितीही जास्त झाला तरी त्या खर्चावर आधारित भाव कधीच मिळणार नाही असे दिसते. आज लहान शेतकरी याबाबतीत नुकसान सहन करून जिवंत राहण्याचा प्रयत्न करत आहे. ज्यांना तेही शक्य नसते, ते आत्महत्या करून या चक्रव्यूहातून कायमची सुटका करून घेतात.

आज सरकारदरबारी शेतमालाचे 'आधार भाव' (सपोर्ट प्राईसेस) ठरविताना त्या वस्तूंच्या ऐतिहासिक आकड्यांचा विचार करून त्यात पाच-दहा रुपये वजा-बेरीजचा हिशोब करून भाव जाहीर होतात. परंतु असे भाव सुरुवातीला गिरणी व कारखाने चालविणाऱ्या भांडवलदारांच्या परिसरात ठरलेले होते, सबब त्याचा आजच्या परिस्थितीशी काहीच ताळमेळ बसत नसल्याने शेतकऱ्यांकडून दरवर्षी 'शास्त्रीय आधारावर, शेतकरी कुटुंबाला तुलनात्मक जीवनदर्जा प्राप्त होण्यास उपयुक्त ठरणारे भाव मिळावेत' अशी मागणी होत आहे. त्याच्या पृष्ठ्यर्थ लहान शेतकरी म्हणतो की, ''जर शहरी समाजाला किमान वेतन, जीवन वेतन, जीवनमान भत्ता देण्यासाठी सरकारतर्फे योजना अनेक वर्षे राबविण्यात येतात, तर आमच्यासाठी हा विचार लागू करण्याचे सरकार का टाळते?'' तो असेही म्हणतो की, ''आम्ही लहान आकाराच्या शेतावर वर्षभर काबाडकष्ट करावे व राष्ट्रीय अन्नधान्य व कच्चामाल वाढवावे, पण आमच्या किमान जीवन दर्जाची योजना, आम्हीच निवडून दिलेल्या सरकारकडे नसावी ही किती अन्यायकारक बाब आहे.''

डॉ. मनमोहनसिंग यांनी वित्तमंत्री असताना जागतिकीकरणाच्या नावाखाली परदेशी कंपन्यांना त्यांचा माल या देशात स्वस्तात ओतण्यासाठी, त्या वस्तूंवरील आयात करात भरपूर कपात केली आहे व अजूनही केली जात आहे. ही सर्व सोय येथील कारखानदारांच्या पथ्यावरच पडत आहे. शेतकरी संघटनेचे ज्येष्ठ नेते विजय जावंधिया म्हणतात, ''जागतिकीकरणाच्या दहा वर्षांत कापसाचे आंतरराष्ट्रीय भाव अर्ध्यावर येऊन ठेपले आहेत. या स्थितीचा सर्वांत जास्त फायदा कापड गिरणीमालकांनी घेतला. त्यांनी परदेशातून स्वस्त कापसाची मुक्त आयात केली. केंद्रसरकारने (शेतकऱ्यांच्या दडपणामुळे) कापसावरील आयात कर ५ टक्क्यांवरून वाढवून १० टक्के केला. परंतु याच केंद्रसरकारने आंतरराष्ट्रीय बाजारात साखरेचे भाव पडायला लागल्यावर साखरेवरील आयात कर (श्रीमंत शेतकऱ्यांना मदत करण्यासाठी)शून्य टक्क्यांवरून ६० टक्के केला. कापसावरील फक्त १० टक्के आयातकरामुळे कापड गिरणीमालकांचे फावले. एकट्या

वाजपेयी सरकारच्या काळात (१९९८ ते २००४) रूईची विक्रमी आयात झाली. सहा वर्षांत शंभर लाख रूईच्या गाठी परदेशांतून आणल्या गेल्या. म्हणूनच कापूस एकाधिकार खरेदी योजना तोट्यात गेली. 'काँग्रेसने या आयातीविरुद्ध आवाज उठविला नाही.' ते पुढे म्हणतात, ''महाराष्ट्र सरकारवर एक लाख पाच हजार कोटी रुपयांची कर्जे आहेत. ही कर्जाची रक्कम कुणासाठी वापरली गेली ? राज्यसरकारवर इतके कर्ज असूनही राज्यसरकारने कर्मचाऱ्यांना पाचवे वेतन आयोग का लागू केले? कर्मचाऱ्यांचे, मंत्र्यांचे, आमदारांचे पगार भत्ते वाढविताना मुख्यमंत्र्यांना या कर्जाची आठवण झाली नाही का ? फुकट विजेचा, वीज आणि पाण्यावरील सबसिडीचा कोरडवाहू शेतकऱ्यांना उपयोग होत नाही. खरे तर त्याचा फायदा श्रीमंत शेतकऱ्यांना व उसासारख्या पिकांनाच होणार आहे. मग लहान शेतकऱ्यांसाठी या सरकारने काहीच केले नाही असे म्हणणे चूक होणार नाही.''

कोरडवाहू जमीन असणाऱ्या शेतकऱ्यांनीच सर्वांत जास्त आत्महत्या केल्या आहेत हे सर्वांना माहीत आहे. त्यापैकी सर्वांत जास्त शेतकऱ्यांनी आधीचे कर्ज न फेडता आल्यामुळे आत्महत्या केल्याचे सरकारतर्फे दिलेल्या आकड्यांवरून दिसून येते. उसासारख्या नगदी पिकांची शेती करणाऱ्यांत अशी आत्महत्येची प्रवृत्ती दिसत नाही याचे कारण श्री. जावंधिया यांनी स्पष्टपणे दिले आहेच. मग शेतकऱ्यां-शेतकऱ्यांमध्ये असा दुजाभाव का? तसेच भांडवलदार विरुद्ध शेतकरी हा लढा चालला असताना सरकारचे निर्णय सतत भांडवलदारांच्या फायद्याचेच का असावेत ? या प्रश्नांचे एकच उत्तर दिसते आणि ते म्हणजे देशात भांडवलशाही अर्थव्यवस्था राबविताना भांडवलदारांच्या फायद्याचे धोरणच सरकारला राज्यसत्ता चालवू देत असते. म्हणूनच शेतीक्षेत्राबद्दल सरकारदरबारी एक प्रकारचा आकस तयार झाला आहे. हा आकस खरेतर पं. नेहरूंच्या काळापासूनच तयार झाला आहे. आजपावेतो शेतकऱ्यांना आपले दु:ख 'दैवाधीन' आहे असे वाटत होते, पण आता आपल्या दु:खाचे खरे कारण 'मानवनिर्मित' व 'सरकारनिर्मित' असल्याची त्यांची खात्री झाली आहे.

सरकार व भांडवलदार प्रत्यक्ष वा अप्रत्यक्षपणे शेती उद्योगाला 'दुय्यम नागरिकत्वाचाच' दर्जा असल्यासारखे वागवत असतात. शेतमालाच्या किमती वाढल्या की, देशात महागाई वाढेल ही भीती अनेक प्रसारमाध्यमांद्वारे या लोकांकडून पसरविली जाते. त्याचा शहरात राहणाऱ्या व ज्यांना शेतीबद्दल अजिबात ज्ञान नाही, अशांच्या मनावर व्हायचा तो वाईट परिणाम होत असतो. म्हणून अनेक कामगार संघटनांकडून महागाई शेतीमालाच्या वाढत्या किमतीमुळे होते, हा संदेश दिला जात असतो. यामुळे सरकारदरबारी असलेल्या शेतीविषयीच्या आकसाला शहरातील सामान्यांचा सहज पाठिंबा मिळत असतो व देशभर शेतीक्षेत्राबद्दल एक नकारात्मक मत आपोआपच

तयार होते.

सत्य परिस्थिती मात्र अगदी उलट असली, तरी त्याबद्दल शहरातील सामान्यांना माहिती दिली जात नाही. साखर, कापड, विजेचे बल्ब व इतर वस्तू, कागद, तेल, औषधे, मोटार गाड्या, घरात लागणाऱ्या अनेक वस्तूंच्या किमती उत्पादनखर्चापेक्षा कितीतरी जास्त असतात व त्या सतत वाढत जात असतात. परंतु त्याबद्दल शहरातील लोक कोणत्याही प्रकारे विरोध करत नाहीत. या वाढत्या किमतीमुळे महागाई असह्य होते. याबद्दल कामगार संघटना, तसेच इतर सामाजिक कार्यकर्त्यांकडून आवाज उठविला जात नाही याचे आश्चर्य वाटते.

उद्योगांना दीर्घकाळात 'बृहत् प्रमाणावरील ऱ्हासमान उत्पादन व्ययाचा' सिद्धान्त लागू पडतो, म्हणून उद्योगातील वस्तूंच्या किमती उत्तरोत्तर कमी व्हायला पाहिजेत. तसेच आधुनिक तंत्रज्ञानाच्या वापरामुळे कारखान्यांतील उत्पादकता सतत वाढत असल्याने त्या वस्तूंचा उत्पादनखर्च कमी कमी होऊन बाजारातील त्या वस्तूंचे मूल्य खरे तर कमी व्हावयास पाहिजे व त्यामुळे महागाईला नियंत्रणात ठेवणे सोपे होते. परंतु प्रत्यक्ष परिस्थिती मात्र अगदी उलट असल्याचे दिसते. कोणत्या कंपनीचा नफा किती वाढला, याबद्दलच्या बातम्या सामान्यांना रोज प्रसिद्धीमाध्यमातून वाचायला-ऐकायला मिळतात. असे असताना 'तुटीचे अर्थशास्त्र' असलेल्या शेतीबद्दल सरकारदरबारी आकस का ? राजकीय पक्षात, तसेच राजकारणी नेतेसुद्धा या वास्तवतेचा अभ्यास करताना दिसत नाहीत असे खेदाने म्हणावे लागते.

◻◻◻

९ | वेतनआयोग शेतकऱ्यांच्या हिताविरुद्ध

सातव्या पंचवार्षिक योजनेच्या वेळी जागतिक बँकेने भारतीय सरकारला सल्ला दिला होता की, 'देशातील कृषिक्षेत्रात हरित क्रांतीसारखी स्थिती आहे. शेतातून भरपूर धान्य बाहेर पडत आहे व अशी स्थिती यापुढेही राहणार असल्याने अर्थशास्त्रीय सिद्धांतातील मागणीपेक्षाही जास्त पुरवठ्याचा नियम लागू पडतो. म्हणून शेतमालाच्या किमती सतत कमी कमी होत राहणार. सबब शेतमालाच्या किंमतीत सुधारणा करून त्यात वाढ करण्याचा विचार अजिबात करू नये. त्यासाठी आधारभाव किंवा 'बफर स्टॉक' भाव लागू करण्याची आवश्यकता नाही.'

वस्तूंचे भाव कमी होणे ही प्रगत देशांच्या विचाराने चांगली गोष्ट नसून तशी स्थिती सतत राहिल्यास त्या देशाची अर्थव्यवस्था मंदीच्या दरीत लोटली जाते. म्हणून प्रगत देशातील शेती, तसेच औद्योगिक क्षेत्रातील वस्तूंचे भाव कमी न होता ते वाढत ठेवण्यासाठी तेथील सरकार सतत निरनिराळे उपाय शोधत असते. युएनसीटीडी (अंक्टाड) चे माजी महासचिव केनेथ डॅझी यांनी ११ ऑगस्अ १९८६ ला प्रकाशित केलेल्या १७२ पानी अहवालात याबाबत धोक्याचे संकेत दिले होते. ते म्हणाले, "जगभर मंदीचे जाळे पसरत आहे, म्हणून प्रगत देशांनी जागरूक राहून वस्तूंचे भाव पडणार नाहीत यासंबंधी उपाय योजावेत." त्यानंतर काही वर्षांतच जागतिकीकरणाची युक्ती या प्रगत देशांना सुचली. विकसनशील व अप्रगत देशातील लोकांच्या गरिबीबद्दल त्यांना क्षणार्धात पुळका यायला लागला. प्रगत देशातर्फे होणाऱ्या गुंतवणुकीतून या देशातील गरिबी नष्ट होऊ शकेल म्हणून जगभर त्यांनी आपले प्रतिनिधी पाठवून हाकाटी सुरू केली. त्याचा परिणाम आपण भारताच्या बाबतीत आज अनुभवत आहोतच.

मागणीपेक्षा पुरवठा जास्त झाल्यास अर्थशास्त्रात त्याला 'मंदी' म्हणून संबोधण्यात येते. इंग्रजीत त्याला पूर्वी Depression म्हणत तर आता त्याला Recession म्हणूनही संबोधतात.

सातव्या पंचवार्षिक योजनेच्या अधिकृत अहवालात युरोप व अमेरिकेच्या अर्थव्यवस्थेत मंदीची लाट येत असल्याचे सूचित केले आहे. त्याचसोबत तशी लाट भारताच्या अर्थव्यवस्थेत येण्याची शक्यताही वर्तविली होती.

आज वीस वर्षांनंतर शेतीमालाच्या बाबत काहीच बदल झाला नाही. अजूनही शेतीक्षेत्रातून उत्पन्न होणारा काही वस्तूंचा पुरवठा त्या वस्तूंच्या मागणीपेक्षा जास्त

आहे. म्हणूनच ऊस, गहू, भाज्या, कांदे इत्यादींचे भाव मधून मधून गडगडून इतक्या स्तरावर येऊन पोहोचतात की, तो माल बाजारात नेऊन विकणे परवडत नसल्याने शेतकरी शेतातच खत म्हणून जिरवतात. परंतु जर याला मंदीची स्थिती म्हणून संबोधले तर त्याचा परिणाम औद्योगिक तसेच सेवाक्षेत्रातही दिसायला हवा. परंतु प्रत्यक्षात मात्र तसे झाले नाही, हे सत्य आहे. उलट औद्योगिक व सेवाक्षेत्रातील वस्तूंचे भाव सतत वाढत असताना दिसतात. त्याचा परिणाम म्हणून शेतीच्या उत्पादनखर्चात अनियंत्रितरीत्या सतत वाढ होत आहे. म्हणून शेतीच्या उत्पादनखर्चात होणारी वाढ व त्याच वेळी शेतमालाला मिळणाऱ्या भावात भक्कम घट अशा चक्रात अडकल्याने शेती आर्थिकदृष्ट्या परवडणारी राहिली नाही म्हणून अनेक शेतकऱ्यांनी आत्महत्यांचा मार्ग धरून या चक्रातून कायमची सुटका करून घेतली, तर अनेक शेतकरी सध्या त्या मार्गाचा विचार करत आहेत.

सर्वच अर्थतज्ज्ञ, तसेच सरकारदरबारी असलेले आर्थिक क्षेत्रातील सल्लागार यांना लॉर्ड जे.एम.कीन्सचे मंदीकाळातील धोरण माहीत आहे. इतर अनेक उपायांसोबत कीन्सने असे सुचविले की, मंदीकाळात सर्व कर्मचारीवर्गाच्या वेतनात वाढ करावी. त्यामुळे त्यांच्या हातात अधिक क्रयशक्ती निर्माण होईल व त्या आधारे औद्योगिक क्षेत्रातील नियंत्रित पुरवठ्यामुळे वस्तूंच्या किंमती वाढत राहतात. त्यामुळे कर्मचारीवर्गाच्या हातातील पैशाचे क्रयमूल्य हे कमी होते. परंतु त्यामुळे मंदीवर मात करणे मात्र सोपे जाते.

कीन्सच्या सिद्धांतामुळे मंदीकाळात युद्धसामग्रीचे उत्पादन वाढविण्यास अधिक जोर येतो. त्यामुळे बरेचदा देशादेशात युद्धे लादायचा प्रयत्न प्रगत देशांकडून होतो. आजच्या जागतिकीकरणाच्या वातावरणात अमेरिकासुद्धा अंतर्गत मंदीला काबूत आणण्यासाठी अनेक देशांवर युद्धे लादत असल्याचे दिसत आहे.

भारताची आर्थिक व्यवस्था अजून स्थिरस्थावर झाली नसल्याने प्रत्येक क्षेत्रात एकप्रकारचा विरोधाभास असल्याचे दिसून येते. एकीकडे जागतिक बँकेतर्फे मंदी येण्याची शक्यता बोलली जाते. दुसरीकडे मंदीचाच परिणाम दिसावा असा अनुभव शेतीक्षेत्रात बघायला मिळतो. त्यात मागणीपेक्षा पुरवठा जास्त झाल्याने शेतमालांचे भाव खाली येऊन शेतकऱ्यांची पंचाईत केली जात आहे, तर तिसरीकडे मागणीपेक्षा पुरवठा जास्त असूनही कर्मचाऱ्यांच्या वेतनात वाढ होत आहे. खरे तर लाखो लोक बेकार असताना स्पर्धात्मक स्थिती निर्माण होऊन वेतनाचा स्तर कमी व्हायला पाहिजे. म्हणजे अर्थशास्त्रीय मागणी-पुरवठ्याचा नियम सर्वांना लागू होत नसून सर्वात जास्त फटका मुक्त स्पर्धेत भाग घेणाऱ्या शेतकऱ्यांनाच बसत आहे. औद्योगिक क्षेत्र व कर्मचारीवर्गाचे सेवाक्षेत्र मुक्त स्पर्धेत नसल्याने या नियमाचा त्यांच्यावर अपेक्षित परिणाम होत नाही.

आज देशात सुशिक्षित व असुशिक्षित तरुणांना नोकऱ्या मिळणे महाकठीण झाले आहे. बेकारांची संख्या सतत वाढत असल्याचे सामान्यांनाही सहज जाणवते. नोकऱ्यांची उपलब्धता कमी व काम करू इच्छिणाऱ्यांची संख्या सतत वाढती. अशी स्थिती आपल्याला आज दिसून येते. ज्या कर्मचाऱ्यांच्या नोकऱ्या कायम स्वरूपाच्या आहेत, त्यांना आर्थिक व्यवस्थेत काम करणाऱ्या इतरांबद्दल काही देणे–घेणे नसते. हजारोंनी शेतकरी कर्जबाजारीपणामुळे व शेतीच्या तुटीच्या अर्थशास्त्रामुळे आत्महत्या करत असताना त्याच्याशी कर्मचारीवर्गाचा, तसेच मक्तेदारी कायद्याचे संरक्षण घेऊन काम करणाऱ्या औद्योगिक क्षेत्राचा काही संबंध नाही. ही स्थिती वा विरोधाभास योग्य म्हणता येईल का? खासगी क्षेत्रातील नोकऱ्यांमध्ये काही वर्गांसाठी आरक्षण मागण्यामागे या संरक्षित व हमीच्या उत्पन्नाचाच उद्देश आहे यात शंका नाही.

सध्याचे सरकार कीन्सचे धोरण अमलात आणून सर्व कर्मचारीवर्गाचे वेतन वाढविण्याच्या तयारीत आहे. सहाव्या वित्त आयोगाची, तसेच त्यामुळे आर्थिक खर्चात होणाऱ्या वाढीबाबत सध्या चर्चा तसेच तयारी सुरू आहे. एकाच अर्थव्यवस्थेत दोन प्रकारच्या परस्परविरोधी योजना तयार केल्या जात आहेत. शेतमालाचे कमी होणारे भाव व म्हणून आत्महत्या, तर त्याविरुद्ध स्पर्धेपासून संरक्षण प्राप्त करून दिलेल्या कर्मचारीवर्गाच्या वेतनात वाढ हा विरोधाभास कसा पचवावा? या विरोधाभासामुळे या दोन क्षेत्रात एकप्रकारची युद्धाची मनःस्थिती निर्माण होत आहे. यातून एकमेकांबद्दलचा द्वेष तयार होण्यास मदत होते. जेव्हा समाजात युद्धाचे व द्वेषाचे वातावरण तयार होते, तेव्हा सरकारने हे वातावरण निवळण्यासाठी योग्य उपाय योजण्याची आवश्यकता असते.

सध्या देशात आरक्षणाबाबत जो प्रकार दिसत आहे, तोसुद्धा या विरोधाभासाच्या मुळातूनच तयार झाला आहे. समाजातील एक भाग दुसऱ्या भागाविषयी द्वेष ठेवून वागत आहे. आरक्षणाच्या बाबतीतही मागणी पुरवठ्याचाच नियम लागू आहे. शिक्षण –संस्थेत प्रवेश मिळवू इच्छिणाऱ्यांची संख्यामागणी अस्तित्वात असलेल्या संख्येच्या पुरवठातुलनेत कमी असल्याने हा तणाव उत्पन्न झाला आहे. आज देशभर हजारो विद्यार्थी आरक्षणाविरुद्ध व लढ्याच्या समर्थनार्थ उतरत असून त्याला एकप्रकारच्या रणभूमीचे स्वरूप प्राप्त होत आहे.

समाजात अनेक प्रश्नांवरून वाद होऊन विभागणी होत असते. भारतासारख्या देशात धर्म, भाषा, जात, राष्ट्रीय धनाची असमान विभागणी, तसेच विभागातील प्रगती असमान तत्त्वावर होणे, मागणीपेक्षा अनेक वस्तूंचा कमी पुरवठा, श्रीमंत गरीब भेदभाव, उद्योग विरुद्ध शेती व लहान उद्योग वगैरे कारणांमुळे सतत द्वेषभावना तयार होत असते. बरेचदा त्याला यादवीचा सुद्धा रंग येतो. यामुळे सरकारच्या तिजोरीतील पैसा मोठ्या प्रमाणात या द्वेषभावनेला नियंत्रित करण्यासाठी खर्च होतो. नक्षलवादी ही एक मोठी

डोकेदुखी सरकारला सहन करावी लागत आहे. केंद्र व राज्य सरकारांची बरीच ताकद याला काबूत आणण्यासाठी गेली दोन-तीन दशके खर्च होत आहे. सामाजिक व आर्थिक असमानता या सर्व द्वेषभावनांमागे असल्याचे दिसून येते.

नवीन वेतन आयोगांमुळे नुसत्या केंद्र सरकारच्या कर्मचाऱ्यांनाच अधिक वेतन व इतर फायदे मिळणार नसून त्यानंतर लगेच सर्व राज्ये, उद्योगधंदे, सेवाक्षेत्र, बँकिंग व इतर व्यवसायांतील कर्मचाऱ्यांकडून या वेतनवाढीसाठी सरकारला कोंडीत पकडण्यात येईल व आवश्यक ती वेतनवाढ व इतर फायदे वसूल करण्यात येतील. त्यामुळे अर्थव्यवस्थेमुळे महागाई नक्कीच वाढण्यास मदत होईल. तत्वतः या सर्व क्षेत्रांत काम करू इच्छिणाऱ्या व्यक्तींची संख्या प्रचंड प्रमाणात उपलब्ध आहे. यामागे सरकारतर्फे दोन उद्देश असू शकतात. एक, येणाऱ्या मंदीला यशस्वीरीत्या क्वीन्सच्या धोरणानुसार - तोंड देऊन अर्थव्यवस्था सुदृढ स्थितीत राखण्याचा प्रयत्न करणे. दोन, या सर्व कर्मचाऱ्यांची संख्या निव्वळ ७-८ टक्के असूनही त्यांच्या संघटित शक्तीमुळे हे कर्मचारी सरकारचा गळा दाबू शकतात. स्टेट बँक ऑफ इंडियाच्या कर्मचाऱ्यांनी आपल्या निवृत्तिवेतनातील वाढीसाठी साऱ्या देशाच्या आर्थिक व्यवहारांची कोंडी केली होती. आज डॉक्टर व्यवसाय आरक्षणाबाबत तेच करू इच्छितात. याबाबत सरकारचा उद्देश सामाजिक समतेचा असला, तरी मागणीपेक्षा पुरवठा कमी असल्याने सरकार कोंडीत सापडले आहे. आश्चर्य म्हणजे आरक्षणाबाबत सरकारातच खूप गोंधळ दिसत आहे. मंत्रिमंडळातच या प्रश्नावर एकमत नसून ते दोन गटांत विभागले आहे. कोणताही अंतिम तोडगा काढल्यावर एक वर्ग नाराज होऊन रस्त्यावर उतरून सरकारला त्रास देऊ शकतो.

वेतनवाढीबाबत बोलायचे झाल्यास सरकारी धोरण देशाला एक धक्कादायक वळणावर नेऊन ठेवत आहे. जसा शेतकऱ्यांचा प्रश्न गेल्या पन्नास वर्षांच्या सरकारच्या चुकीच्या धोरणांमुळे अधिक गुंतागुंतीचा होत आहे, त्याचप्रकारे कामगारांबाबत मक्तेदारी कायदे मंजूर करून त्या क्षेत्रातील मुक्त स्पर्धेचे दार कायमचे बंद करून सरकारने स्वतःलाच बंद खोलीत कोंडून घेतले आहे. आज कामगारांना नोकरीतून कमी करणे अशक्य आहे. कायदे तसे करू देत नाहीत. म्हणजे 'आत' संरक्षित कामगार, तर 'बाहेर' मोठ्या संख्येने असंरक्षित व म्हणून बेकार, पण काम करण्यास उत्सुक तरुण असे चित्र बघावयास मिळत आहे. हा प्रकार वा विरोधाभास वा अर्थशास्त्राचा मुक्त स्पर्धेचा (मागणी व पुरवठा या नैसर्गिक नियमांचा) नियम पायाखाली तुडवीत फक्त ओठावर 'मुक्त स्पर्धेचे गाणे असणारे चित्र भारतापुरतेच मर्यादित नसून ते आज प्रगत देशांसह जगभर भांडवलशाही अर्थव्यवस्था असणाऱ्या देशांत बघायला मिळत आहे.

फ्रान्समध्ये काही आठवड्यांपूर्वी सव्वीस वर्षांखालील विद्यार्थ्यांना उद्योगात

दोन वर्षांसाठी सामावून घेण्यासाठी कायदा उद्योगपतींच्या सल्ल्यानुसार केला. परंतु त्या विद्यार्थ्यांना या काळात कारण न देता काढण्याचा अधिकार उद्योगपतींना देण्यात आला. यावेळी आत असलेल्या कामगारांना काढणे फार कटकटीचे व अतिशय खर्चाचे असल्याने (त्यांना असणाऱ्या विविध कायद्यांतर्गत संरक्षणामुळे) 'बाहेरच्यांना' आत घेण्यास वा घेऊन त्यांना अधिक काळ आत ठेवण्यास या उद्योगपतींचा (म्हणून सरकारचाही) विरोध होता. तेथेही काम करू इच्छिणाऱ्या व्यक्तींचा पुरवठा जास्त, तर काम करण्यासाठी उपलब्ध जागा कमी असा मागणी-पुरवठ्याचा नियम लागू झाला होता. त्यात संरक्षण भोगणाऱ्या 'आतील' कर्मचाऱ्यांचा नुसता वर वर या नवीन नियमांना विरोध होता. म्हणून देशभर आणीबाणीची स्थिती निर्माण झाली होती. तशी परिस्थिती लवकरच परत निर्माण होणार यात शंका नाही. हीच स्थिती काही वर्षांपूर्वी जर्मनीत आठवड्याचे कामाचे अडतीस तास कमी करून ते पस्तीस करून 'बाहेरील' काहींना 'आत' सामावून घेण्याच्या प्रश्नावर निर्माण झाली होती. ती स्थिती अजून मधून मधून डोके वर काढत आहे.

जगात होणाऱ्या शांतता परिषदांमध्ये (Peace Conference) मध्ये भारत अनेकदा यजमानपद स्वीकारतो. त्याद्वारे जगात शांतता निर्माण करण्यासाठी आवश्यक तो सल्ला देत असतो. परंतु याच वेळी स्वदेशात मात्र मंदीवर काबू ठेवण्याच्या नावाखाली युद्धाची मनःस्थिती निर्माण करतअसतो. हा विरोधाभास सहज दिसून येतो. मंदी येणारच असेल, तर कर्मचारीवर्गाचे वेतन वाढविण्याचा प्रश्नच उद्भवत नाही. उलट कामगार-क्षेत्रात मुक्तस्पर्धा आणली तर वेतनवाढीचा प्रश्न तर राहणार नाहीच, उलट सध्याच्या वेतनाच्या तुलनेत नवीन कर्मचाऱ्यांचे वेतन अर्ध्यापेक्षा कमी होऊन सरकारच्या तिजोरीवर भार पडणार नाही.

म्हणून शेतकरीवर्गातर्फे सरकारला नम्रपणे कळविण्यात येत आहे की सहाव्या वेतन आयोगाला व त्याद्वारे होणाऱ्या कर्मचाऱ्यांच्या वेतनवाढीला त्यांचा सतत विरोध राहील. त्यांच्या मते –

१. अशी वेतनवाढ आर्थिक व्यवस्थेतील सर्व कर्मचाऱ्यांना दिली जाणार असल्याने देशात महागाई वाढणार हे नक्की.

२. या महागाईमुळे औद्योगिक वस्तूंचे व सेवांचे मूल्य वाढून शेतीमालाच्या उत्पादनखर्चावर त्याचा विपरीत परिणाम होऊन अनेक शेतकऱ्यांना आत्महत्येचा मार्ग धरावा लागेल. मंदी आली तर त्याचे शेतकरी स्वागतच करतील, कारण सर्वच वस्तूंच्या किमती कमी-कमी होत राहतील व आजच्या न परवडणाऱ्या शेती व्यवसायातून सहज बाहेर पडता येईल.

३. बरेचदा असेही म्हटले जाते की वेतनवाढीमुळे कर्मचाऱ्यांची शिस्त व

उत्पादकता यात वाढ होऊन देशाला फायदा मिळतो. शेतकऱ्यांच्या मते या म्हणण्यात काही तथ्य नाही. जर सरकारने 'ठेका' पद्धत (कॉन्ट्रॅक्टवर काम करणे) किंवा कर्मचाऱ्यांसाठी फक्त पाच-दहा वर्षांचा कामाचा कालावधी ठेवला तर त्यांच्यात शिस्त व त्यांची उत्पादकता नक्कीच वाढेल.

४. सर्व अर्थतज्ज्ञ मंदी टाळण्यासाठी उपाय सुचवितात. परंतु त्याला अपवाद मात्र कार्ल मार्क्सचा होता. त्याच्या मते मंदीतूनच खरी क्रांती येऊ शकते व त्यामुळे समाजवादी समाज रचना निर्माण होऊ शकते. तो पुढे असाही म्हणतो – 'मी मंदीकाळाची आतुरतेने वाट पाहत आहे.' मंदीनेच गुणात्मक दृष्टीने उत्तम अशा नवीन, समतोल सांभाळणाऱ्या अर्थव्यवस्थेचा जन्म होतो. म्हणून मंदीचा फेरा पूर्ण होऊ देण्यानेच आजच्या अनेक प्रश्नांवर कायम तोडगा काढून सुधारित समाजव्यवस्था स्थापन करणे शक्य होऊ शकते. परंतु प्रत्यक्षात मात्र वेतन आयोगाच्या माध्यमातून मंदीला मान वर काढू देण्यास राजकारणी तयार नसतात. वेतनवाढीला डाव्या पक्षांचा पाठिंबा असेल, तर ते मार्क्स ऐवजी कीन्सच्या अर्थशास्त्रालाच मानतात असा त्याचा अर्थ होईल. परंतु निव्वळ स्वार्थापोटी ते पक्ष असे करत असतात व अर्थशास्त्राला कचऱ्याची टोपली दाखवितात.

५. गांधीवादावर विश्वास ठेवणाऱ्यांनी मंदीकाळाचे स्वागतच करायला हवे. कारण मंदीतूनच विकेंद्रीकरणाची प्रक्रिया सुरु होते. म.गांधींना तसेच मा. दीनदयालजींना आर्थिक विकेंद्रीकरणच पाहिजे होते.

मंदीकडे वाटचाल करणाऱ्या प्रक्रियेतून 'मॉडर्न' तसेच शहरीकरणाच्या अर्थव्यवस्थेला हादरा बसतो व त्यातूनच विकेंद्रीकरणाची प्रक्रिया प्रसवते. गांधीवादी विचारवंतांनी या प्रस्तावाचा जरूर विचार करावा व पटल्यास पुढाकार घ्यावा.

वरील प्रस्तावावर सरकारतर्फे अगदी बारकाईने विचार करावा व आवश्यकता असल्यास शेतकरीवर्गाच्या प्रतिनिधींशी संवाद जोडून निर्णय घ्यावा. सरकार दरबारी असलेल्या तज्ज्ञांनी सरकारला चुकीचा व अर्थव्यवस्थेत असमानता आणण्यासंबंधीचा सल्ला देण्याचे थांबवावे. मंदीला थांबविणे म्हणजे युद्धमय अर्थव्यवस्थेला आमंत्रण देण्यासारखे होईल. आज जगभर त्याचाच प्रभाव वाढत असल्याचे आढळून येते.

□□□

१० | पंजाबच्या शेतकऱ्यांना हरितक्रांतीचा फटका

स्वातंत्र्योत्तर काळात पंजाब राज्यात शेती व उद्योगक्षेत्रात जी प्रचंड प्रगती झाली त्याला सबंध देशात कोणताही स्पर्धक उरला नाही. त्या प्रांतात सिंचन, जमीन हक्क कायद्यात सुधारणा, सामाजिक तसेच शेती व उद्योगात अनेक प्रकारची प्रगती, जास्त उत्पादन देणारी बियाणे व सार्वजनिक सुविधा उपलब्ध करून देण्यात आल्याने त्याची ख्याती जगभर सुजलाम सुफलाम् असा प्रदेश म्हणून झाली. भारताच्या पहिल्या हरितक्रांतीची यशस्वी सुरुवातही सर्वप्रथम पंजाबमध्येच झाली. श्री.नॉर्मन बोरलॉग या कृषिशास्त्रज्ञाने ही हरितक्रांती घडवून आणल्यामुळे त्यांना जागतिक कीर्तीचे नोबेल पारितोषिक देण्यात आले होते. भारताची पूर्वीची ओळख 'भिकाऱ्याचा वाडगा' पूर्णपणे पुसून त्याऐवजी 'भाकरीची परडी' म्हणून जी व्हावयास लागली त्याचे पूर्ण श्रेय या पहिल्या हरित क्रांतीला देण्यात येते.

या हरित क्रांतीमुळे पंजाबमध्ये शेतीच्या उत्पादनात व उत्पादकतेत भरपूर वाढ झाल्याचे दिसते. गव्हाचे दर हेक्टरी १९५० मधील उत्पादन जे एक टनापेक्षा कमी होते ते १९९० च्या सुमारास साडेचार टन झाले. तांदळाचे उत्पादनसुद्धा याच काळात ९०० किलोग्रॅम पासून ३६०० किलोग्रॅमपर्यंत वाढले. या प्रगतीसाठी सरकारतर्फे कमी किंमतीत बियाणी, खते, रसायने, अवजारे व जलपुरवठा तसेच वीज शेतकऱ्यांना उपलब्ध करून देण्यात आली. याशिवाय सर्वच्या सर्व गहू व तांदूळ सरकारतर्फे न्यूनतम आधार भावाने खरेदी करून त्याच्या वितरणाची जबाबदारी स्वीकारली होती. या सर्व प्रयत्नांमुळे तेथील शेतकऱ्यांचे जीवनमान मोठ्या प्रमाणात उंचावले व त्यांच्या हातात बऱ्यापैकी पैसा जमू लागला. सोन्याचाच जणू पाऊस पडत होता. म्हणून तेथील नागरिकांची मनःस्थिती पार बदलून गेल्याने पंजाबचा प्रयोग देशातील अनेक भागांत करण्यासाठी सरकारी यंत्रणेकडून दडपण येऊ लागले होते. त्या दडपणामुळे महाराष्ट्रासह अनेक राज्यांत पंजाबच्या प्रगतीमुळे येणाऱ्या सुगीच्या दिवसाची स्वप्ने बघायला शेतकरी वर्ग तयार झाला. या आनंदाच्या काळात मात्र शेती क्षेत्रात या हरित क्रांतीमुळे अनेक सुप्त पद्धतीचे दुष्परिणाम जागा घेत होते. त्यात मुख्यतः

१) पिकातील आधी असलेली विविधता नष्ट होऊन फक्त दोन तीनच पिके घेण्यात आलीत.

२) नवीन पिकावर किडींचा प्रभाव वाढलेला दिसला.

३) पाण्याच्या वाढीव उपयोगामुळे जमिनीची उत्पादकता कमी व्हावयास लागली. तसेच जमिनीतून होणाऱ्या वाढीव पाण्याच्या उपसामुळे इतर वापरासाठी पाण्याची टंचाई जाणवू लागली.

४) सामान्यांना गरज असलेल्या इतर पौष्टिक पिकांची कमतरता निर्माण होऊन त्याची इतर राज्यांतून आयात करावी लागली.

५) बऱ्याच लहान शेतकऱ्यांना शहराकडे स्थलांतर करणे भाग पडले.

परंतु याच काळात सर्वात जास्त फायदा काही निवडक वर्गालाच झाल्याचे आढळून आले. त्यात प्रामुख्याने खालील वर्गाचा समावेश आहे.

१) शेतीला लागणारी रसायने तयार करणारे उद्योजक.

२) मोठ्या पेट्रो-केमिकल्स कंपन्या.

३) शेतीला आवश्यक अशी अवजारे व यंत्रे पुरविणारे उद्योजक.

४) धरणाचे काम करणारे उद्योजक व सरकारी अधिकारी.

५) मोठ्या प्रमाणात जमीन असलेले शेतकरी.

पंजाबची शेती व जागतिकीकरण

सुगीच्या दिवसांचा काळ १९९० च्या सुरुवातीपासून संपत आल्याचे दिसते. त्याच सुमारास भारत सरकारने पश्चिमी देशांच्या दडपणाखाली येऊन जागतिकीकरणाचा कार्यक्रम देशात तसेच संसदेतही विशेष चर्चा घडवून न आणता स्वीकारला. याचाच परिणाम म्हणून

१) पंजाबच्या शेती उत्पादनातील प्रगतीचा दर ४.९% वरून एक टक्क्यावर येऊन स्थिर झाला. त्यामुळे देशातील राज्यांच्या क्रमवारीत पंजाबचा पहिला क्रमांक जाऊन तो शेवटून चौथा झाला.

२) हरित क्रांतिकाळात शेतीच्या भरपूर उत्पादनातून देशभरातील धान्य-कोठारे भरून ओसंडू लागली व पंजाबला शेती व्यवसाय लोढणे म्हणून वाटायला लागला.

३) जागतिक व्यापार संघटनेबरोबर (WTO) करार केल्यापासून भारतातील शेतमालाच्या किंमती सतत पडायला लागल्यात. पश्चिमी देश स्वतःच्या शेतमालाला अनुदाने देऊन त्यांच्या किंमती भारतीय शेतमालाच्या किंमतीच्या तुलनेत खूपच कमी ठेवून भारतात पाठवायला लागलेत. सरकारनेसुद्धा या आयात होणाऱ्या शेतमालावर आयात कर जवळपास शून्य टक्क्यांपर्यंत ठेवून भारतीय शेतकऱ्यांना अडचणीत टाकले.

४) वाढीव उत्पादनखर्च व त्याच्या तुलनेत न परवडणारे न्यूनतम आधार भाव सरकारतर्फे जाहीर केल्याने शेतकऱ्यांत कर्जबाजारीपणा पंजाबशिवाय इतर राज्यांतही वाढायला लागला. इतर राज्यांच्या तुलनेत पंजाबचा शेतकरी सर्वाधिक कर्जबाजारी झाल्याचा दाखला सरकारचा नॅशनल सँपल सर्व्हे क्र.४९८ (२००५) देतो. त्या

अहवालाप्रमाणे पंजाबचा शेतकरी सरासरीने २००३ साली रु.४१,५७६ ने कर्जबाजारी होता.

५) हाच अहवाल असेही सांगतो की, पंजाबातील २८% शेतकरी शेती व्यवसाय सोडून जाण्याच्या मनःस्थितीत आहेत.

६) मोठ्या प्रमामात पाण्याचा वापर केल्याने शेतीसाठी खोदण्यात आलेल्या विहिरींची खोली दर पाच-सात वर्षांनी वाढवावी लागते व त्यासाठी बराच खर्च शेतकऱ्यांना सहन करावा लागत आहे. याशिवाय जमिनीतील पाण्याची पातळी सतत खाली जात असल्याने भविष्यातील शेतीव्यवसाय व शेतकऱ्यांच्या जीवनाधाराबद्दल प्रश्न चिन्ह आताच उभे राहिले आहे.

७) शेती व्यवसायाच्या घसरत्या स्तराचा परिणाम राज्यातील उद्योग व सेवांवरही दिसून येतो. १९८० मधील प्रगतीचा सर्वसाधारण दर ८.७% असताना तो गेल्या पाच वर्षांत ४.३% झाला व पंजाब राज्य आता बिहार, आसाम, ओरिसा सारख्या मागासलेल्या राज्यांच्या रांगेत जाऊन बसले आहे.

पंजाबमुळे सरकार बेचैन

एका आदर्श ठरलेल्या पंजाब राज्यातील शेती क्षेत्रातील घसरण केंद्र तसेच राज्य सरकारला एक प्रकारची डोकेदुःखी झाली आहे. पंजाब राज्यातील हरित क्रांतीमुळे सरकारी यंत्रणा स्वतःचीच पाठ थोपटून घेत होते. परंतु आता मात्र त्याला देशापुढे तोंड झाकून अपमान सहन करावा लागत आहे. यावर उपाय म्हणून अमेरिकेतील तज्ज्ञांच्या सल्ल्यावरून करार शेतीचा प्रयोग करायला सुरुवात केली. अनेक बहुराष्ट्रीय कंपन्या पुढे आल्या व शेतकऱ्यांबरोबर शेतमालाचे उत्पादन काढण्यासाठी तसेच शेतमालाला भाव ठरविण्याबद्दल करार करू लागल्या. शेतकऱ्यांचा कैवारी म्हणवून घेणाऱ्या सरकारने शेळीला वाघापुढे ढकलून देण्यासारखे शेतकऱ्यांना या बलाढ्य कंपन्यांबरोबर करार करण्यास मोकळे सोडलेय. या बलाढ्य कंपन्या व त्यांना साथ देणाऱ्या सावकारांनी शेतमालाला त्यांना आवश्यक असणारे भाव ठरवून अनेक करार केलेत. सरकारचे न्यूनतम आधारभाव फायदेशीर नसल्याने शेतकऱ्यांनी कर्जबाजारीपणाला कंटाळून मिळेल त्या भावाने करार करावयास सुरुवात केली. परंतु गेल्या दोन-तीन वर्षांतच या करारांचा दणका शेतकऱ्यांना जाणवू लागला. भटिंडा व मनसा जिल्ह्यात यामुळे शेतकऱ्यांत बराचसा गोंधळ व त्याचबरोबर सरकारने फसविल्याबद्दल राग दिसायला लागला आहे.

अशा करार शेतीचे नियम व अटी दोन्ही पक्षांकडून काटेकोरपणे पाळल्या जातात किंवा नाही यावर नियंत्रण ठेवणारी यंत्रणा अस्तित्वात नसल्याने बलाढ्य कंपन्यांकडून शेतकऱ्यांचे शोषण होत असल्याचे अनेक जण बोलून दाखवितात.

शेतमालावर प्रक्रिया करण्याच्या सुविधा पंजाब राज्यात उपलब्ध न केल्याने

पंजाबातील गहू व तांदूळ ही दोन्ही पिके राज्याबाहेर प्रक्रियेसाठी पाठविली जात आहेत. याशिवाय ऊस, फळे, भाज्या व दूध, कोंबड्या व इतर जनावरेसुद्धा राज्याबाहेर प्रक्रियांसाठी पाठविण्यात येत असल्याने शेतकऱ्यांना या नवीन करार शेतीचा अपेक्षित व बराच गाजावाजा केलेला फायदा मिळत नसल्याने त्यांच्या आर्थिक स्थितीत प्रगतीऐवजी अधोगतीच सध्या होत असल्याचे दिसते. नव्यानेच सुरू होत असलेल्या शेतमाल प्रक्रियेचा वेग इतका कमी आहे की त्यामुळे फारसा फरक पडत नाही. सध्या राष्ट्रीय स्तरावरील मूल्यवाढीचा वेग फक्त ७% आहे. त्या मानाने फिलिपाईन मध्ये ४५% तर चीनमध्ये २३% असल्याने भारताला किती मोठा पल्ला गाठायला आहे याची कल्पना येते. नाशवंत शेतमालाच्या साठवणीसाठी गेल्या साठ वर्षांत सरकारतर्फे कोणत्याच सोयी उपलब्ध न केल्याने पंजाबबरोबर इतर राज्यातील शेतकऱ्यांना मोठ्या प्रमाणात नुकसान सहन करावे लागत आहे.

आधारभाव पद्धतीला विरोध

जागतिकीकरणाच्या सुरुवातीपासून भारतातील शेतकऱ्यांना एका नवीन संकटाला तोंड द्यावे लागत आहे. शेतमालाचे आधारभाव ठरवितांना सरकारी यंत्रणा आंतरराष्ट्रीय भावाची तुलना करते व त्यानुसार सध्याच्या आधारभावात वाढ देण्याऐवजी त्यात घटत करून भाव ठरविण्यात येतात. पूर्वीच्या आधार भावात जरी नुकसान सहन करावे लागत होते, तरी त्यावर मात करण्यासाठी पंजाबचा व इतर प्रांतातील शेतकरी काही अंशी उत्पादनखर्चात तसेच कौटुंबिक खर्चात कपात करून जीवनाचा गाडा ढकलत असे. परंतु आता परदेशातून शेतमाल आयात करू म्हणून धमकी देत आधार- भावात आणखी कपात करण्यात येऊ लागली आहे. यामुळे शेतकऱ्यांचा कर्जबाजारीपणा आणखी वाढत असल्याचे अनेत तज्ज्ञांना दिसून आले. एकीकडे औद्योगिक वस्तूंच्या वाढत्या किंमतीमुळे उत्पादनखर्चात सतत वाढ झाल्याने तर दुसरीकडे आधारभावात कपात केल्याने उत्पादनात खोट आल्याने पंजाबातील शेतकरी मोठ्या संख्येने आत्महत्या करायला लागले आहेत.

परदेशात शेती करण्याचे तंत्रज्ञान तसेच त्यासाठी सरकारकडून उपलब्ध करून देण्यात येत असलेल्या सुविधा भारतातील स्थितीच्या तुलनेत अति भिन्नभिन्न आहेत. इतके असूनही त्या देशात भारतात उपलब्ध असलेल्या औद्योगिक मालाच्या किंमतीतील सवलती (सबसिडी) च्या तुलनेत, असलेल्या सवलती अगदी भिन्न आहेत. भारतात रसायने, रासायनिक खते, कीटकनाशक औषधे व संकरित बियाणे स्वस्त व्हावीत व त्यातून शेतकऱ्यांना पैशाची गैरसोय होऊ नये म्हणून सरकारतर्फे सवलती जरी देण्यात येत असल्या तरी त्याचा फायदा शेतकऱ्यांऐवजी ह्या वस्तूंचा पुरवठा करणाऱ्या औद्योगिक क्षेत्रालाच मिळत असतो. याउलट स्थिती परदेशात आहे. तेथे

आधारभाव जरी बाजारभावापेक्षा कमी असले तरी त्याचा परिणाम शेतकऱ्यांच्या आर्थिक स्थितीवर होऊ नये म्हणून त्या फरकाच्या रकमेचे धनादेश तेथील सरकार प्रत्यक्ष शेतकऱ्यांच्या नावाने काढून त्यांना घरपोच देण्याची सोय करतात. म्हणून पंजाबचा शेतकरी अशा तऱ्हेने मिळणाऱ्या धनादेशरूपी सबसिडीची मागणी करीत आहे.

यावर उपाययोजना काय?

नॅशनल सॅम्पल सर्व्हे या संशोधन करणाऱ्या सरकारी संस्थेने शेतकऱ्यांच्या कर्जबाजारी संबंधात एक अहवाल (क्रमांक ४९८/२००५) प्रसिद्ध केला. त्या अहवालातून खालील बाबी स्पष्ट होतात.

१) देशात पंजाबचा शेतकरी सर्वात जास्त कर्जबाजारी आहे. कर्जबाजारी होण्याचे प्रमुख कारण शेतमालाचा अनेक रासायनिक व औद्योगिक वस्तूंच्या वाढत्या वापरामुळे व किंमतीमुळे उत्पादन खर्च वाढत असताना सरकारतर्फे त्यावर कोणतीही मदत देण्यात येत नाही. म्हणून शेतकऱ्यांनी स्वहितासाठी सेंद्रिय शेतीकडे वळून उत्पादन खर्च कमी ठेवण्याचा प्रयत्न करावा.

२) पंजाबचा शेतीमाल, फळे, फुले जनावरे परप्रांतात प्रक्रियेसाठी तसेच बाजार व्यवस्थापनासाठी नेण्यात आल्याने त्याद्वारा होणारे वाढीव मूल्य शेतकऱ्यांच्या हातात न जाता ते इतर राज्यांच्या उद्योगाकडे जाते.म्हणून शेतकऱ्यांनी संघटितपणे असे वाढीव मूल्य प्राप्त करण्यासाठी योग्य प्रशिक्षण घेऊन संघटितपणे उद्योगी बनण्याची आवश्यकता आहे.

३) पंजाबचा शेतकरी देशात सर्वात जास्त कर्जबाजारी आहे. त्यामुळे आतापर्यंतच्या दहा वर्षांत ४०,००० पेक्षा जास्त शेतकऱ्यांनी आत्महत्या केल्यात, पंजाबचा शेतकरी लग्न-समारंभासाठी व इतर चैनीसाठी खर्च मोठ्या प्रमाणात करतो. म्हणून त्याला या परिस्थितीला सामोरे जावे लागते, असा सामान्यतः आरोप करण्यात येतो. परंतु २००३ वर्षाच्या सिच्युएशन ॲसेसमेंट सर्व्हेनुसार हे आरोप बिनबुडाचे असल्याचे समजते. अहवाल सांगतो की, पंजाबातील शेतकऱ्यांच्या कर्जापैकी ६७% कर्ज उत्पादन कार्यासाठीच वापरण्यात येत असे. बाकी कर्जातून कौटुंबिक खर्च, औषधे, मुलांचे शिक्षण, घर दुरुस्ती किंवा घर बांधणी करण्यात येते. असे करणे तेथील ग्रामीण तसेच शहरी जनतेत सामान्य मानले जाते.

४) दुसरे प्रमुख कारण (जे इतर राज्यांतही अनुभवाला येते) म्हणजे स्थानिक सावकाराकडून कर्ज घेण्याशिवाय पर्याय नसणे. सावकार दरमहा ४-५% व्याज आकारतो. सरकारी/अधिकृत बँकेचा व्याज दर जरी दरसाल ९-१२% असला तरी तसे कर्ज सहजासहजी शेतकऱ्यांना प्राप्त होणे कठीण असल्याने सावकाराकडून कर्ज घेणे अनिवार्य ठरते. सरकार याबाबत काहीच करण्याच्या मनःस्थितीत नसल्याने

शेतकऱ्यांनी स्वतःच्या उत्पन्नात वाढ करण्याचे विविध प्रयत्न करून कर्ज घेण्याचा प्रसंग टाळावा इतकाच पर्याय सध्या उपलब्ध आहे.

५) कर्जफेड करू न शकणाऱ्या शेतकऱ्यांवर अधिकृत बँकेकडून कोर्टात दावे दाखल करण्याचे प्रकार पंजाबमध्ये मोठ्या प्रमाणात दिसतात. याविरुद्ध अनेक समाजसेवी संस्थांनी प्रयत्न चालविले आहेत. परंतु सरकार त्याबाबत सध्या मौन धरून आहे. नॅशनल कमिशन ऑन फार्मर्स-२००४ या अहवालात यावर उपाय म्हणून शेतकऱ्यांना कारागृहात पाठविण्याबद्दलची सध्याच्या कायद्यातील तरतूद रद्द करण्याविषयी आग्रह धरला आहे. शेतकऱ्यांनी आपल्या संघटनेच्या मदतीने याचा पाठपुरावा करण्याची गरज आहे.

६) शेतीसाठी मोठ्या प्रमाणात होणारा पाण्याचा वापर कमी करण्याची गरज आहे. प्रत्येक गावात सामुहिकरीत्या कमी पाण्याची पिके घेण्याचे प्रयत्न व्हावेत. पावसाच्या पाण्याचे साठवण करण्याचे प्रयत्नही गावपातळीवर होण्याची गरज आहे. हळूहळू सेंद्रिय शेतीकडे वळण्याची मानसिक तयारी निर्माण होण्याची गरज आहे.

७) सरकार दरबारी होत असलेल्या भ्रष्टाचाराला तसेच दफ्तर दिरंगाईला शेतकऱ्यांनी सामूहिकरीत्या विरोध करण्याची तयारी करावी. अन्यथा हातात पडणारा पैसा हा भ्रष्टाचारामुळे खूप कमी होऊन त्यांना आत्महत्येचा मार्ग स्वीकारावा लागतो. ही लढाई सोपी नसली तरी अशक्य मात्र नक्कीच नाही. प्रत्येक गावात तरुण शेतकऱ्यांनी यापुढे सरकार तसेच सध्याच्या शेतकरी नेत्यांवर अवलंबून न राहता स्वतःच्या प्रश्नांवर विचार व उपाय शोधण्यासाठी चर्चागट स्थापन करून आपली ताकद वाढवावी व त्यातूनच आजच्या भीषण परिस्थितीला नियंत्रणाखाली आणण्याचा प्रयत्न करावा.

❑❑❑

११ | शेतकऱ्यांनी 'मुक्त स्पर्धेचा' आग्रह धरावा

जगातील प्रगत देशांत १९८० च्या दशकात मंदीची लाट आली व त्याची तीव्रता दिवसेंदिवस वाढत आहे. १९८७ मध्ये न्यूयॉर्क शेअरबाजार प्रथमच गडगडला आणि पुढे येऊ घातलेल्या मंदीचा संदेश जगाला दिला. तेव्हापासून जपान, जर्मनी, फ्रान्स, इटली व युरोपातील इतर प्रगत देश मंदीच्या चक्रात सापडून आज त्यात पुरते गुरफटले आहेत. त्यामुळे प्रगत देशांनी आपल्याच देशात तयार होणाऱ्या वस्तू स्वदेशात खपू न शकल्याने चीन, भारत, पाकिस्तान व इतर विकसनशील देशांच्या बाजारपेठा या वस्तूंसाठी खुल्या करण्यासाठी तेथील सरकारवर दडपण आणले व १९९०-९१ पासून भारतासह इतर देश प्रगत देशांतील मंदी रोखण्यासाठी मदत करायला लागलेत.

तेव्हापासून भारतात जागतिकीकरण हा शब्द प्रचलित झाला. अशाप्रकारचे जागतिकीकरण यशस्वी झाले नाही, तर सर्व प्रगत देश अपरिवर्तनीय मंदीमध्ये सापडून त्यांच्या अर्थव्यवस्थांमध्ये भयंकर गोंधळ माजेल असा सल्ला श्री.केनेथ डॅडझीने (युनायटेड नॅशनल कॉन्फरन्स ऑन ट्रेड अँड डेव्हलपमेंटचे सेक्रेटरी जनरल) ११ ऑगस्ट १९८६ ला प्रकाशित झालेल्या १७२ पानी अहवालातून दिला होता.

या संबंधात भारत व चीन या प्रमुख देशांत 'बाजारी आर्थिक व्यवस्था', 'मुक्त स्पर्धा', 'आर्थिक स्वातंत्र्य' इत्यादी शब्द प्रचलित व्हायला लागलेत. सरकार दरबारी असलेल्या अर्थतज्ज्ञांबरोबर समाजातील अर्थशास्त्रज्ञ या शब्दांचा वारंवार उच्चार करून आपल्या देशात मुक्त स्पर्धेची सुरुवात करण्यासाठी सरसावले असल्याचे सामान्यांचे मत झाल्याचे दिसते. ज्यांचा अर्थशास्त्राचा अभ्यास वरवरचा असतो व खोलात जाऊन चिकित्सक पद्धतीने अभ्यास करण्याची मानसिक तयारी नसते, असेच 'तज्ज्ञ' ही भाषा वापरून वैचारिक गोंधळ पसरवितात.

जगातील कोणत्याही अर्थशास्त्राच्या पुस्तकात मुक्त स्पर्धा, मुक्त व्यापार, स्पर्धात्मक आर्थिक व्यवस्था, बाजार- अर्थव्यवस्था वगैरे शब्दांच्या व्याख्या दिल्या आहेत. त्याचा अभ्यास केल्यास मुक्त स्पर्धा अस्तित्वात असण्यासाठी खालील गोष्टींची आवश्यकता असते -

१, बाजारात मोठ्या संख्येने विक्रेते व खरेदी करणारे असतात.

२. बाजारात कुणी एक अथवा थोड्या लोकांच्या म्हणजे विक्रेत्यांच्या हाती

विक्रीस ठेवलेल्या वस्तूंचे नियंत्रण व मालकी किमतीचा फायद्यासाठी उपयोग करण्यासाठी नसावी.

३. तसेच एक किंवा थोडे ग्राहक खरेदी किंमत ठरविण्याचा अधिकार असणारे नसावेत.

या तीन बाबींपैकी एक जरी अस्तित्वात नसेल, तर त्या मुक्त स्पर्धेचे स्वरूप मक्तेदारी बाजारात बदलते. या तीनही देशांच्या सर्व क्षेत्रांत असणे अत्यावश्यक असते. आपल्या देशात प्रामुख्याने चार आर्थिक क्षेत्रे सध्या कार्यरत आहेत. शेती, खासगी उद्योग, सरकारच्या मालकीचे उद्योग व सेवाक्षेत्र अशी ही चार क्षेत्रे आहेत. त्या क्षेत्रांचा वरील तीन अटी लावून अभ्यास केल्यास काय स्थिती दिसते ते पाहू या –

१. शेती क्षेत्र

शेतीत उत्पन्न होणारा शेतमाल मोठ्या संख्येने बाजारात आणणाऱ्या विक्रेत्यांची संख्या अगणित असते. तसेच तो माल घेणाऱ्यांची संख्या त्याच प्रकारे अगणित असते. शेती करणाऱ्यांसाठी कोणत्याही प्रकारचे बंधन नसल्याने हा व्यवसाय कोणालाही करण्याची मुभा असते. तसेच ज्यांना हे क्षेत्र सोडून दुसरा व्यवसाय करण्याची इच्छा असते त्यांना कोणत्याही प्रकारचा अटकाव नसतो. सर्व प्रकारचा शेतमाल सामान्य नावानेच ओळखला जात असतो. त्यावर उत्पादन करणाऱ्या शेतकऱ्याचे नाव, ब्रँड किंवा तत्सम छापा लावला नसतो. उदा. गहू, तांदूळ, डाळ, द्राक्षं, पेरू वगैरे. कोणत्याही इतर संघटनेची परवानगी घ्यावी लागत नाही. तसेच कमीत कमी वा जास्तीत जास्त किती उत्पादन घेण्यात यावे याबाबतही शेतकऱ्यांवर बंधन वा दडपण नसते. म्हणून आपला शेतमाल बाजारातील मागणीचा अंदाज घेऊन प्रत्येक शेतकरी उत्पादनाचे नियोजन करून काम करत असतो. त्यामुळे अनेकदा बाजारातील मागणीच्या तुलनेत शेतमालाचे उत्पादन कमी अथवा जास्तही होण्याची शक्यता टाळता येत नाही.

ग्राहकांची संख्या मर्यादित नसल्याने प्रत्येक ग्राहकाला हवा असणारा शेतमाल बाजारात जाऊन निवडण्याचा मार्ग खुला असतो. तसेच सामान्य नावाने माहिती असणाऱ्या शेतमालाच्या किमती त्या त्या शेतमालाच्या दर्जावर अवलंबून असतात. त्याशिवाय त्या मालाच्या मागणी–पुरवठा स्थितीवरसुद्धा त्याच्या किमती ठरत असतात. म्हणजे उत्पादन, विक्री व मालाच्या किंमती यावर कोणत्याही प्रकारचे बंधन वा मर्यादा किंवा मक्तेदारी अजिबात राहत नसल्याने या क्षेत्रात पूर्णपणे 'मुक्त स्पर्धा' अस्तित्वात असल्याचे जगभर दिसून येते. काही देश आंतरराष्ट्रीय व्यापार करताना शेती उत्पादन कमी करून त्या मालाच्या किमती वाढत्या ठेवण्यात सरकारी माध्यमातून प्रयत्न करतात. याप्रकारे शेतीमालाचे उत्पादन नियंत्रित ठेवण्यासाठी सरकारतर्फे शेतकऱ्यांना आर्थिक मदत (सबसिडी) देण्याचे प्रयत्न होतात. परंतु ते प्रयत्न फक्त अमेरिकेसारख्या बलाढ्य

देशातच होत असतात. भारतासारख्या प्रचंड लोकसंख्येच्या देशात अशी मदत देण्याचे प्रयत्न फारच कमी प्रमाणात होतात. अशी सवलत वा मदत असल्याने त्या स्पर्धेला शंभर टक्के मुक्त स्पर्धा जरी म्हणता येत नसेल, तरी त्यास 'जवळपास मुक्त स्पर्धा' म्हणून संबोधतात. म्हणून मुक्त स्पर्धेमुळे या क्षेत्रात कुणालाही भाग घेता येतो व कोणत्याही बंधनाशिवाय तो स्पर्धक या स्पर्धेत खंबीरपणे उभा राहून प्रगती साधण्याचा प्रयत्न करतो. किमती मागणी-पुरवठा या नियमानुसार बाजारात ठरून ग्राहकांना त्याचा फायदा तर होतोच त्याशिवाय उत्पादकांनासुद्धा उत्पादकता विविध प्रयत्नांतून वाढवून प्रगती साधण्याचा योग येतो. स्पर्धकांची संख्या जितकी जास्त तितका त्याचा किमतीवर तसेच शेतमालाच्या गुणात्मक दर्जावर सरळ सरळ प्रभाव पडतो. या क्षेत्रात कुणाचीही मक्तेदारी (मोनोपॉली) नसल्याने शोषण करण्याची शक्यता अजिबात कमी होते. तसेच त्या क्षेत्रात आर्थिक समता निर्माण होण्यास मदत होऊन आज श्रीमंत-गरीब यांत सतत वाढ होणारी दरी कमी होण्यास मदत होते. या सर्व चांगल्या तसेच समाजाच्या उत्तम स्वास्थ्यासाठी उपयोगी पडणाऱ्या मुक्त स्पर्धेची योजना अमलात आणण्याची जबाबदारी सरकारवरच प्रामुख्याने असते. परंतु मक्तेदारी जपणारे उद्योग व सेवाक्षेत्र राजकारणी लोकांना भौतिक सुखाची लालूच दाखवून मुक्त स्पर्धा अस्तित्वात आणण्यास सतत विरोध करून अडथळे निर्माण करतात.

उद्योगक्षेत्र –

या क्षेत्रात सर्व प्रकारच्या मक्तेदारी कायद्यांचे उद्योगपतींना संरक्षण प्राप्त होत असते. या मक्तेदारी कायद्यात मर्यादित दायित्व असणाऱ्या जॉईट स्टॉक कंपन्या पेटेन्ट्स,कॉपी-राइट्स, ट्रेडमार्क, ब्रँड्स, ट्रेड युनियन कायदा इत्यादींचा प्रामुख्याने समावेश असतो. या मक्तेदारी कायद्याच्या आधाराने उद्योगक्षेत्रात होणारी प्रत्येक वस्तू, त्याची निर्मिती, त्याचे नाव, त्याचे तांत्रिक विवरण, उत्पादनप्रक्रिया इत्यादींमुळे ती व तत्सम वस्तू दुसऱ्या कोणत्याही व्यक्तीला तयार करण्याचा अधिकार प्राप्त होत नसतो. त्यामुळे बाजारात पुरवठा करणारा हा एकमेव उद्योगपती असल्याने तो पुरवठ्यावर स्वतःचे पूर्ण नियंत्रण ठेवून जास्तीत जास्त नफा कमविण्याचा सतत प्रयत्न करत असतो. हा मक्तेदारी अधिकार सामान्यपणे वीस वर्षे असतो. कायद्यात मुद्दाम ठेवलेल्या उणिवांमुळे हा अधिकार वीस वर्षांपेक्षाही जास्त काळासाठी शाबूत ठेवला जाऊ शकतो. नवीन तरतुदीनुसार आजकाल वस्तूंचेच पेटंट फक्त नोंदवून उद्योगपती थांबत नसून नुसत्या त्या वस्तूबद्दल वा प्रक्रियाबद्दल डोक्यात येणाऱ्या कल्पनेचेही नोंदणीकरण करून इतरांना त्या कल्पना डोक्यात आणण्यापासून वंचित करण्यात येत आहे. म्हणजे मक्तेदारी स्थापन करून इतरांचे शोषण कित्येक दशके करू शकतो. म्हणजेच समाजातील इतर गुणी जन या व्यक्तीचे अनेक पिढ्यांसाठी वैचारिक गुलामच होऊन राहत असतात.

उद्योगात तयार होणार माल भरमसाठ किमतीने विकून उद्योगपती अनेक पिढ्यांपर्यंत नफा करून भौतिक सुख प्राप्त करू शकतात. या वस्तूसाठी सतत मागणी वाढत राहावी म्हणून उद्योगपती निरनिराळ्या माध्यमांतून वस्तूची जाहिरात करून व त्या तुलनेत पुरवठा नियंत्रित ठेवून वस्तूच्या किमती सतत वाढत्या ठेवण्यात यशस्वी होतात. सतत होणाऱ्या तंत्रज्ञानातील व विज्ञानातील प्रगतीमुळे या वस्तूसाठी होणारा उत्पादनखर्च कमी कमी होत असतो. परंतु उद्योगपती या वस्तूंच्या किमती त्या प्रमाणात कमी न करता त्या सतत वाढत्या ठेवून आपला नफासुद्धा वाढवीत असतात.

गेल्या पंधरा वर्षात भारतातील शेतीक्षेत्रात औद्योगिक वस्तूंचा उपयोग शेतमाल- उत्पादनासाठी सतत वाढत आहे. ज्या प्रमाणात या वस्तूंच्या किमती वाढतात त्या प्रमाणात शेतमालाच्या किमती बिलकुल वाढत नसल्याने शेतीत होणारा तोटा मात्र वाढत जातो. त्याचाच परिणाम शेतकऱ्यांचा कर्जबाजारीपणा वाढण्यात आपल्याला दिसत आहे. १५ फेब्रुवारी १९९२ च्या 'इंडिया टुडे' या मासिकात सरकारच्या एका वरिष्ठ अधिकाऱ्याच्या नावाने एक खुलासावजा बातमी प्रसिद्ध झाली होती. त्यानुसार प्रसाधनासाठी वापरण्यात येणाऱ्या कित्येक वस्तूंच्या बाजारातील किमतीत १४००-२००० टक्के नफा समाविष्ट असतो. म्हणजे एक रुपया उत्पादनखर्च असणाऱ्या वस्तू हे उद्योगपती चौदा ते वीस रुपयांना ग्राहकांना विकतात. यातून सामान्यांचे किती प्रमाणात शोषण होते याची कल्पना कुणालाही सहज करणे शक्य आहे.

मुक्त स्पर्धेत वस्तूंचा पुरवठा मागणीपेक्षा जास्त राहत असल्याने वस्तूंच्या किमती कमी होतात व त्याचबरोबर त्यांचा गुणात्मक दर्जाही वाढत असतो. याच्या अगदी उलट स्थिती झाली आहे. भारतातील शेतकरी या औद्योगिक वस्तूंचा सर्वात मोठा ग्राहक असल्याने त्याचे सर्वात जास्त शोषण यामुळे आज होत आहे. शेतमालाचा उत्पादनखर्च कमी करून दोन पैसे वाचविण्याचा प्रयत्न प्रत्येक शेतकरी आज करत असतो. परंतु औद्योगिक वस्तूंच्या किमती सतत वाढत असल्याने त्या शेतकऱ्याचे प्रयत्न फार यशस्वी होत नाहीत. शेतीक्षेत्रात असलेल्या मुक्त स्पर्धेमुळे गेल्या पन्नास वर्षात शेतमालाच्या बाजारातील किमती औद्योगिक वस्तूंच्या किमतीच्या तुलनेत फार कमी स्तरावर राहिल्यात आणि थोड्या प्रमाणात जरी किमती वाढल्या असतील त्या औद्योगिक वस्तूंच्या वाढत्या किमतीचा परिणाम म्हणूनच वाढल्या आहेत. म्हणून मुक्त स्पर्धेत कांदा पन्नास पैसे किलो किंवा द्राक्षे पाच रुपयो किलो वा टोमॅटो तीस पैसे किलो होतात. याउलट स्थिती मात्र औद्योगिक क्षेत्रातील वस्तूंबाबत दिसून येते. त्या वस्तूंच्या किमती कधीच कमी का होऊ नयेत? आज जगभर मंदीची लाट आली असताना औद्योगिक वस्तूंच्या किमती शेतमालाच्या उतरत्या किमतीसारख्या असावयास पाहिजेत. त्या क्षेत्रात मुक्त स्पर्धा असल्यासच त्या वस्तूंच्या किमती कमी

होऊन शेतकऱ्यासह सर्वच ग्राहकांना जीवन जगणे सुकर होऊ शकेल.

सेवाक्षेत्र

जागतिकीकरणामुळे तसेच तंत्रज्ञानातील सतत होणाऱ्या प्रगतीमुळे सेवा क्षेत्राला विशेष महत्त्व प्राप्त झाले आहे. औद्योगिक क्षेत्रात यंत्राचा वापर वाढल्याने रोजगार कमी होत आहे. तसेच नवीन यंत्रांच्या मदतीने उत्पादकतेत खूप वाढ झाल्याने आज जगभर वस्तूंचे उत्पादन मोठ्या प्रमाणात वाढले आहे. म्हणून या अधिकच्या उत्पादनाला मागणी वाढवून बाजार मिळवून देण्यासाठी अनेक प्रकारच्या सेवा उपलब्ध करून देण्याचे प्रयत्न उद्योगपतींकडून तसेच सरकारच्या मदतीने सतत होत आहेत. संगणक, बँकिंग, विमा, दळणवळण, परिवहन, टपाल-कुरियर इत्यादी प्रकारच्या हजारोंच्या संख्येत नवीन सेवा उपलब्ध करून देण्यात येत आहे. यापैकी मोठा भाग हा सरकारच्या मालकीचा आहे. यामुळे सरकारी सेवेत काम करणाऱ्यांची कर्मचाऱ्यांची संख्या प्रचंड प्रमाणात निर्माण झाली आहे.

उद्योग क्षेत्राप्रमाणे या क्षेत्रातही मक्तेदारी कायद्याचे वास्तव्य दीर्घ काळापासून आहे. या क्षेत्रात मनुष्य हा वस्तूसारखाच महत्त्वाचा असतो. देशात प्रचंड संख्येने सुशिक्षित तसेच इतर कला अवगत असलेले युवक निरनिराळ्या शिक्षणाच्या माध्यमांतून दरवर्षी तयार होऊन रोजगार-बाजारात उतरत आहेत. रेल्वेतील किंवा सैन्यदलातील दोन-तीन हजार असलेल्या सामान्य दर्जाच्या कामासाठी दोन-तीन लाख युवक रांगेत बसून आपले नशीब आजमावण्याचा प्रयत्न करत असल्याच्या बातम्या वाचत असतो. याचा अर्थ स्पष्ट आहे की, उद्योगक्षेत्रात सतत होणाऱ्या तांत्रिक प्रगतीमुळे या मोठ्या संख्येने तयार होणाऱ्या युवकांना सामावून घेण्याची ताकद संपली आहे. तसेच शेती उद्योग हा सतत तुटीचा होत असल्याने तेथील रोजगार निर्मिती होणे शक्य राहिले नाही. म्हणून हा अधिक संख्येने तयार होणार युवक-कामगार आता सेवाक्षेत्राकडे रोजगारासाठी आशाळभूत नजरेने पाहत आहे; अथवा त्याच्याकडे दुसरा पर्याय सरकारतर्फे भांडवलशाही अर्थव्यवस्था अस्तित्वात आणल्यामुळे शिल्लक नाही. याचाच अर्थ सरळ आहे की, या क्षेत्रात वस्तूंचा (युवक-रोजगारांचा) पुरवठा, मागणीपेक्षा खूपच जास्त तयार झाला आहे. हे जर खरे आहे, तर सुरुवातीला चर्चा केल्याप्रमाणे मागणीपुरवठ्याचा नियम या क्षेत्रास लागू पडायला काही अडचण असायला नको. तसे झाले असते, तर वस्तूच्या (युवक-रोजगारांच्या) किमती (पगार) सतत कमी होऊन सरकारवरच्या कर्मचाऱ्यांसाठी करण्यात येणाऱ्या खर्चात खूप बचत होऊ शकली असती. त्यामुळे शेतकऱ्यांसह अनेकांना सरकारला द्यावा लागणाऱ्या करात मोठी कपात करणे शक्य झाले असते. त्यामुळे महागाई नियंत्रणात आणता आली असती.

उद्योगक्षेत्राप्रमाणे या क्षेत्रात ट्रेड युनियन ॲक्ट हा मक्तेदारी कायदा अस्तित्वात

असल्याने 'मुक्त स्पर्धेचा' अभाव आहे. सर्व कर्मचाऱ्यांना या कायद्यामुळे आपल्या नोकरीचे संरक्षण प्राप्त करणे शक्य असते. तसेच त्यांची संघटना अधिक ताकदवान बनून पगार कमी करण्याऐवजी वाढवून घेण्यात यशस्वी होतात. जसे उद्योगपती आपल्या संघटनांमार्फत सरकारवर दडपण आणून आपल्याला सोईस्कर सरकारी धोरण मंजूर करून फायदा घेऊ शकतात. तसाच फायदा कर्मचाऱ्यांच्या मक्तेदारी संघटना संप, बंद वगैरे अस्त्रे वापरून सरकारचा गळा दाबून प्राप्त करत असताना आपण गेली पन्नास वर्षे बघत आहोच. या कर्मचाऱ्यांच्या पगारवाढीसाठी दर दहा वर्षांनी वेतन आयोगातर्फे आढावा घेण्यात येत असतो. याचा परिणाम बाजारातील महागाई वाढण्यात होते याबद्दल शंका नसावी. याचा अप्रत्यक्ष फटका शेतकऱ्यांना सहन करावा लागत आहे. मक्तेदारी संरक्षणामुळे वस्तूंचे मूल्य (पगार) सतत वाढतेच. त्याशिवाय त्याचा उलटा परिणाम गुणात्मक दर्जा (कार्यकुशलता) सतत कमी होत असतो. पगारवाढ व कमी कार्यकुशलता असा परिणाम या क्षेत्रात मुक्त स्पर्धा अस्तित्वात नसल्याने आज समाजाला सहन करावे लागत आहे आणि या समाजातला शेतकरी हा एक सर्वात मोठा घटक आहे हे विसरता येणार नाही.

सारांश :

वरील चर्चेतून खालील बाबी स्पष्ट होतात :-

१. सामाजिक समता प्रस्थापित करण्यासाठी मुक्त स्पर्धा अतिशय महत्त्वाचे संतुलनाचे काम करते.

२. एकाच अर्थव्यवस्थेत शेती क्षेत्रात मुक्त स्पर्धेत असताना उद्योग व सेवाक्षेत्रे मक्तेदारी कायद्यांच्या संरक्षणात कार्यरत असताना शेती क्षेत्राचे सतत शोषण होणे टाळण्यासारखे नाही.

३. तांत्रिक क्षेत्रातील प्रगतीचा लाभ समाजातील २-४ टक्के असणारा उद्योगपतींचा वर्ग घेऊन इतर ९६-९८ टक्क्यांचे शोषण करणे हा गुन्हा धरून त्याचे उच्चाटन करणे आवश्यक आहे.

४. मक्तेदारी कायद्यांचा फायदा घेऊन उद्योगपती तसेच सेवाक्षेत्रातील कर्मचारी आपले खिसे गरम करत असताना मुक्त स्पर्धेत वावरत असणारा शेतकरी मात्र नाडला जाऊन कर्जबाजारी होतो व काही वेळा आत्महत्येचा अंतिम पर्याय जवळ करतो. हा शेतकरीवर्गावर सरासर अन्यायच आहे.

५. अर्थव्यवस्थेत सतत होणाऱ्या महागाईला पूर्णपणे जबाबदार उद्योग व सेवा-क्षेत्रे असतात व त्याचा जबरदस्त फटका मात्र शेतकरी, स्वयंरोजगार व असंघटित क्षेत्रातील अनेक रोजगारांना गेली पन्नास वर्षे सहन करावा लागत आहे.

६. मुक्त स्पर्धेतून महागाईवर नियंत्रण येते. वस्तूंचा गुणात्मक दर्जा सुधारतो.

वस्तू व सेवांच्या किमती सतत कमी कमी होऊन चलनाचे मूल्य अधिक भक्कम होते. समाजातील आर्थिक असमानता कमी कमी होत जाते. कराचा बोजा कमी होतो. व्याजाचे दरही कमी होतात. परंतु अशी सामान्यांना सुखात ठेवणारी अर्थव्यवस्था अमलात आणण्यात सर्व प्रकारचे भौतिक सुख उपभागू इच्छिणारे, भांडवलदार, राजकारणी व सेवाक्षेत्रात काम करणारा कर्मचारीवर्ग सतत बाधा आणतात. त्याचे सर्व वाईट परिणाम मात्र मुक्त स्पर्धेत भाग घेणारे शेतकरी व स्वयंरोजगार करणारे उद्यमशील व्यक्ती यांना सतत भोगावे लागतात.

सातव्या पंचवार्षिक योजनेत युरोप व अमेरिकेत मंदीचे सावट आल्याबद्दल उल्लेख आहे. तशीच मंदी भारतातसुद्धा येऊ घातल्याचे संदेश त्यात दिले आहेत. हे जर सत्य आहे, तर मंदीच्या काळात सर्वच वस्तूंचे व सेवांचे दर कमी व्हावयास पाहिजेत. औद्योगिक व सेवाक्षेत्रातील दर कमी झाले, तर शेतकऱ्यांना उत्पादनात लागणाऱ्या वस्तूही स्वस्त मिळतील व त्यानुसार कमी उत्पादनखर्चात शेतमाल तयार होऊन समाजाला लाभ मिळू शकेल. बहुतेक शेतमाल उद्योगात प्रक्रिया करण्यासाठी कच्चा माल म्हणून वापरण्यात येत असल्याने उद्योगात तयार होणाऱ्या वस्तूही स्वस्त दरात सर्वांना प्राप्त होत राहतील.

या चर्चेतून हे स्पष्ट समजावे की, शेतकरीवर्ग मुक्त स्पर्धेत राहू इच्छितो; परंतु त्यासोबत उद्योग व सेवा क्षेत्रांनाही मुक्त स्पर्धेत आणून सबंध अर्थव्यवस्थाच मुक्त स्पर्धा असलेली असावी असा शेतकऱ्यांचा आग्रह आहे. सरकारने तसे जर घडवून आणले नाही, तर समाजात सध्या अस्तित्वात असलेले स्वास्थ्य बिघडून परिस्थिती हाताबाहेर जाऊ शकेल. सध्याच्या कृषिमंत्र्यांनी संसदेत १५ मे २००६ च्या सुमारास एक निवदेन केले होते. त्यानुसार १९९३ ते २००३ पर्यंतचा दहा वर्षांत देशात एकूण १,००,२४८ शेतकऱ्यांनी कर्जबाजारीपणामुळे आत्महत्या केल्यात. म्हणजेच सरासरी दरवर्षी दहा हजार शेतकरी मक्तेदारी क्षेत्रांकडून होणाऱ्या शोषणामुळे आत्महत्या करत आहेत. ही शोषण प्रक्रिया चालूच राहिली, तर दहा हजारांचा आकडा दरवर्षी वाढत राहील याबद्दल शंका नसावी.

टाटा इन्स्टिट्यूट ऑफ सोशल सायन्सेसच्या संस्थेनेसुद्धा मुंबई उच्च न्यायालयाला १५ मार्च २००५ रोजी सादर केलेल्या अहवालातसुद्धा सरकारच्या शोषण करणाऱ्या आर्थिक व्यवस्थेबद्दल सरकारला जबाबदार धरले आहे. कृषिमंत्र्यांनी केलेल्या निवदेनातूनही समजते की, सहकारी संस्था व्यवस्थापन मृत अवस्थेत गेले आहे; तर कर्जपुरवठा करणारी यंत्रणा संपूर्णतः कोलमडली आहे हे सरकार आता मान्य करत आहे. इतका दणका या मक्तेदारी क्षेत्राचा शेती क्षेत्राला सहन करावा लागत आहे.

अकोल्याच्या पंजाबराव देशमुख कृषि विद्यापीठाने नुकत्याच केलेल्या

संशोधनातून हेच आढळून आले की, शेतीचा उत्पादनखर्च मक्तेदारी क्षेत्रातील पुरवठा होणाऱ्या वस्तू व सेवा यामुळे सतत वाढत असून त्याच्या तुलनेत शेतमालाला मिळणारा बाजारभाव या खर्चापेक्षा कितीतरी कमी आहे. दहा वर्षांचा दहा मुख्य शेतमालाचा अभ्यास करून हा निष्कर्ष त्या विद्यापीठाने महाराष्ट्र सरकारला सादर केलेल्या अहवालात समाविष्ट आहे. नमुन्यादाखल म्हणताना अहवाल असे म्हणतो की, बाजरीच्या आधारभूत किमतीत १०२ टक्के, ज्वारीच्या बाबतीत १०६ टक्के वाढ झाली आहे. मात्र खते-बियाणे यासारख्या निविष्ठाच्या किमतीत (मक्तेदारी क्षेत्रातून पुरवठा होणाऱ्या वस्तूत) तब्बल अनुक्रमे २१८ टक्के व २२९ टक्के वाढ झाली आहे. म्हणून निविष्ठाचा खर्च व आधारभूत किंमत यात समानता ठेवण्याचा आग्रह विद्यापीठाने केला आहे ; परंतु सध्याच्या मक्तेदारी अर्थव्यवस्थेत या आग्रहाला कोणताच अर्थ राहणार नाही जोपर्यंत तीनही क्षेत्रांत मुक्त-स्पर्धा अस्तित्वात आणल्या जात नाहीत. म्हणून अशाप्रकारच्या शोषणापासून कायमची मुक्ती मिळविण्यासाठी शेतकरीवर्गाने सर्व क्षेत्रांत मुक्त स्पर्धा अमलात आणण्यासाठी सरकारजवळ आग्रह धरावा. त्यासाठी सरकारने सर्व मक्तेदारी कायदे कायमचे रद्द करण्यासाठी आग्रह करण्याची आवश्यकता आहे. सहाव्या वेतन आयोगाची स्थापना नजीकच्या काळात करण्यात येणार आहे त्याविरुद्ध सरकारवर दडपण आणण्याची आवश्यकता येणार आहे. सध्याच्या कर्मचाऱ्यांचे सर्व प्रकारचे रोजगार मुक्त स्पर्धेच्या अर्थशास्त्रीय नियमानुसार नियंत्रित करण्यासाठी योग्य ते कायदे करण्याचा आग्रह धरावा. हे सर्व क्रांतिकारक बदल वाटले, तरी शेतकऱ्यांच्या तसेच सर्वसामान्य दीर्घकालीन कल्याणासाठी आवश्यक आहेत म्हणून शेतकऱ्यांनी त्यासाठी आग्रह धरावा. कायमस्वरूपाच्या नोकऱ्यांऐवजी तात्पुरत्या व कंत्राटी स्वरूपाच्या नोकऱ्या अस्तित्वात आणून मुक्त स्पर्धेचा उदय सेवाक्षेत्रात होऊ शकतो.

❑❑❑

१२ विशेष आर्थिक क्षेत्र – शेतकऱ्यांच्या वैऱ्यांचा डाव

आज आपल्या देशात अर्थशास्त्राशी प्रत्यक्ष संबंध असणाऱ्या अनेक प्रश्नांवर चर्चा होत आहे. काही ठिकाणी काही प्रश्नांवर चर्चा होत आहे. काही ठिकाणी काही प्रश्नांवर सरकार व जनता वा विरोधी पक्ष अतिशय टोकाची भूमिका घेऊन देशात एकप्रकारचे युद्धमय वातावरण तयार करण्याच्या प्रयत्नात असल्यासारखे सामान्यांना वाटत आहे. या प्रश्नांमध्ये प्रामुख्याने शेतमालाला किफायतशीर भाव मिळायला पाहिजे, कर्जबाजारीपणामुळे शेतकऱ्यांना कराव्या लागत असलेल्या आत्महत्या, जागतिकीकरणाचा परिणाम म्हणून बहुराष्ट्रीय तसेच राष्ट्रीय कंपन्यांकडून अनेक सवलती मिळवून घेण्यासाठी सरकारवर येत असलेला दबाव, जागतिक व्यापार संघटनेच्या सभेत शेतीसाठी देण्यात येणाऱ्या सवलती, प्रगत व विकसन देशांना अमान्य झाल्याने फिसकटलेल्या वाटाघाटी व त्यामुळे प्रगत देशांची झालेली पंचाईत, भांडवलदारांच्या सतत होत असलेल्या रेट्यामुळे सरकारने विशेष आर्थिक क्षेत्रासाठी केलेला कायदा व त्यामुळे शेतकऱ्यांकडून देशभर होत असलेला विरोध, सरकारी क्षेत्रातील कंपन्यांच्या शेअर्सची विक्री व त्याला होणारा विरोध, मुंबईचे शांघाय करण्याबद्दल सरकारातील अनेक नेत्यांकडून होणाऱ्या वल्गना, इत्यादी घटना आज समाविष्ट आहेत. या सर्व प्रकारच्या घटनांमुळे देशभर मोर्चे, बंद, उपोषण वगैरे प्रकारच्या कार्यक्रमांनी वातावरण तापायला लागले असल्याचे दिसून येते. वरीलपैकी विशेष आर्थिक क्षेत्रासंबंधी आज या ठिकाणी चर्चेसाठी मुद्दे मांडत आहे.

विशेष आर्थिक क्षेत्राचे (एसईझेड) महत्त्व का ?

१९९० च्या सुमारास आपल्या देशातील काही प्रमुख नेत्यांनी सरकारात काम करताना देशाची आर्थिक घडी संपूर्णपणे नव्याने मांडण्याचा निर्णय घेतला. या नेत्यांमध्ये सध्याचे पंतप्रधान डॉ.मनमोहन सिंग यांचा समावेश होता व या नवीन आर्थिक कार्यक्रमाला अमलात आणण्यात त्यांचा मोठा हात होता. पंडित नेहरूंना सोवियत युनियनमधील मार्क्सच्या समाजवादाचे प्रचंड आकर्षण होते. मोठे उद्योग, मोठी धरणे, सरकारी कंपन्या व कारखाने इत्यादींबाबत त्यांना खूप महत्त्व वाटत असे. मार्क्सचा समाजवाद व युरोपातील भांडवलवाद यांचे मिश्रण करून त्यांनी एक नवीन प्रकारचा आर्थिक प्रयोग देशात सुरू केला. गरिबीतून बाहेर पडणाऱ्या भारतीय जनतेला अशा भव्य दिव्य कारखान्यांमुळे व धरणांमुळे आपल्या दारिद्र्याचा विसर पडायला लागला

होता. परंतु वीस–तीस वर्षांनंतर मात्र त्यांना भ्रमनिरास व्हायला लागला. श्रीमंत अधिक श्रीमंत व गरीब अधिक गरीब व्हावयाला लागल्याने आपण अधोगतीच्या मार्गाने जात असल्याचे त्यांना स्पष्ट दिसायला लागले. १९८९–९० मध्ये सोवियत युनियनचे पतन झाल्यावर जगात भांडवलशाही अर्थव्यवस्थेला पर्यायच उरला नसल्याने या व्यवस्थेच्या बळावरच भारत देश युरोप–अमेरिकेसारखा प्रगत देश होऊ शकतो या एकमेव ध्येयाने पछाडलेले देशाचे भांडवलदार व राजकीय नेते जुन्या व उपयोगी न पडलेल्या अर्थव्यवस्थेत अनेक प्रकारच्या सुधारणा करून एक आदर्श व जगातील महासत्ता तयार करण्याच्या कामाला लागले. देशाचे अध्यक्ष अब्दुल कलाम यांनी सन २००२ मध्ये 'इंडिया २०२०– एकविसाव्या शतकासाठीचा कार्यक्रम' नावाचे पुस्तक प्रसिद्ध करून पश्चिमी अर्थशास्त्रीय दृष्टिकोनच योग्य असल्याचे एक प्रमाणपत्रच भारतीय जनतेसाठी दिले होते.

युरोप, अमेरिका, जपानसारखे गतशतकातील प्रगत म्हणून ओळखले जाणारे देश या शतकाच्या सुरुवातीपासून लांब पल्ल्याच्या मंदीच्या लाटेत गुरफटले गेले आहेत. तंत्रज्ञानात गेल्या शंभर वर्षांत झालेल्या अतुलनीय प्रगतीमुळे औद्योगिक वस्तूंचे उत्पादन मोठ्या प्रमाणात तसेच कमी खर्चात तयार करणे सहज शक्य झाले आहे. त्याचबरोबर दळणवळण व वाहतूक क्षेत्रातील प्रगतीमुळे देशादेशांतील अंतर कमी झाले व त्याचा परिणाम म्हणून आज कोणत्याही देशातून जगातील कानाकोपऱ्यांत वस्तूचा पुरवठा करणे सहज शक्य झाले आहे. भांडवलशाही अर्थव्यस्थेला या तंत्रज्ञानाचा मोठा फायदा तसेच तोटा सहन करावा लागत आहे. देशातील अतिरिक्त उत्पादित वस्तू दुसऱ्या देशात विकणे सोपे झाले हा फायदा, तर सर्वच प्रगत देश या प्रकारचा एकमेव कार्यक्रम राबवीत असल्याने आवश्यकतेपेक्षा खूपच कमी वस्तूंची निर्यात होते हा तोटा.

चीन व भारत औद्योगिक प्रगतीच्या तुलनेत खूपच मागासलेले देश होते. म्हणून जागतिक व्यापार संघटनेच्या साहाय्याने प्रगत देशांनी – विशेषतः अमेरिकेने – चीन व भारत देशांबरोबर इतर विकसनशील देशांची आंतरराष्ट्रीय व्यापारात सतत अडवणूक करून या देशातील प्रचंड प्रमाणात वाढत असलेल्या बाजारपेठा खुल्या करून त्या प्रगत देशांच्या वस्तूंसाठी उपलब्ध करून देण्यासाठी या प्रगत देशांकडून सतत दडपण येऊ लागले आहे. चीनने १९८० मध्ये आपली आर्थिक व्यवस्था अशा कारणासाठी प्रगत देशांसाठी खुली केली. परंतु भारताने सुरुवातीला अशा दडपणाला दाद न दिल्याने नंतर प्रगत देशांकडून सहन न होणारी अडवणूक झाल्याने आपली अर्थव्यवस्था १९९०–च्या सुमारास खुली केली.

चीनमध्ये एकाच पक्षाचे राज्य असल्याने व तेथे हुकूमशाही पद्धतीची राजवट असल्याने प्रगत देशांना फायदा करून देणारे बदल सहज अमलात येऊ शकले. चीनमध्ये

अशा खुल्या बाजारव्यवस्थेला अनेकांचा असलेला विरोध सहज मोडून काढता आला व अजूनही असा विरोध सहन केला जात नाही. चीनमध्ये कम्युनिस्ट विचाराची राजवट अनेक वर्षे अस्तित्वात होती. परंतु सोवियत युनियनच्या पतनानंतर मात्र तेथील अर्थतज्ज्ञांना पर्यायी अर्थव्यवस्था शोधून काढता न आल्याने तेथील सरकारने बाजारी समाजवाद या नावाखाली भांडवलशाही अर्थव्यवस्थेमुळे बाहेरून जरी आश्चर्यजनक प्रगती होत असल्याचे भासत असले, तरी अंदरकी बात मात्र तेथील सरकारला सतत डोकेदुखी देत असते. लाठी-बंदुकीच्या धाकाने ही परिस्थिती चीनचे सरकार किती काळ दडपून ठेवू शकेल? प्रगत देशांनासुद्धा हा प्रश्न बेचैन करीत आहे.

भारत त्या तुलनेत लोकशाही असलेला व समाधानकारक न्यायसंस्था अस्तित्वात असलेला देश म्हणून प्रगत देशांना तो अधिक जवळचा वाटायला लागला आहे. १९९० नंतरच्या दहा वर्षांत अनेक बदल केले जाऊ शकलेत. त्यानंतरच्या सहा वर्षांत भाजपचे नेतृत्व असलेल्या एनडीएनेसुद्धा या नवीन आर्थिक व्यवस्थेला लोकांच्या अपेक्षेविरुद्ध जाऊन आवश्यक ते सहकार्यच केले होते. परंतु सामान्य माणसांनी भाजपला ज्या कार्यक्रमासाठी निवडून दिले होते. अगदी त्याच्या विरुद्ध दिशेने त्या पक्षाने पावले उचलल्याने भाजपला पुढील निवडणुकीत जबरदस्त फटका सहन करावा लागला.

सध्या केंद्र सरकारात काँग्रेससह मित्रपक्षांना पूर्ण बहुमत नसल्याने त्यांना डाव्या पक्षाच्या कुबड्या वापरून पाच वर्षे सरकार टिकवून ठेवायचे आहे. त्याच वेळी प्रगत देशांना तेथील बहुराष्ट्रीय कंपन्यांना आणि भारतीय उद्योगपतींना खूष ठेवून ८-१० टक्के आर्थिक प्रगती दाखवून पुढील निवडणुकीसाठी तयार व्हावयाचे आहे.परंतु औद्योगिकीकरणाच्या प्रगतीला सुयोग्य वातावरण करून द्यावयाचे म्हटले तर डाव्या पक्षांना डावलून करणे शक्य नाही. भांडवलदारांना औद्योगिक प्रगतीत वेग आणण्यासाटी सध्या देशात असलेल्या अनेक कायद्यांत सुधारणा करून पाहिजेत. या कायद्यात सर्वात महत्त्वाचा अडथळा आहे तो कामगार कायदा. कामगार संघटनेवरच डाव्या पक्षांचे अस्तित्व अवलंबून असल्याने कामगार कायद्यात भांडवलदारांना अपेक्षित सुधारणा कदापि शक्य नाही. तसा आपला उद्देशसुद्धा या डाव्या पक्षांनी अनेकदा बोलून दाखविला आहे.

पुढील निवडणुकीत यशस्वी होण्यासाठी व त्यात बहुमत प्राप्त होण्यासाठी डाव्यांच्या अटकावाला न जुमानता पर्यायी कार्यक्रम अमलात आणणे अत्यावश्यक असल्याने विशेष आर्थिक क्षेत्र निर्माण करण्याचा विचार येणे सहज शक्य आहे. हा प्रयोग यशस्वी झाला तर प्रगत देशांना व त्यांच्या बहुराष्ट्रीय कंपन्यांना खूष करणे शक्य होईल. तसेच सध्याच्या अनेक कायद्यांच्या जंजाळात फसलेल्या भारतीय उद्योगांना मोकळी हवा खायला मिळून अकराव्या पंचवार्षिक योजनेचे लक्ष्य असलेली १०-

११ टक्के आर्थिक प्रगती साधणे सरकारला सहज शक्य होईल असा सध्या राज्यकर्त्यांचा विश्वास आहे.

विशेष आर्थिक क्षेत्रासाठी समर्थन व विरोध

वरील चर्चेच्या पार्श्वभूमीवर सरकारचा या क्षेत्राच्या अस्तित्वासाठी आग्रह का? तसेच डाव्या पक्षांसह इतरांचा व विशेषतः शेतकऱ्यांचा यासाठी विरोध का? याचा अर्थ सहज समजू शकतो.

सरकारतर्फे असलेले समर्थन –

१) औद्योगिक प्रगतीशिवाय देश अनेक बाबतीत जागतिक स्तरावर यशस्वी सामना करू शकणार नाही.

२)प्रगतीसाठी आवश्यक असलेल्या सुविधा (रस्ते, घरे, वीज, पाणी, शिक्षणाच्या सोई इ.) देशभर उपलब्ध करून देण्यासाठी सरकारी पैसा कमी पडतो. म्हणून परदेशी पैसा देशात येणे तसेच असलेल्या खाजगी उद्योगाजवळ असलेला पैसा यासाठी वापरता येण्यासाठी त्यांना कायद्याने साहाय्य करणे आवश्यक.

३) इतर देशांच्या मानाने भारतीय वस्तूंची निर्यात नगण्य अशी आहे. त्यामुळे प्रगत देशातील तंत्रज्ञान, वस्तू, सुविधा जनतेसाठी उपलब्ध करून देणे अशक्य आहे. म्हणून मोठ्या प्रमाणात निर्यातीसाठी प्रोत्साहन अशा क्षेत्राच्या माध्यमातून सहज शक्य. या क्षेत्रात कार्यरत उद्योगाने नक्त परकीय चलन सरकारला प्राप्त करून द्यायचे आहे.

४) क्षेत्रातील उद्योगांना आंतरराष्ट्रीय व राष्ट्रीय स्तरावर व्यवहार करताना कोणत्याही प्रकारचे अडथळे राहणार नसल्याने देशाला आवश्यक असलेले औद्योगीकरण व त्यातून अपेक्षित आर्थिक प्रगतीचा वेग साध्य होऊ शकतो.

भांडवलदारांना देण्यात येणाऱ्या सोई –

१) विशेष आर्थिक क्षेत्र उभारण्यास खासगी तसेच सरकारी उद्योगांना अनुमती देण्यात येईल.

२) या क्षेत्रात काम करणाऱ्या उद्योगांना उत्पादन तसेच वस्तूंचे स्वदेशात वा परदेशात वितरण करताना कोणत्याही प्रकारचे अडथळे, गैरसोई होऊ नये म्हणून त्यांना आवश्यक ते संरक्षण, सुविधा सरकारतर्फे उपलब्ध करून देण्यात येतील.

३) सरकारतर्फे अशा क्षेत्रासाठी ठराविक जागा निश्चित करण्यात येईल व त्यासाठी लागणारी जमीन खरेदी करून अशी क्षेत्रे उभारणाच्या कंत्राटदारांना स्वस्त दरात उपलब्ध करून दिली जाईल.

४) निर्धारित क्षेत्रात उद्योगांना सुविधाच्या स्वरूपात कारखाने, रस्ते, निवासस्थाने, वीज निर्मिति केंद्रे, पाणी, सर्व प्रकारचे संरक्षण, करमणुकीच्या सोई, हॉटेल्स, उपहारगृह, बाजारव्यवस्था व इतर अनेक सोई उपलब्ध करून देण्याची योजना

आहे. जर अशी क्षेत्रं समुद्रकाठी उभारण्यात आलीत, तर त्या ठिकाणी जहाजांच्या वाहतुकीसाठी अत्याधुनिक बंदरे, विमानतळ व तत्सम सोई असतील. यातून मोठ्या प्रमाणात रोजगारनिर्मिती होईल.

५) आयात-निर्यात सोईचे व्हावे, आंतरराष्ट्रीय स्पर्धेत तग लावण्याच्या दृष्टीने उत्पादनखर्च कमी ठेवण्यासाठी, सरकारी यंत्रणेद्वारे (तपासणी, दस्तऐवज सरकारजवळ वेळोवेळी जमा करणे इ.) कोणताही अडथळा वा गैरसोय टाळण्यासाठी म्हणून देशात सध्या अस्तित्वात असलेले कर, नियम वगैरे यातील उद्योगांना लागू होणार नाहीत. यात प्रामुख्याने आयात-निर्यात कर, आयकर, सेवाकर, अबकारी कर वगैरेत पूर्ण मुक्तता वा पहिली पाच-दहा वर्षे भरपूर सवलत याचा समावेश आहे.

६) गुंतवणूक करणाऱ्यांनाही आयकरासह इतर सवलती मिळतील.

७) स्थानिक तसेच परदेशी संस्था देशात समाजकार्य करीत असतील, तर त्यांना विकलेल्या वस्तूंना निर्यातीसारखा दर्जा प्राप्त होऊन सर्व सवलती प्राप्त होतील.

८) विदेशी कंपन्यांना देशातील संथ गतीने कार्य करणाऱ्या न्यायालयीन यंत्रणेचा त्रास होऊ नये म्हणून अशा क्षेत्रांसाठी तत्परतेने न्यायनिवाडा करणारी यंत्रणा स्थापण्यात येईल जेणेकरून विदेशी उद्योगांना केव्हाही स्वतःचे उद्योग बंद करून स्वदेशी परतणे शक्य होईल.

९) देशात सध्या अस्तित्वात असलेले व भांडवलदारांना सतत डोकेदुखी ठरणारे कामगार कायदे या विशेष आर्थिक क्षेत्रात लागू होणार नाही. जागतिकीकरणाच्या सुरुवातीपासून कामगार कायद्यात सुधारणा करून कामगार –कपातीबरोबर कारखाने बंद करण्याचे स्वातंत्र्य मिळण्यासाठी भारतीय उद्योगपतींनी सरकारजवळ आग्रह धरला होता. त्याला नवीन क्षेत्राच्या निमित्ताने यश प्राप्त झाले.

नवीन क्षेत्राला कोणाचा व कसा विरोध ?

जागतिकीकरणाचे फायदे पंधरा वर्षांनंतरही तळागळातील लोकांपर्यंत पोहोचू न शकल्याबद्दल आपले पंतप्रधान जरी नाराजी दर्शवीत असले, तरी त्या लोकांना त्याचे चटके मात्र जरूर बसायला लागले. विशेष आर्थिक क्षेत्रापासून भांडवलदारवर्ग सोडल्यास सरकारसकट सर्वांना चटके सहन करावे लागतील. त्यात शेतकरीवर्गाला तर आपला जीवनाचा आधारच हिसकावून घेत असल्याचा अनुभव आताच यायला लागला आहे. सर्वांच्या प्रतिक्रिया समजून घेणे आवश्यक आहे.

१) सरकारात दोन मते - लंडनच्या 'द इकॉनॉमिस्ट'साप्ताहिकानुसार (१४.१०.०६) या क्षेत्रांना अनेक सुविधा व सवलती विदेशी गुंतवणूक लक्षात ठेवून देण्याची आवश्यकता नव्हती, कारण तशी गुंतवणूक आधीच्या धोरणानुसार होणारच होती. देशाची निर्यात वाढविण्याचे एकमेव ध्येय ठेवून सध्याच्या वाणिज्य मंत्र्यांनी अशा

क्षेत्राची कल्पना पुढे आणली. वित्त मंत्रालय मात्र या क्षेत्राच्या विरोधात आहे. कारण 'नॅशनल इन्स्टिटट्यूट ऑफ पब्लिक फायनान्स अँड पॉलिसी' या संस्थेच्या अभ्यासानुसार २००५-१० या काळात कर उत्पन्नात रु.९७,००० कोटी घट सरकारला सहन करावी लागेल. आंतरराष्ट्रीय नाणे निधीच्या अंदाजानुसार ही घट रु.१,७५,००० कोटी इतकी असेल. यामुळे अर्थसंकल्पात तूट निर्माण होऊन देशात महागाईचा भडका उडण्याची भीती व्यक्त केली आहे. २००४-०५ साली अशा क्षेत्रातील निर्यातीतून देशाला फक्त रु.१७,७२९ कोटी उत्पन्न प्राप्त झाले. याच्या तुलनेत लघुउद्योगाने रु.१,२४,४१६ कोटी उत्पन्न प्राप्त केले. म्हणून लघुक्षेत्राला अधिक महत्त्व देण्याची गरज बोलून दाखविली जात आहे. अपेक्षित निर्यात जर होऊ शकली नाही, तर देशाला जबरदस्त आर्थिक फटका बसू शकेल.

२) अनेक प्रकारच्या सुविधा व सवलती - विशेष आर्थिक क्षेत्राबाहेर असलेल्या उद्योगांना सहज आकर्षित करतील व हळूहळू सर्व उद्योगक्षेत्रेच अशा सवलतींना पात्र ठरतील व देशाचा आर्थिक ढाचाच कोसळण्यास मदत करेल असे काही तज्ज्ञ बोलतात. तसेच आयात-निर्यातीवर सरकारचे विशेष बंधन राहणार नसल्याने स्मगलिंगचा व्यवहार तेजीत राहू शकेल. त्याशिवाय अशा क्षेत्रात परदेशी चलनाचा ओघ वाढविण्याचे ध्येय असल्याने भारतीय उद्योगपतींचा परदेशी बँकेत ठेवलेला मोठ्या प्रमाणातील पैसा अधिकृतरीत्या भारतात आणता येईल व त्यावर कोणताही कर देण्याची आवश्यकता राहणार नाही.

३) शेतकऱ्यांचा विरोध - या क्षेत्रासाठी देशातील अनेक प्रमुख शहरांजवळील चांगल्या शेतीची जमीन मातीमोल दराने सरकार विकत घेऊन चढ्या दराने भांडवलदारांना विकताना राजकीय नेत्यांचे उखळ पांढरे नक्कीच होईल अशी सर्वसाधारण कल्पना जनसामान्यांत दिसून येते. सरकारचा जुना इतिहास बघितल्यास मुक्त निर्यात क्षेत्रे (फ्री-ट्रेड झोन्स) तसेच निर्यात प्रक्रिया क्षेत्रे (एक्स्पोर्ट प्रोसेसिंग झोन्स) अशा कल्पना काल्पनिक म्हणता येणार नाहीत.

अनेक प्रकारच्या तांत्रिक प्रगतीमुळे उद्योगक्षेत्रातील रोजगारनिर्मिती वाढविण्याऐवजी ती सतत कमी होत आहे. अशा परिस्थितीत लहान शेतकऱ्यांना सुपीक जमिनी कायद्याचा बडगा दाखवून हिसकावून घेतल्यावर अशा शेतकऱ्यांनी त्या अल्पशा रकमेत आयुष्य जगणे अजिबात शक्य होणार नाही. औद्योगिक क्षेत्रात आज जेव्हा सुशिक्षितांनाही रोजगार मिळणे कठीण आहे त्या ठिकाणी शेतकऱ्यांना रोजगार मिळू शकेल असे म्हणणे म्हणजे त्या शेतकऱ्यांचा अपमान केल्यासारखे होईल.

काँग्रेस अध्यक्षा सोनिया गांधी यांनी शेतकऱ्यांच्या सुपीक जमिनी हस्तगत करून अशी क्षेत्रे स्थापन करू नये असे कितीही पोटतिडिकेने म्हटले, तरी त्याचे महत्त्व सरकारी

कारभारात किती असते याची सर्वांना माहिती आहेच. केंद्रीय कृषिमंत्री म्हणाले की, सरकारी दराने शेतकऱ्यांच्या चांगल्या व जीवनाचा आधार असणाऱ्या जमिनी विकत घेण्याचे धोरण योग्य नाही. अशा तऱ्हेने शेतकऱ्यांना रस्त्यावर ढकलणे समाजाच्या हिताचे नाही. परंतु अशा बोलण्यापलीकडे त्यांची मजल जाऊ शकणार नाही हेही खरे.

उद्योग व सेवाक्षेत्रात काम करणाऱ्यांना अनेक प्रकारच्या सुविधा निवृत्तीनंतरही उपलब्ध केल्या जातात. त्यालाच आपण सामाजिक सुरक्षेचे कवच (सोशल सेफ्टी नेट) म्हणतो. त्यामुळे निवृत्तीनंतरही त्यांना समाधानाने जगता येणे शक्य असते. परंतु अशा जमिनी विकलेल्या शेतकऱ्यांना हातात मिळालेल्या अल्प मोबदल्याखेरीज कोणतेही सुरक्षाकवच उपलब्ध करून देण्यात येत नसल्याने त्यांना काही काळानंतर आत्महत्येचा मार्ग धरावा लागला, तर आश्चर्य वाटायला नको.

कराराने शेती करणारे तसेच शेतमजूर म्हणून मोठ्या संख्येने काम करणाऱ्यांची स्थिती सरकारच्या विचारात शोधून सापडत नाही. अशा व्यक्तींना जमीन स्वतःच्या मालकीची नसल्याने कोणताच आर्थिक आधार प्राप्त होणार नाही. याबाबत डाव्या पक्षाच्या पश्चिम बंगालमधील त्या पक्षाला कराव्या लागत असलेल्या तारेवरील कसरतीचा अनुभव बरेच काही सांगून जातो.

पश्चिम बंगालमध्ये आज कोणताही उद्योगसमूह आपले कारखाने काढायला तयार नाही. गेल्या चाळीस वर्षांत कामगार संघटनांच्या बळावर त्या प्रांतातील सर्व उद्योगांना टाळे लावण्यात यशस्वी झालेत. त्यामुळे मोठ्या प्रमाणात बेकारी निर्माण झाली. त्यामुळे डाव्या पक्षांच्या सरकारवर सतत दडपण येत आहे. परंतु काही उद्योगसमूह तेथे उद्योग तसेच विशेष आर्थिक क्षेत्रे उभारण्याची इच्छा दाखवीत असताना जरी सरकारतर्फे त्यांचे स्वागत होत असले, तरी स्थानिक शेतकरी स्वतःचा जीवनाचा आधार असलेली जमीन मात्र या कामासाठी विकण्यास तयार नाहीत. हेच डावे पक्ष सुरुवातीपासून उद्योगांना जमीन विकण्याचा पवित्रा घेत असत; परंतु आता त्यांचे सरकारच या धोरणाविरुद्ध जाऊन उद्योगपतींचे मित्र होण्याची स्वप्ने पाहत असल्याचे बघून पक्षातील अनेकजण गोंधळात पडले आहेत.

इंडोनेशियाच्या 'सलिम उद्योग' समूहाने प.बंगालमध्ये कारखाने काढण्याची इच्छा व्यक्त केल्यावर लगेच सरकारने आवश्यक जमीन विकण्याचा कार्यक्रम जाहीर केला. तेव्हा त्या जमिनीचे मालकी हक्क नसणाऱ्या शेतमजुरांनी त्याविरुद्ध लढा पुकारला. तेव्हा त्या शेतमजुरांना जमीन विकून मिळणाऱ्या, उत्पन्नातील २५% भाग देण्याविषयी सध्या विचार होत आहे. याशिवाय त्या प्रांतातील सिंगूर भागात शेतकरी विरुद्ध उद्योगपतींचे होऊ पाहणारे मुख्यमंत्री यांच्यात सरळ सरळ रणनीतीचे वातावरण तयार झाले आहे.

१९६० च्या दशकाशेवटी बिहार,आंध्रप्रदेश तसेच बंगालमध्ये श्रीमंत जमीनदारांच्या जमिनी बळाच्या जोरावर व डाव्या पक्षांचा पाठिंबा असल्याने शेतमजुरांनी बळकाविल्या होत्या. आता तेच डावे पक्ष त्याच जमिनी श्रीमंत उद्योगपतींना विकण्याचा पवित्रा घेऊन उभे आहेत, याला वैचारिक गोंधळच म्हणता येईल.

शेतकऱ्यांच्या सुपीक जमिनीवर यापुढे पंचतारांकित वस्ती निर्माण होणार असल्याचे बघून त्या शेतकऱ्यांच्या मनात काय भावना निर्माण होतील याची सहज कल्पना येईल. स्वतः रस्त्यावर फेकले गेल्यामुळे निर्वासित म्हणून जगायचे व दुसरीकडे श्रीमंत भांडवलदार जगातील सर्वोत्तम सुखाचा उपभोग घेत जीवन जगत आहेत असे चित्र लवकरच सर्वांना दिसू शकेल.

'ही तर देशातील सर्वात मोठी जमीन बळकाव मोहीम' असल्याचे अनेक शेतकरी बोलतात.

'शेतकऱ्यांच्या गरीब गावात विशेष आर्थिक क्षेत्रे श्रीमंतांना अधिक श्रीमंत करू देणारी बेटेच तयार होत आहे ' असे इतर काही तज्ज्ञ म्हणत आहेत.

'ही क्षेत्रे म्हणजे विदेशी मालकीची मुक्त बेटेच होणार आहेत. ईस्ट-इंडिया कंपनीची पुनरावृत्ती आता सर्व देशाला अनुभवाला येणार आहे.

४) इतर प्रतिक्रिया - अ) या क्षेत्रात स्थावर मालमत्ता उभारून नवीन वसाहती निर्माण होणार असल्याने कंत्राटदारांना बँकेतर्फे मिळणाऱ्या कर्जात कोणतीही सवलत देणे अयोग्य होईल - रिझर्व्ह बँक.

ब) या क्षेत्रावर सरकारचे विशेष नियंत्रण राहणार नसल्याने काही काळानंतर तेथील उद्योगपती या देशातील कायद्यांचा व लोकशाहीचा आदर करणार नाही. या पुष्टच्यर्थ टाटा समूहाच्या जमशेदपूर उद्योग प्रकल्पाचे उदाहरण देण्यात येत आहे. टाटा समूहाने जमशेदपूरला स्वतंत्र अस्तित्व प्राप्त केल्यामुळे राज्य सरकार तसेच नव्याने विचार करण्यात येणाऱ्या नगरपालिकेचा याबाबत काही अधिकार नसून टाटांच्या शहरात त्यांच्याकडून ढवळाढवळ होत असल्याचा मुद्दा टाटा उद्योग समूहाकडून पुढे करण्यात येत आहे. विशेष आर्थिक क्षेत्रे म्हणजे पुढील काळातील जमशेदपूरच होण्याची भीती टाळता येत नाही. असाच प्रकार लोणावळ्यातील उभारल्या गेलेल्या सप्ततारांकित 'ॲम्बी व्हॅली' वस्तीबाबत झाला आहे.

क) अशा क्षेत्रासाठी स्वार्थी राजकीय नेत्यांनी जरुरीपेक्षा जास्त शेतजमीन दिली आहे. उदाहरणार्थ, उत्तर प्रदेशाच्या दादरी क्षेत्रात वीजनिर्मितीसाठी फक्त पन्नास एकरच जमीन लागत असताना २,५०० एकर जमीन उद्योगपतींना देण्यात आली.

ड) या क्षेत्रासाठी विकलेल्या जमिनीपैकी फक्त २५% जमीन उद्योगासाठी तर बाकी ७५% जमीन वसाहती, करमणुकीची केंद्रे, बाजार, वीज निर्मिति केंद्रे, हॉटेल्स

वगैरे सोई श्रीमंतांना ऐषआराम उपलब्ध करून देण्यासाठी वापरण्यात येणार आहे. ही तर सरळ सरळ गरिबांची व देशाची श्रीमंतांकडून व सरकारकडून होणारी फसवणूकच आहे. श्रीमंतांच्या वस्ती गरिबांच्या वस्तीपासून तोडून एक नवीन आगळेवेगळे विश्व उभारण्याचा हा श्रीमंतांचा प्रयत्न नक्कीच आहे.

ई) शेतकऱ्याबरोबर इतर सामान्यांनाही देशोधडीला लावण्याचा हा किळसवाणा प्रकार आज देशातील सरकार करीत आहे. गरीब व शेतकऱ्यांना या देशात किती महत्त्व देण्यात येत आहे; किंबहुना श्रीमंतांना त्याची अडचण व त्याचा त्रास नको म्हणून ही देशाची नव्याने विभागणी करण्यात येत आहे.

शेतकऱ्यांच्या चिंतनासाठी

१) औद्योगिक विश्वातील श्रीमंत उद्योगपती, गरिबांच्या पैशाने गब्बर झालेले सर्व राजकीय नेते तसेच सरकारी अधिकारीवर्ग यांना गरिबांबद्दल व शेतकऱ्यांबद्दल खोटे प्रेम आहे हे पक्के समजावे. पंतप्रधानांच्या 'नागपूर पॅकेजने' प्रेम किती फसवे आहे हे दाखवून दिले आहेच. त्यांच्या खोट्या प्रेमाने हुरळून जाऊ नका.

२) १९९० पासून देशात आणलेली भांडवलशाही अर्थव्यवस्था ही सर्वथा श्रीमंतांच्या भल्यासाठीच आहे व त्यातून सामान्यांचा व शेतकऱ्यांचा उद्धार होईल हे विसरून जा.

३) जागतिकीकरण लादण्यामागे प्रगत देशातील ढासळती अर्थव्यवस्था पूर्णपणे कारणीभूत आहे. आज सर्व प्रगत देश अपरिवर्तनीय मंदीत सापडले असल्याने जागतिकीकरणातून स्वतःच्या अर्थव्यवस्था सावरण्याचाच त्या देशांचा उद्देश आहे.

४) तंत्रज्ञानातील प्रगतीमुळे उद्योगातील रोजगार वाढण्याऐवजी कमी होत आहे. म्हणून तुमच्या जमिनी विकल्यावर तुम्हाला त्याच क्षेत्रात रोजगार देऊ म्हणणाऱ्यांवर अवलंबून राहू नका. तुम्हाला त्या जमिनीच जीवनाचा आधार देणार असल्याने त्या विकून स्वतः रस्त्यावर फेकले जाऊ नका.

५) तुमचे प्रश्न तुम्हीच सोडवायचे आहेत. सध्याचे देशातील नेतृत्व तुमचे प्रश्न सोडविण्यास असमर्थ आहे. गेल्या दहा वर्षांत देशात दीड लाख शेतकऱ्यांनी आत्महत्या केल्यात. त्या थांबविण्यासाठी सध्याचे नेते अजिबात प्रयत्न करीत नाहीत म्हणून अजूनही आत्महत्या केल्या जात आहेत. देशातील सर्वात श्रीमंत शेती असणाऱ्या पंजाब राज्यात १९९७ ते २००५ काळात चाळीस हजारापेक्षा जास्त शेतकऱ्यांनी आत्महत्या केल्या आहेत हे लक्षात ठेवा. सरकारी धोरण व नेते त्याला सर्वस्वी जबाबदार समजावे.

६) योजना आयोगाचे प्रमुख नव्वद टक्के शेतकऱ्यांना शेती क्षेत्राबाहेर काढण्याचा विचार करीत आहेत. इंडियन एक्स्प्रेसला दिलेल्या मुलाखतीत ते म्हणाले – 'देशातील

शेतकऱ्यांची संख्या सध्याच्या ७०% वरून फक्त दहा टक्केच ठेवायला हवी. देशातील जास्तीत जास्त जमिनीचा उपयोग उद्योगीकरणासाठी न करणे सपशेल मूर्खपणा आहे. विशेष आर्थिक क्षेत्रांमुळे देशाला आर्थिक नुकसान सहन करावे लागले, तरी त्याशिवाय देशाला पर्याय नाही. हे प्रमुख विदेशात अर्थशास्त्राचे शिक्षण घेऊन आले असल्यामुळे त्यांचे प्रेम शेतकऱ्यापेक्षा भांडवलदारावरच जास्त आहे हेच त्यांनी वरील वाक्यातून दाखवून दिले आहे, याचा विसर पडू देऊ नका.

❑❑❑

१३ शेतमाल प्रक्रिया औद्योगिक क्षेत्र – तरुण शेतकऱ्यांपुढे आव्हान

विशेष आर्थिक क्षेत्र प्रश्नावरून देशातील आर्थिक नीती संबंधात सरकार तसेच सर्व राजकीय पक्षांत संपूर्ण गोंधळाचे वातावरण तयार झाले आहे. हे अपेक्षितच होते हे मी माझ्या काही लेखातून मांडले होतेच. नंदीग्राम येथील शेतकऱ्यांवर झालेल्या गोळीबाराने या प्रश्नाला नवीन वळण लागलेच आहे. डाव्या पक्षांच्या 'मेनस्ट्रीम' साप्ताहिकाने आपल्या १६ मार्च २००७ च्या अग्रलेखात गोळीबारात झालेल्या मृत्यूच्या अधिकृत संख्येबद्दल शंका व्यक्त केली आहे. सरकार चौदा मृत्यू झाले म्हणते तर अग्रलेखात तीनशेपेक्षा जास्त मृत्यू झालेत असे म्हटले आहे. कारण अनेक प्रेते ताबडतोब काढून हल्दीयाला नेण्यात आली. काही प्रेते नदीच्या पात्रात फेकून देण्यात आली. तर अनेक प्रेते नंदीग्राम दवाखान्यात बेवारस म्हणून पडून होती.

देशभर सध्या शेतकऱ्यांचे मोर्चे काढले जात आहेत व त्यातून 'सेझ' जमीन न देण्याबद्दल शेतकऱ्यांना आवाहन करण्यात येत आहे. काही ग्रामपंचायतींनी याबाबत प्रस्ताव संमत करून आपला जाहीर विरोध प्रदर्शित केला आहे. जीवनाचा आधारच हिसकावून घेण्यात येणाऱ्या या सरकारी नीतीविरुद्ध सध्या अनेकांचा राग व्यक्त होत आहे. सरकार, उद्योगपती व राजकीय नेते शेतकऱ्यांच्या जीवावर उठले आहेत असे पक्के मत सगळीकडे तयार होत आहे. त्यामुळे 'सेझ' चे भविष्य यापुढे अंधारातच राहणार हे नक्की समजावे.

फेब्रुवारीत सादर केलेल्या राष्ट्रीय अर्थसंकल्पात शेतकऱ्यांच्या मिळकतीत ताबडतोब वाढ करण्याबाबत एकही प्रस्ताव नाही. शेतमालाला उत्पादनखर्चावर आधारित भाव मिळावेत ही मागणी जरी १९७० च्या सुमारास केली असली तरी त्याबाबत सरकारतर्फे तसेच राजकीय पक्षांतर्फे एक शब्दही उच्चारला जात नाही. यातूनच शेतकऱ्यांनी पक्के समजावे की, शेती ही तोट्यातच करावी व त्यातून स्वतः कर्जबाजारी व्हावे व जीवन असह्य झाल्यास या जगाचा निरोप घेण्यासाठी आत्महत्या कराव्यात. कुणीही आपल्या मदतीला येईल अशी आशा अजिबात ठेवू नये. आता वेळ अशी आली आहे की, शेतकऱ्यांनी स्वतःचे हित स्वतःच (एकट्याने शक्य नसल्यास एकत्रितपणे) पहावे.

शेतमालाला उत्पादनखर्चावर आधारित भाव दिल्यास त्या मालावर प्रक्रिया करून उद्योगाकडून तयार होणाऱ्या वस्तूंच्या किंमती वाढून देशात महागाई वाढेल

असा समज उद्योगपतींकडून पंडित नेहरूंच्या काळापासून झालेल्या सर्व सरकारांचा करून देण्यात आला आहे. गेली साठ वर्षे शेतकऱ्यांविरुद्ध हा खेळ खूप व्यवस्थितपणे खेळण्यात येत आहे. शेतमालावर प्रक्रिया करून उद्योगपती हजार-दोन हजार टक्के नफा कमावीत असले तरी त्याबाबत सरकारी तज्ज्ञ, सल्लागार व राजकीय नेते त्याचा अभ्यास करून असा नफा कमी करण्याबाबत कोणतेही प्रयत्न करत नसतात. शेतमाल हा उद्योगासाठी कच्चामाल असतो. कच्चा माल शेतकऱ्यांनी तोटा सहन करून उद्योगांनी शेकडो-हजारो टक्के नफा कमवावा, ही वस्तुस्थिती शेतकऱ्यांनी लक्षात घेण्याची आवश्यकता आहे.

शेतकऱ्यांच्या तिसऱ्या पिढीपुढे आव्हान

स्वातंत्र्यानंतरच्या सहा दशकांत पहिल्या दोन पिढ्या आता संपल्या आहेत. दोन्ही पिढ्या सरकार व राजकीय नेत्यांवर पूर्ण विश्वास ठेवून कार्यरत होत्या. सरकारात शिकलेले लोक असल्याने आपल्यासारख्या अडाणी, गावंढळ व अशिक्षित लोकांसाठी निश्चितच काही फायद्याचे काम करतील असा अंधविश्वास या दोन पिढ्यांत होता. त्यांना जगात तर सोडा, आपल्या देशातील घडामोडींबद्दलही माहिती नव्हती. सरकारने सांगावे व शेतकऱ्यांनी तसेच करावे, असा प्रकार या सहा दशकांत चालू होता. त्याचा शेवट देशात गेल्या दहा वर्षांत दीड लाखापेक्षा जास्त शेतकऱ्यांच्या आत्महत्या झाल्या आहेत. शेतकऱ्यांचे कैवारी म्हणून घेणारे नेतेसुद्धा बघ्याची भूमिका स्वीकारून हा सर्व भयानक प्रकार स्वतःच्या डोळ्यांनी बघत आहेत. यातून त्यांचा शेतकऱ्यांच्या विषयी असलेल्या प्रेमाची कल्पना कुणालाही सहज करता येईल.

शेतकऱ्यांची तिसरी पिढी मागील दोन पिढ्यांच्या तुलनेत खूप शिकलेली, जगात होणाऱ्या उलाढालींची माहिती ठेवणारी, सरकारी आर्थिक नीती समजून घेणारी, नवीन तंत्रज्ञान हाताळणारी, शेतीचे अर्थशास्त्र समजणारी, सावकारी डावपेच समजणारी, उद्योगपतींकडून होत असलेले शोषण समजणारी, राजकीय पक्षातील व त्यांच्या नेत्यांतील मोठ्या प्रमाणात होणाऱ्या भ्रष्टाचाराची माहिती ठेवणारी, सध्या असलेली, कायदे-कानून समजणारी, शेतकऱ्यांविषयी खोटे प्रेम दाखविणाऱ्या नेत्यांचे बरबटलेले हात ओळखणारी अशी आहे. तरुण शेतकऱ्यांशी होणाऱ्या माझ्या चर्चेच्या आधारावरून हे मी सर्व सांगत आहे. हीच तिसरी पिढी शेतकऱ्यांच्या वाईट होत असलेल्या आर्थिक स्थितीला पूर्णविराम देवून त्यात भरघोस यश मिळवून देणारी नक्कीच आहे. देशाच्या अर्थकारणाला नवीन वळण देण्याची ताकद या पिढीकडे नक्कीच आहे. म्हणून त्या पिढीने सध्या देशात चालू असलेल्या दिशाहीन आर्थिक नीतीत योग्य ते बदल घडवून आणण्याचे आव्हान स्वीकारावे.

उद्योगपतींसारखी या तरुणांनाही मोठे होण्याची इच्छा आहे. त्यांचीही त्याबाबतची

स्वप्ने आहेत. ती प्रत्यक्षात आणण्यासाठी आवश्यक जिद्द, कसब व मेहनत करण्याची तयारी ही तरुण शेतकऱ्यांची पिढी आज बाळगून आहे. त्यांना शेतात व शेती व्यवस्थापनात अनेक सुधारणा करावयाच्या आहेत. स्थानिक स्तरावर आपल्या व्यवसायाला भक्कम पाया मिळवून द्यायची त्यांची जबर इच्छा आहे. राष्ट्रीय वातावरणाशी संबंध ठेवून स्थानिक स्तरावर इतर समविचारी शेतकऱ्यांच्या सहाय्याने त्यांना प्रगती साधायची आहे. अशा तरुणांपैकी अनेकांनी अनेक क्षेत्रांत कौशल्य प्राप्त केले आहे. दैवाला दोष देवून मुकाट्याने जीवन जगणारा हा तरुण शेतकरी नक्कीच नाही. या नवीन उमेद ठेवणाऱ्या तरुण शेतकऱ्यांसाठी एक प्रस्ताव येथे मांडत आहे. याची सुरुवात स्थानिक पातळीवर करून नंतर जसे जमेल तसे स्वबळावर राष्ट्रीय स्तरावर मांडण्याचा प्रयत्न करावा.

शेतमाल प्रक्रिया क्षेत्र (ए.पी.पी.झेड)

विशेष आर्थिक क्षेत्र हा सरकार व उद्योगपतींचा डाव आहे. त्यातून शेतकऱ्यांना देशोधडीला लावण्यात येणार आहे हे पक्के समजावे. या क्षेत्राला देशभरातील शेतकरी विरोध करत असल्याने अशी क्षेत्रे कदाचित उभीसुद्धा राहू शकणार नाहीत. म्हणून तरुण शेतकऱ्यांनी अशा क्षेत्राच्या विरोधात राहून स्वबळावर एक पर्याय म्हणून शेतमाल– प्रक्रिया क्षेत्र तयार करण्यासाठी जिद्दीने प्रयत्न करावेत. अशी क्षेत्रे (ॲग्रो प्रॉडक्ट प्रोसेसिंग झोन) प्रत्येक जिल्ह्यात कमीत कमी एक किंवा दोन तरी स्थापन करावेत. त्याची रूपरेखा खालीलप्रकारे असावी –

१) सरकारने विशेष आर्थिक क्षेत्राचा लाभ उद्योगपतींनाच होणार असल्याने व गरीब व लहान शेतकऱ्यांचा जीवनाधार संपणार असल्याने देशात प्रत्येक जिल्ह्यात एक किंवा त्यापेक्षा जास्त शेतमाल प्रक्रिया केंद्रे उभारावीत. सरकारने उद्योगपतींची साथ सोडण्याचे नाकारल्यास तरुण शेतकऱ्यांची स्वबळावर प्रत्येक जिल्ह्यात एकतरी असे क्षेत्र स्थापन करावे.

२) या क्षेत्रासाठी शंभर–दोनशे हेक्टर पडित जमीन पुरणार आहे. काही ठिकाणी एम.आय.डी.सी.च्या इंडस्ट्रियल इस्टेट्स उभारल्या होत्या व त्या बंद पडल्या असल्यास त्याच ठिकाणी अशा प्रक्रियाक्षेत्राची उभारणी करावी. अन्यथा नवीन पडिक जमीन निवडून त्याठिकाणी ही क्षेत्रे उभी करावीत.

३) ज्या प्रक्रियाकामात साधी यंत्रे व इतर साधने लागतील त्याच कामाला प्राधान्य देवून अशा क्षेत्राची सुरुवात करावी. सामान्यतः गहू, तांदूळ, डाळी, तेल, कापसातून रुई, मसाल्याचे पदार्थ इत्यादी शेतमालावर प्रक्रिया सहज करता येतात. म्हणून त्यांची निवड करावी.

४) सरकारने ए.पी.पी.झेड.बाँड्स (कररहित) बाजारात विक्रीसाठी काढावेत.

तरुण शेतकरीवर्ग असे बाँड्स जास्तीत जास्त विकले जावेत म्हणून अन्य शेतकऱ्यांना विनंती करतील. या बाँड्सच्या पैशातून शेतमाल प्रक्रिया क्षेत्रासाठी लागणारी गुंतवणूक (जमीन, इमारत व यंत्रसामग्री) सरकारने करावी. अशा क्षेत्रात एस.ई.झेड. सारख्या अन्य सुविधा (करमणुकीची व्यवस्था, बाजारव्यवस्था, व्यायामशाळा, विमानतळ, खेळण्याची मैदाने, वसाहती इत्यादी राहणार नसल्याने फार थोड्या गुंतवणुकीत अशी क्षेत्रे उभारता येतील.

५) शेतकऱ्यांनी अशा प्रक्रियाक्षेत्रात एकजुटीने व एका ध्येयासाठी काम करण्यासाठी स्वतःची जॉइंट स्टॉक कंपनी स्थापन करावी. ती कंपनी संपूर्णपणे शेतकऱ्यांच्या मालकीची असेल. शेतकऱ्यांशिवाय इतरांना या कंपनीचे भागधारक होता येणार नाही. शेतमालाच्या उत्पादनाच्या किंमतीनुसार प्रत्येक शेतकऱ्याला भाग विकत घेण्याची सोय असेल. सध्याच्या शेतीच्या मालकीत यामुळे कोणताही बदल होणार नाही.

६) सरकारने गुंतवणूक करून उभारलेल्या या क्षेत्राची एकूण रक्कम या शेतकऱ्यांच्या कंपनीला दीर्घकाळासाठी दिलेले कर्ज समजण्यात यावे. या क्षेत्राची परतफेड १५-२० वर्षांत व्हावी व त्या काळात प्रक्रियाव्यवसायाला स्थैर्य प्राप्त व्हावे हा उद्देश आहे.

७) भागधारक असलेल्या शेतकऱ्यांना कंपनी व्यवस्थापनात प्रत्येकी एकच मत प्राप्त होईल.

८) तरुण शेतकऱ्यांनी या संपूर्ण कार्यात पुढाकार घेऊन कंपनीच्या सर्व प्रकारच्या व्यवस्थापनाची जबाबदारी स्वीकारावी. शेतमालाच्या प्रक्रियेसाठी पुरवठा करणाऱ्या शेतकऱ्यांना उत्पादनखर्चावर आधारित भाव काही काळानंतर देण्याची सोय असावी. तसेच प्रक्रियेनंतर होणाऱ्या मालाच्या विक्रीतून मिळणाऱ्या नफ्याचा हिस्साही त्या शेतकऱ्यांना मिळण्याची व्यवस्था असावी.

९) प्रक्रिया केलेल्या वस्तू प्रत्यक्षात घेणाऱ्या ग्राहकांनाच वाजवी किंमतीत विकण्याची नीती अशा प्रक्रियाक्षेत्रातील कंपन्यांची असावी. सध्या शेतमाल व प्रक्रिया यात उपस्थित असणारे मध्यस्थ, अडते, दलाल वगैरे नवीन व्यवस्थेत असणार नाही. सबब आज जो पैसा ही मध्यस्थ मंडळी शेतकऱ्यांच्या जिवावर कमवितात, तो पैसा या नवीन व्यवस्थेतून शेतकऱ्यांच्या खिशात जाईल.

हे कसे घडावे ?

देशात औद्योगिकीकरणातूनच प्रगती साधता येईल असा ठाम विश्वास पंतप्रधानांपासून सर्व नेते दर्शवीत असतात. तसेच शेती व्यवसाय हा फायद्याचा नसल्याने हळूहळू शेतकऱ्यांनी अन्य उद्योगांकडे किंवा नोकरीकडे वळावे व त्यांच्या जमिनी

उद्योगासाठी उपलब्ध करून द्याव्यात म्हणूनही सरकार व अनेक तज्ज्ञ सांगत असतात. याचा अर्थ सोपा आहे. सरकारला देशभर पसरलेले औद्योगिकीकरण पाहिजे आहे. ते सध्या विशेष आर्थिक क्षेत्राच्या माध्यमातून साधण्याचा सरकारचा प्रयत्न चालू आहे परंतु शेतकऱ्यांच्या विरोधामुळे ते सतत अडचणीत येत आहे. अशी क्षेत्रे प्रत्यक्षात उतरतील कां, याबद्दलही आज शंका व्यक्त करण्यात येते.

औद्योगिकीकरणातून सर्व नागरिकांना रोजगार मिळून देशातील गरिबी संपूर्ण नष्ट करता येईल असा आशावाद सध्याचे सरकार परदेशी दडपणाखाली येऊन व्यक्त करत आहे. आज तंत्रज्ञानातील सतत होणाऱ्या प्रगतीमुळे सर्वांना रोजगार मिळणे अशक्य आहे. हे प्रगत देशांतील सध्याच्या वाढत्या बेकारीवरून सहज समजू शकते. म्हणजे हा आशावाद सपशेल खोटा आहे. यातून फक्त उद्योगपतींचाच फायदा होणार असून त्यायोगे राजकारणी लोकांनाही लाभ होणार हे नक्की. म्हणून शेतकऱ्यांबद्दल दाखविला जाणारा पुळका किती नाटकी आहे हे समजून घ्यावे.

सरकारचे औद्योगिकीरणाचे स्वप्न पूर्ण करण्यासाठी शेतकऱ्यांचे शेती-व्यवस्थापनातून पूर्णपणे उच्चाटन करण्याऐवजी शेतकऱ्यांनाच शेतमाल प्रक्रिया क्षेत्राच्या माध्यमातून ते साधता येऊ शकते. अशा क्षेत्राचे देशभर जाळे पसरवून खऱ्या अर्थाने देशातील पूर्णपणे विकेंद्रित स्वरूपाचे औद्योगिकरण आस्तित्वात आणता येईल. अशा क्षेत्राद्वारेच आर्थिक प्राप्तीचेही विकेंद्रीकरण करणे सोपे होईल व त्याद्वारे श्रीमंत-गरीब ही दरीसुद्धा हळूहळू कमी करणे शक्य होईल. बेकारी, शहरीकरण, गरिबी, महागाई वगैरे अनेक सामाजिक प्रश्नांना नियंत्रणात ठेवणेसुद्धा या प्रक्रियाक्षेत्राच्या माध्यमातून शक्य होणार आहे. सध्या हजारो शेतकऱ्यांना कर्जबाजारीपणामुळे आत्महत्या कराव्या लागतात व त्यामुळे संपूर्ण समाजाला चिंता लागत आहे. अशा आत्महत्यांची गरज भासणार नाही.

विशेष आर्थिक क्षेत्रासाठी लाख-दोन लाख कोटी खर्च होणार आहेत. त्यासाठी लागणारा पैसा विशेषकरून परदेशातून येणार असल्याने देशाला ते अनेक दृष्टींनी परवडणारे नाही. उलट प्रक्रियाक्षेत्रासाठी लागणारा पैसा अत्यल्प आहे व तो देशातूनच सहज उभा करणे शक्य आहे. आज आपल्या देशातील बँकिंग यंत्रणेत प्रचंड प्रमाणात अतिरिक्त पैसा नुसता पडून आहे. त्याचा या उत्पादक कार्यासाठी सहज उपयोग करता येईल.

शेतमाल साठवून किंवा प्रक्रिया केलेला माल व्यापारी व उद्योगपती भरमसाठ नफा कमावण्याच्या उद्देशाने साठवून ठेवतात. यातूनच महागाईचा भस्मासुर जन्माला येतो. संपत्तीचे केंद्रीकरण अशा महागाईला कारणीभूत असते. अगदी याच्या उलट प्रक्रिया अशा नव्या शेतमाल प्रक्रिया क्षेत्राच्या माध्यमातून उदयास येऊन

अर्थव्यवस्थेतील वाढणारी महागाई कायमची नियंत्रणात आणता येऊ शकते. तसेच देशात अशी हजारो प्रक्रियाक्षेत्रे एकदा कार्यरत झाली तर त्या सर्वांमध्ये एकप्रकारची स्पर्धा निर्माण होऊन वस्तूच्या दर्जात सुधारणा तसेच प्रक्रियामूल्य कमी करणे सहज शक्य होईल.

सारांश

जोपर्यंत शेतकऱ्यांचे हित जपणारे खरे प्रतिनिधी निवडून येऊन केंद्रात शेतकऱ्यांचे सरकार स्थापन होत नाही, तोपर्यंत आज शेतकऱ्यांची होणारी दैन्यावस्था थांबणार नाही. असे सरकार येणार नाही असे नाही. परंतु त्यासाठी बराच काळ वाट पहावी लागेल. म्हणून या मध्यंतरीच्या काळात देशातील सर्व शेतकऱ्यांचे हित साधण्यासाठी शेतमाल-प्रक्रिया-क्षेत्रांचा आधार घेणे आवश्यक ठरते. सरकारने याबाबत पुढाकार घेणे आवश्यक ठरते. परंतु तसे राजकीय पुढाऱ्यांना उद्योगपतींच्या दडपणामुळे शक्य होणार नाही. म्हणून देशात एक प्रकारच्या गोंधळाचे वातावरण बराच काळ राहण्याची शक्यता नाकारता येत नाही. म्हणून तरुण शेतकऱ्यांनी याबाबत पुढाकार घेऊन व वेळ आल्यास सरकारच्या मदतीशिवाय अशी क्षेत्रे उभारावी. यातूनच एकप्रकारची समांतर अर्थव्यवस्था (जी काळाची गरज आहे) उदयास येऊ शकते. सरकार वा राजकीय नेते शेतकऱ्यांच्या पाठीशी उभे राहण्याचे दिवस गेल्या साठ वर्षांत कधी नव्हतेच व त्यापुढेही राहणार नाहीत हे पक्के मनात जपावे. म्हणून स्वहितासाठी आता तरुण शेतकऱ्यांनी कंबर कसून हे आव्हान स्वीकारायला सिद्ध व्हावे.

□□□

१४ शेतकऱ्यांच्या उत्पादक कंपन्या : गुजरातमधील अनुकरणीय उदाहरण

सध्याच्या शेती उद्योगाच्या पेचप्रसंगातून बाहेर पडण्यासाठी सध्या निरनिराळे प्रकल्प उभे राहात आहेत. त्यातून गुजरातच्या शेतकऱ्यांनी आपल्या स्वतःच्या कंपन्या स्थापन करून उत्पादनास सुरुवात केली आहे. त्यास काही फार काळ झाला नसला तरी या प्रकल्पातून शेतकऱ्यास फायदा झाला आहे.

आज शेती धंद्यात कमालीचे अस्थैर्य निर्माण झाले आहे. लहरी निसर्ग, चुकीची सरकारी धोरणे, ढासळते बाजारभाव, ग्रामीण भागातील राजकीय आणि सामाजिक परिस्थिती यामुळे शेती धंदा करणे दिवसेंदिवस कठीण होत चालले आहे.

आज शेती असंख्य तुकड्यांत विभागली आहे. त्यामुळे तिचे आर्थिक नियोजन करून ती किफायतशीर करणे खूपच अवघड झाले आहे. त्यामुळे शेती धंद्याची आर्थिक स्थिती दिवसेंदिवस खालावत चालली आहे. यावर तोड म्हणून विचार करताना सरकारने, निरनिराळ्या कंपन्यांनी शेतीधंद्याला मदत करावी असे मा.पंतप्रधानांनी सुचवले.

कंपन्यांकडून या विचाराचे स्वागत झाले. यात रिलायन्ससारख्या कंपन्यांनी जमिनी खंडाने वा विकत घेऊन कार्पोरेट फार्मिंग नावाने शेती करावयाचे ठरविले. त्यात कंपन्यांचे अधिकारी शेती बागायती करून काय पिकवायचे ते ठरवतील व त्यानुसार पिकवतील. यात शेतकऱ्यांची जबाबदारी काहीच नाही. त्याने जमीन कंपनीला विकली तर त्याची किंमत त्याला मिळेल किंवा खंडाने दिली असेल तर फक्त खंड. माल पिकविणे, त्यासाठी आर्थिक तरतूद करणे व माल विकणे हे काम कंपन्याच करतील.

दुसरा प्रकार करार शेतीचा. यात कंपन्या शेतकऱ्यांशी अमुक एक प्रकारचा माल करण्याबाबत करार करतील. कंपनीचे अधिकारी कराराने बांधलेल्या शेतकऱ्यांना त्यांना हवा असलेला माल पिकविण्यास सांगतील व त्यानुसार लागणारी बियाणी, खते, पाणी, पीक संरक्षके पुरवतील. शेती शेतकरीच करील व येणारे उत्पादन आधीच ठरविलेल्या भावानुसार कंपनी खरेदी करील. यात शेतकऱ्यांची दगदग कमी होते. फक्त शेतात पीक पिकविण्याचीच त्याची जबाबदारी राहते. शेतकऱ्याला आपला शेतमाल शहरातील अडत्या वा दलालाकडे पाठविण्याची गरज राहत नाही. त्यामुळे अशा प्रकारच्या विक्रेत्या दलालाकडून त्याची आजच्यासारखी लुबाडणूकही होणार नाही.

हा प्रकल्प शेतकऱ्यांच्या जमिनीवरचा हक्क शाबीत ठेवणारा असल्याने व त्याचीही क्रियाशीलता वापरली जात असल्याने चांगला वाटतो.

परंतु वरवर चांगली दिसणारी योजना तशी अनुभवाला येतेच असा प्रत्यय येत नाही. एकीकडे असंख्य दुबळे शेतकरी तर दुसरीकडे समर्थ कंपनी. त्यामुळे पुढे जाता शेतकरी संघटित झाले नाहीत. जागृत राहिले नाहीत तर कंपनीकडून शेतकऱ्यांची लुबाडणूक होण्याची शक्यता आहे.

गुजरातमधील शेतकऱ्यांनी एक नवीन मार्ग शोधला आहे. तिथे त्यांनी आपल्या मालकीच्या शेती उत्पादक कंपन्या काढून शेती उत्पादन व विक्रीची व्यवस्था केली आहे. गुजराती मंडळींची उपलब्ध झालेली माहिती अशी आहे.

गुजराती शेतकऱ्यांचा उपक्रम

गुजरात राज्यातील अमरेली जिल्ह्यात अशा शेतकऱ्यांच्या कंपनीचा यशस्वी प्रयोग करण्यात आल्याने शेतकऱ्यांच्या उज्ज्वल भविष्याबद्दल आता बरीच चर्चा करण्यात येत आहे. त्या कंपनीचा उगम व कार्यपद्धतीवर प्रकाश टाकण्यासाठी खालील माहिती देत आहे.

१) औद्योगिक कंपनीच्या संचालक मंडळाची जशी बैठक असते तशीच एक बैठक शेतकऱ्यांच्या कंपनीची भरली होती. फरक इतकाच होता की या कंपनीचे संचालक शेतकरी स्वतः होते व त्यांनी खालील ठराव मंजूर केला होता.

"शेतकऱ्यांची कंपनी स्थापन करून त्याद्वारे उत्पादनात, नफ्यात वाढ व्हावी व नफ्यातून भागधारकांना डिव्हिडंड द्यावा."

२) सदर सभेत जवळपासच्या सोळा खेडेगावातील शेतकरी उपस्थित होते. ही खेडी जिल्ह्यातील खंबा विभागातील आहेत.

३) कंपनीचे सुरुवातीचे भाग भांडवल म्हणून रुपये एक लाख ठेवण्याचे ठरले. कंपनीचे नाव "अविरत ॲग्रो प्रा.लिमिटेड" असे ठेवण्यात आले. कंपनी ॲक्ट १९५६ कायद्यानुसार तिचे नोंदणीकरण करण्यात आले.

४) शेतकऱ्यांच्या हिताचे सर्व व्यवहार सदर कंपनी करेल, असे ठरले. औद्योगिक क्षेत्रातील इतर कंपन्यांसारखे याही कंपनीचे व्यवस्थापन राहणार असल्याचेही ठरले.

५) जवळच असलेल्या धारी तालुक्यातील दहा खेडेगावांतील शेतकऱ्यांनी एकत्र येऊन 'धारी कृषक ॲग्रो प्रोड्युसर्स कंपनी लिमिटेड' नावाची कंपनी स्थापन केली. त्यातून सरकारला संदेश देण्यात आला तो असा – "सरकार, अनेक धन्यवाद, आम्ही यापुढे तुमच्यावर अवलंबून राहणार नसून आम्ही आमच्या भविष्यासाठी

खंबीरपणे स्वतःच्या पायावर उभे आहोत.''

६) शेतकऱ्यांनी कंपनीचा कारभार पाहण्यासाठी स्वतःमधून काही प्रतिनिधी कंपनीचे संचालक म्हणून निवडून दिलेत. म्हणून प्रत्येक संचालकाचा शेतकरी बंधूंशी जवळचा संबंध प्रस्थापित करणे सहज शक्य झाले. व्यवस्थापनांचे कौशल्य असलेल्या व राज्य भूविकास मंडळाचे माजी उच्चाधिकारी श्री.दाह्याभाई पटेल यांची मुख्याधिकारी म्हणून नेमणूक केली आहे.

७) सुरुवातीला कंपनीच्या सभेला फार थोडे शेतकरी - भागधारक हजर होते. परंतु नंतर नंतर ती संख्या मोठ्या प्रमाणात वाढली. शेतकऱ्यांतील कंपनीच्या कामातून मिळणाऱ्या वाढीव उत्पन्नामुळे उत्साह वाढला.

८) या कंपनीच्या मुख्य ध्येयात बियाणी, रासायनिक खते, कीटकनाशक औषधे, अवजारे तसेच इतर अनेक औद्योगिक वस्तू खरेदीच्या कामात सध्या कार्यरत असणाऱ्या सर्व मध्यस्थ व्यक्तींची मदत घ्यायची नाही, याचा समावेश आहे. यासाठी कंपनीतर्फे कॉटन कार्पोरेशन ऑफ इंडिया, इफ्की, गुजरात नर्मदा फर्टिलायझर कार्पोरेशन, जी.ई.डी.ए. याशिवाय अनेक प्रकारची अवजारे तयार करणाऱ्या कंपन्यांसोबत प्रत्यक्ष व स्वस्त दरात पुरवठा करण्यासाठी दीर्घ-कालीन करार करण्यात आलेत. यामुळे मध्यस्थांना मिळणारे नफा-उत्पन्न यापुढे सदर कंपनीचे उत्पन्न ठरू लागले. तसेच सर्व वस्तू कोणत्याही प्रकारची भेसळ न होता व कंपनीतर्फे लिखित खात्री पत्रकानुसार मिळू लागल्यात.

९) पंधरा-वीस गावांतील सर्व शेतकऱ्यांची गरज लक्षात घेतली तर अशा वस्तूंची खरेदी खूप मोठ्या प्रमाणात होवू लागली. म्हणून अनेक कंपन्यांशी करार न करता त्यांपैकी सर्वात स्वस्त दरात पुरवठा करणाऱ्या कंपनीशी करार करण्यात येतो. यामुळे वस्तूंचा पुरवठा करण्यात येणाऱ्या कंपन्यांमध्ये स्पर्धा निर्माण झाली व 'अविरत' कंपनीला अपेक्षेपेक्षा जास्त नफा प्राप्त झाला.

१०) 'अविरत' च्या संचालकानुसार त्या भागात 'पॅरामेथेन डस्ट' भुईमूग पिकाचे संरक्षणासाठी मोठ्या प्रमाणात वापरली जात असल्याने व त्यासाठी एका कंपनीवर अवलंबून राहून जोखीम न घेता तिचे उत्पादनच 'अविरत' कंपनीने करण्याचा बेत पक्का केला आहे. त्यामुळे पिकाच्या उत्पादनखर्चात बरीच बचत होणे शक्य होईल.

११) 'धारी' कंपनीने आणखी एक पाऊल पुढे टाकून स्वतःच्या भागधारकांच्या शेतात तयार होणारे बियाणे विकण्यासाठी स्वतःची एक शाखा स्थापन करून कंपनीचे उत्पन्न वाढविण्यास मदत केली. नॅशनल डेअरी डेव्हलपमेंट बोर्डाकडून अशा उपक्रमाची कल्पना प्राप्त झाल्याचे कंपनीच्या अधिकाऱ्याने सांगितले. नवीन बियाणे कायद्याचे उल्लंघन कोणत्याही शेतकरी भागधारकाने करू नये याची जबाबदारी धारी कंपनीतर्फे

घेण्यात येत आहे.

गुजरातचे कंपनी रजिस्ट्रार श्री.व्ही.के.खुबचंदाणी म्हणतात.

१) शेतकऱ्यांनी स्वतःची कंपनी स्थापन करून शेतकऱ्यांचे उत्पन्न वाढविण्याची कल्पना नवीन असली तरी त्यापासून शेतकऱ्यांना मिळणारे फायदे भरपूर असल्याने या कल्पनेचा विस्तार लवकरच देशभर होण्याची शक्यता आहे.

२) कंपनी कायद्यात भांडवलदारांचा नफा सतत वाढवीत राहण्यासाठी अनेक बाबींची तरतूद केली असल्याने शेतकऱ्यांच्या अशा कंपन्यातून नुकसान होण्याची शक्यता फार कमी आहे.

३) सध्या प्राप्त माहितीनुसार अशा कंपन्या स्थापन करण्यात राजस्थान राज्यातही पुढाकार घेण्यात येत आहे.

कंपन्या पुढे काय करू शकतील?

सुरुवातीला कंपन्यांचे ध्येय अडते, दलाल इत्यादी मध्यस्थ वगळून ते कमावत असणारा नफा शेतकऱ्यांच्या हातात यावा असे आहे. तसेच औद्योगिक वस्तू पुरवठा करणाऱ्या उद्योगांशी प्रत्यक्ष करार करून अनेक वस्तू खात्रीच्या व स्वस्त भावात मिळविण्यात अशा कंपन्यांनी पुढाकार घेतल्याने शेत मालाचा उत्पादनखर्च कमी करणे शक्य होईल.

कंपनीची आर्थिक ताकद वाढल्यानंतर कंपनी स्वतःच काही वस्तूंचे उत्पादन करू शकेल. त्याचप्रमाणे शेतमालाला अधिक मूल्य प्राप्त होण्यासाठी अनेक प्रकारच्या प्रक्रिया करणे व त्यातून अधिक उत्पन्न प्राप्त करणे शक्य होईल.

आज देशात 'मॉल' संस्कृती झपाट्याने पसरत आहे. याशिवाय जगातील सर्वात मोठी किरकोळ वस्तूंची विक्री करणारी 'वॉलमार्ट' ही अमेरिकन कंपनी भारतातही प्रवेश करणार आहे. त्यासाठी त्यांनी आवश्यक तो करार भारतीय कंपनीबरोबर नुकताच केला आहे. या मॉलची तसेच 'वॉलमार्ट' ची खरेदी खूप मोठ्या प्रमाणात राहील. तसेच ही खरेदी ग्राहकांना वस्तू लगेच वापरता येऊ शकणाऱ्या स्थितीत असणार आहे. त्यामुळे शेतकऱ्यांच्या कंपन्यांशी या नवीन बदलत असलेल्या बाजार व्यवस्थेचा विचार करून आपली नीती आतापासून तयार करण्याची गरज आहे. आपल्या देशाची आर्थिक नीती सध्या विदेशातच ठरत असल्याने त्याकडे पाठ करून भले होणार नाही हे शेतकऱ्यांनी सध्यातरी लक्षात ठेवावे. आपले सरकार तसेच राजकीय नेते जागतिकीकरणाचा हा रेटा थांबवू शकणार नाहीत. त्यांनीच १९९० च्या सुमारास आपली बाजारपेठ प्रगत देशांना खुली करून आपल्या पायावर धोंडा पाडून घेतला आहे.यामुळे देशाची आर्थिक व्यवस्था ढवळून निघणार आहे.

शेतकऱ्यांच्या सतत होत असलेल्या आत्महत्या सरकार का थांबवू शकत नाही

याची कल्पना सहज करता येईल. जोपर्यंत शेतकऱ्यांचे स्वतःचे सरकार देशाचा कारभार चालवू शकणार नाही, तोपर्यंत सध्याच्या सरकारकडून कोणतीही अपेक्षा ठेवण्यात अर्थ नाही. तसेच हात बांधून नुसते स्वस्थ बसणेही शेतकऱ्यांच्या हिताचे नाही. म्हणून शेतकरी वर्गाने एकत्र येऊन व कंबर कसून नवीन आर्थिक युद्धाला तोंड देण्यासाठी पुढे जाण्याची तयारी ठेवावी. म्हणून शेतकऱ्यांनी स्वतःच्या कंपन्या स्थापन करून स्वतःचे हित जपावे हाच या गुजरात अनुभवातून संदेश घ्यावा.

कंपन्या कशा स्थापन कराव्यात, त्याचे व्यवस्थापन कसे असेल, कोण करतील तसेच इतर अनेक बाबतीत अनेक प्रकारची माहिती उपलब्ध केली जावू शकते. मुख्यतः तरुण व शिक्षित शेतकऱ्यांनी याबाबत पुढाकार घेण्याची आज खरी गरज आहे. तसे झाले तरच आज शेतकरी वर्गाची मध्यस्थांकडून, उद्योगक्षेत्रांकडून, बँकिंग यंत्रणेकडून तसेच सरकारकडून होत असलेली फसवणूक व लुबाडणूक थांबविणे शक्य होणार आहे.

सध्याच्या आर्थिक व्यवस्थेत उद्योगपती व मध्यस्थी दलाल शेतकऱ्यांची फसवणूक करून आपले स्वतःचेच खिसे भरतात. म्हणून मध्यस्थांची उचलबांगडी करून ग्राहक व शेतकरी यांच्यात प्रत्यक्ष संबंध येण्यासाठी शेतकऱ्यांनी उद्योगाप्रमाणेच स्वतःच्या शेतीमाल उत्पादक कंपन्या स्थापन कराव्यात.त्यामुळे उद्योगांना ज्याप्रमाणे सध्याच्या कायद्याच्या आधारे सवलती व संरक्षण प्राप्त होते, त्या सवलती व संरक्षण शेतकऱ्यांनी मिळविल्या तरच उद्योगांबरोबर आर्थिक व व्यापारी समता प्राप्त करून घेता येईल. यातून मध्यस्थाचे संपूर्ण उच्चाटन होऊन शेतकऱ्यांच्या पदरात आवश्यक ते वाढीव मूल्य सहज पडू शकेल. वरीलपैकी पहिला पर्याय जरी सर्वोत्तम असला तरी त्या स्थितीला येण्यासाठी बराच कालावधी आवश्यक आहे. म्हणून सध्याच्या शोषणयुक्त वातावरणातून सुटका करून घेण्यासाठी दुसरा पर्यायच अधिक लाभदायी ठरू शकतो. हा पर्याय कसा अमलात आणायचा, याचा विचार खाली मांडला आहे.

शेतकऱ्यांनो स्वतःच्या कंपन्या स्थापन करा

१) आपल्या देशात १९५६ पासून कंपनी स्थापन करून तिचे व्यवस्थापन कसे असावे यासाठी कायदा करण्यात आला आहे. या कायद्याप्रमाणे एक अनैसर्गिक (कृत्रिम) व कायद्याने निर्माण केलेली व्यक्ती सर्व कारभार करते. कंपनीचे भांडवल भागधारकांकडून गोळा करण्यात येते व त्या भागधारकांची जबाबदारी वा दायित्व मर्यादित राहते. आज शेतकऱ्यांना शेती व्यवसायात नुकसान झाले तर ते सहन करण्याची जबाबदारी त्या शेतकऱ्यांची व त्याच्या कुटुंबाची असते. परंतु कंपनीच्या बाबतीत भाग भांडवलापेक्षा जास्त जबाबदारी घेण्याची गरज नसते.

२) शेतकऱ्यांना एकत्र येऊन अशी कंपनी स्थापन करता येते. सर्व शेतकरी

अशा कंपनीचे भागधारक होऊ शकतात. कंपनीचे व्यवहार फायदेशीर चालविण्याची जबाबदारी सर्व शेतकऱ्यांची जरी असली तरी कंपनीचे संचालन शेतकऱ्यांनी निवडून दिलेल्या प्रतिनिधींच्या स्वाधीन करणे शक्य आहे.

३) आज उद्योगक्षेत्रातील लहान मोठ्या कंपन्या (बजाज,अंबानी, टाटा, बिरला वगैरे) ज्याप्रकारे व्यवहार करतात अगदी त्याच प्रकारे शेतकऱ्यांच्या कंपन्या कार्य करतील. त्यात फरक इतकाच राहील की शेतकऱ्यांच्या कंपन्या शेतकऱ्यांचे हित जपण्यासाठीच सर्व व्यवहार करतील.

४) कंपनीचा आकार जितका मोठा तितकी त्याची व्यवसाय करण्याची क्षमता मोठी राहील. म्हणून एक-दोन गावांसाठी कंपनी स्थापन करण्याऐवजी पंधरा-वीस गावांसाठी अशी कंपनी स्थापणे फायदेशीर होईल.

५) उद्योगक्षेत्रातील कंपन्यांसारखी 'रजिस्ट्रार ऑफ कंपनीज्'च्या कार्यालयात शेतकऱ्यांच्या कंपनीचे नोंदणीकरण करता येईल व कंपनी कायद्यानुसार कंपनीला उपलब्ध सोई, संरक्षण तर प्राप्त होईलच, पण त्याचबरोबर सर्व व्यवहार पारदर्शक पद्धतीने तसेच सचोटीने करण्याची जबाबदारी उचलावी लागेल.

६) कंपनीच्या माध्यमातून शेतकरी संबंधित ग्राहकांशी प्रत्यक्ष संपर्क साधून व्यवहार करू शकतील. यामुळे आज अस्तित्वात असलेल्या दलालांची, अडत्यांची, मध्यस्थांची अजिबातच गरज पडणार नाही. यामुळे आज भरमसाठ नफा कमावणारी मध्यस्थ मंडळी नामशेष होतील व तो पैसा कंपनीच्या माध्यमातून शेतकऱ्यांच्या हातात पडेल.

७) अनेक प्रकारचा शेतमाल कारखान्यात तयार होणाऱ्या उपभोग्य वस्तूंसाठी कच्चामाल म्हणून वापरण्यात येतो. तेल, कणीक, साबण, कपडे, सर्व डाळींचे पीठ, औषधे, साखर वगैरे शेकडो प्रकारची औद्योगिक उत्पादने तयार करण्यासाठी शेतमालाची गरज असते. म्हणून शेतकऱ्यांची कंपनी अशा उद्योगांशी प्रत्यक्ष देवाण-घेवाण करून योग्य भाव पदरात पाडून घेऊ शकते. आवश्यक तेथे दीर्घ मुदतीचे करार करून पुढील काळातील मागणीनुसार शेतमालाच्या उत्पादनाचे योग्य नियोजन केले जावू शकते.

८) शेतकरी कंपनी व उद्योग यांतील करारानुसार शेतमालाची साठवण करण्यासाठी व त्यायोगे फायदेशीर ठरणारे भाव मिळवून घेण्यासाठी गोदाम, शीतगृह बांधणे सहज शक्य होते व त्यासाठी अधिकृत बँकिंग यंत्रणेकडून कर्ज मिळणे सोपे असते. आजची अधिकृत बँकिंग यंत्रणा औद्योगिक प्रगतीला साहाय्य करण्यासाठीच असल्याने शेतकऱ्यांच्या कंपन्यांना कर्ज पुरवठा करणे सहज शक्य होईल.

९) शेतकरी स्वतःच्या हितासाठी अशी कंपनी स्थापणार असल्याने

संकटकाळात किंवा इतर नैसर्गिक आपत्तींमुळे वा सरकारच्या चुकीच्या धोरणांमुळे वैयक्तिक शेतकऱ्यांना आज जे नुकसान सहन करावे लागते ते सहन करण्याची वा त्यावर नियंत्रण ठेवून हानी कमी करण्याची ताकद अशा कंपनीकडून सर्व भागधारकांना एकाच वेळी व सयुक्तिक रीत्या प्राप्त होऊ शकते.

१०) देशात शेतकऱ्यांची समर्थ अशी संघटना नसल्याने सरकारी यंत्रणेकडून प्राप्त होऊ शकणाऱ्या सवलती, साहाय्य, अनुदान वगैरे बाबतच्या रकमा शेतकऱ्यांपर्यंत पोहचण्याऐवजी राजकीय नेते सरकारी यंत्रणाच फस्त करत असतात. श्री.राजीव गांधी एकदा म्हणाले की, सरकारी नियोजनाचा फायदा रुपयात फक्त पंधरा पैसेच शेतकऱ्यांपर्यंत पोहोचतो. परंतु या नवीन कंपनीमार्फत अशा रकमा सरकारकडून प्रत्यक्षरीत्या कायद्यांचा आधार घेऊन प्राप्त करणे सहज शक्य होईल तसेच सतत सरकार व राजकीय नेत्यांवरच अवलंबून राहून त्यांच्या मर्जीनुसार व सतत भिकाऱ्यांसारखी मागण्याची परिस्थिती तयार करून अवलंबून राहण्याची गरज या नवीन कंपनीच्या माध्यमातून यापुढे शेतकऱ्यांना राहणार नाही. आता सर्व कारभार कंपनी कायद्यानुसार होणार असल्याने शेतकऱ्याला कोणाचीही मर्जी सांभाळण्याची गरज राहणार नाही. समाजातील स्थान, पत सांभाळून, मानाचे जीवन जगणे या कंपनीच्या माध्यमाच्या साहाय्याने सहज शक्य होईल.

◻◻◻

१५ अर्थसंकल्पाची सत्यापासून फारकत

दरवर्षीप्रमाणे यंदाही संसदेत अर्थमंत्र्यांनी सादर केलेल्या अर्थसंकल्पावर विविध संस्थांतर्फे चर्चा घडून आली, किंबहुना ती काही महिने चालू राहील. १९९०-९१ पासून देशाने पाश्चिमात्य देशांकडून आलेल्या दडपणामुळे म्हणा, वा आधीच्या पंडित नेहरूकृत मिश्र अर्थव्यवस्थेचा (अर्थातच नेहरूकृत समाजवादाचा) फज्जा उडाल्यामुळे म्हणा आजच्या आपल्या पंतप्रधानांनी त्यावेळी अर्थमंत्री असताना मुक्त स्पर्धेचे आर्थिक वातावरण तयार करण्याचे ठरविले होते व तेव्हापासून परदेशी पैशाचा येणारा स्रोत, बहुराष्ट्रीय कंपन्यांकडून मुक्तपणे गुंतवणूक करण्यासाठीचे होणारे प्रयत्न, लहान व मध्यम आकाराच्या उद्योगांचे त्यामुळे होणारे उच्चाटन, हातमाग कुटीरउद्योगांना कायमचे लागलेले ग्रहण इत्यादी प्रगती आज देशवासीयांना उघड्या डोळ्यांनी दिसत आहे. याशिवाय अर्थव्यवस्थेतील सत्तर टक्के लोकसंख्येचा भार वाहणाऱ्या शेती उद्योगाला मिळालेले दुय्यम स्थान तसेच मोठ्या प्रमाणावर वाढत असलेली बेकारी मात्र सामान्यांना बेचैन करत आहे.

भांडवलवाद आत्मसात केल्यावर अशा सर्व वाईट गोष्टींना तोंड द्यावे लागणारच. देशाच्या स्वातंत्र्यासाठी जशी प्रजेची आहुती देण्यात आली, जवळपास तशीच आहुती भांडवलदारीतून मिळणाऱ्या स्वप्नवत प्रगतीसाठी द्यावीच लागणार, असा समजूत घालणाऱ्यांचा प्रयत्न दिसून येतो. दोन-चार हजार शेतकऱ्यांच्या आत्महत्येने अशा आहुतीला सुरुवात झाली असे म्हणावयाला हरकत नसावी.

लहान उद्योग, हातमाग, कुटीर उद्योग, स्वयंरोजगार असणाऱ्यांनीसुद्धा आत्महत्या करून या जगाचा निरोप घेतला असेलही, पण शेतकऱ्यांसारखी त्यास प्रसिद्धी मिळू शकली नसेल. परंतु मोठ्या प्रमाणावर बेकारीचा आगडोंब निर्माण झाल्याने राज्यस्तरीय, तसेच केंद्र सरकारवर प्रचंड दडपण येत आहे. भांडवलशाही अर्थव्यवस्थेत मोठ्या प्रमाणावर परकीय गुंतवणूक झाली तर हा बेकारीचा विळखा सहज सुटू शकेल असे सांत्वनपर उद्‌गार आपले पंतप्राधन व अर्थमंत्री सतत काढून लोकांची समजूत घालत असतात. तरीपण परकीय गुंतवणुकीच्या माध्यमातून लाखो लोकांना काम उपलब्ध करून देणे किती कठीण आहे हे भारतीय सरकारलाच नाही, तर अमेरिकेपासून सर्वच प्रगत देशांना सध्या समजून येत आहे. प्रगत देश म्हणजे 'लोकसंख्या कमी, पण

सर्वांना काम' हे समीकरण सध्या खोटे ठरत आहे. अमेरिका, जर्मनी, जपान, फ्रान्स, स्वीडन, स्पेन, इंग्लंड सारख्या अनेक देशांत बेकारीमुळे भविष्य अंधारमय झाले आहे. म्हणूनच भारत सरकारने एनडीएच्या काळात दरवर्षी एक कोटी रोजगार निर्माण करु म्हणून जरी अनेकदा वल्गना केल्या होत्या, तरी प्रत्यक्षात मात्र काही लाख रोजगार कमीच झाल्याचे आता स्पष्ट दिसून येते. डॉ.मनमोहनसिंग सरकारने हा आगडोंब तात्पुरता का होईना, नियंत्रणात आणण्यासाठी 'ग्रामीण रोजगार हमी योजने'ची टूम पुढे आणली. अशा योजनांतून प्रत्यक्ष रोजगारनिर्मिती होत नसून सरकारी यंत्रणा व राजकीय कार्यकर्ते मात्र आपले हात धुवून घेतात, हे महाराष्ट्र सरकारच्या सोलापूर विभागात आढळलेल्या प्रचंड भ्रष्टाचारातून स्पष्ट झाले आहेच. शितावरून भाताची परीक्षा करता येत असल्याने देशभर सुरू केलेल्या या रोजगार हमी योजनेचे भविष्य सहज समजू शकते.

गेल्या काही आठवड्यांपूर्वी फ्रान्समध्ये साडेतीन लाख विद्यार्थ्यांनी त्या देशाची आर्थिक व्यवस्था किती तकलादू आहे याचे दर्शन करून दिले. नोकरीत घेतल्यावर (जागा शिल्लक असतील तरच) पहिल्या दोन वर्षांत अशा नवीन उमेदवारांना काही कारण न देता नोकरीतून काढून टाकण्याचे अधिकार १ एप्रिल २००६ पासून उद्योगपतींना देण्याचा कायदा सरकारतर्फे करण्यात आला आहे. या कायद्यामुळे नोकरी करणाऱ्यांना पहिल्या दोन वर्षांत टांगत्या तलवारीखालीच काम करावे लागेल. तसेच मालकाच्या मर्जीनुसार कुणालाही या काळात कामावरून काढल्या जाऊ शकते, म्हणून हा कायदा समाजविरोधी असल्याने देशातील सर्व विद्यार्थ्यांनी या मोर्चात मोठ्या संख्येने भाग घेतला होता.असाच प्रचंड मोर्चा तेथील विद्यार्थ्यांनी १९६८ साली काढून देशात क्रांती घडवून आणली होती, हे ही लक्षात ठेवावे.

ग्रामीण रोजगार हमी योजनेतून कित्येक कोटी संख्येत असणाऱ्या अशिक्षित व अल्पशिक्षित तरुण बेकारांचा प्रश्न सोडविता येणे शक्य आहे का? आज देशात तरुणांची संख्या लोकसंख्येच्या तुलनेत जवळपास अर्धी आहे. शेती व लहान उद्योगांतून जीवनाला आवश्यक आर्थिक आधार न मिळाल्याने त्यांची झेप आज शहरांकडे होताना दिसते. ग्रामीण रोजगार हमी योजनेतून वर्षातून फक्त शंभर दिवसच काम मिळण्याची हमी असल्याने तरुण बेकारांनी वर्षातील अन्य २६५ दिवस काय करावे अशी सरकारची अपेक्षा आहे? दिवसाला न्यूनतम पगार फक्त साठ रुपये मिळणार व कुटुंबातील फक्त एकाच व्यक्तीला या कामासाठी निवडणार असल्याने त्या साठ रुपयातून कुटुंबाचा खर्च भागविणे शक्य होईल का? शंभर दिवसासाठी रोज रुपये साठ दराने वर्षात त्या कुटुंबाला रुपये सहा हजार मिळतील. कुटुंबात सरासरीने पाच व्यक्ती असतात तेव्हा ३६५ दिवसात प्रत्येकी किती उत्पन्न मिळू शकेल?

६,००० पगार ÷ ३६५ दिवस ÷ ५ व्यक्ती =
रू.३.३ प्रती व्यक्ती / प्रती दिन

तीन-साडेतीन रुपयात त्या व्यक्तीने जीवन जगायचे म्हणजे कठीण काम आहे. आज ग्रामीण भागातसुद्धा चहाच्या टपरीत चहाची किंमत दोन-तीन रुपयांपेक्षा नक्कीच कमी नाही. म्हणजे त्या व्यक्तीने उन्हातान्हात, पावसात-थंडीत अंग मोडून काम करायचे व त्यातून कुटुंबातील प्रत्येकाला दिवसाकाठी एकदा अथवा दोनदा चहाची सोय करून द्यायची असा या सरकारी योजनेचा अर्थ निघतो. ही हमी योजना म्हणजे जीवनभराचा आधार असू शकणार नाही. सरकार बदलले की योजना बदलणार तसेच सरकारी तिजोरी रिकामी, तर ही योजनाही बारगळणार हेही नक्की.

१९३० च्या मंदीवर मात करण्यासाठी लॉर्ड जे.एम.किन्स या गेल्या शतकातील प्रसिद्ध अर्थशास्त्रज्ञाने उद्योग चालू ठेवण्यासाठी त्यातील वस्तूंना सामान्यांकडून सतत मागणी असणे आवश्यक समजले परंतु लोकांजवळ क्रयशक्ती नसली, तर अशी मागणी शक्य नाही हे सर्वांनाच समजते. म्हणून त्यांनी लोकांच्या हातात सरकारतर्फे पैसा देण्याची व्यवस्था शोधून काढली. देशात कोणतेही काम तयार करून त्यायोगे लोकांना पैसा मिळवून द्यायची युक्ती काढली. त्याअंतर्गत सामान्यपणे असे म्हटले जात असे, की जमिनीत खड्डे खोदण्यासाठी मजुरांना पैसे द्या व काही दिवसांनी तेच खड्डे बुजवण्यासाठी त्यांना आणखी पैसे द्या. म्हणजे सामान्यांच्या हाती पैसा गोळा होऊन त्यातील क्रयशक्तीमुळे उद्योगांच्या वस्तूंना मागणी मिळेल व मंदीच्या संकटावर मात करता येईल.

अर्थतज्ज्ञ असलेले आपले पंतप्रधान आज लॉर्ड किन्सचा उपाय अंमलात आणण्याचा प्रयत्न करताना दिसतात. परंतु त्यातून निर्माण होणाऱ्या क्रय शक्तीतून फक्त चहा कंपनीच्या उत्पादनालाच मोठी मागणी मिळण्याची शक्यता दिसते.

अर्थसंकल्प व शेती क्षेत्र

मार्च महिन्याच्या सुरुवातीला योजना आयोगाने नियुक्त केलेल्या सत्यशोधक समितीने विदर्भातील शेतकऱ्यांच्या आत्महत्यांची कारणे समजून घेण्यासाठी अनेक गावांना भेटी दिल्या. तसेच शेतकऱ्यांच्या, त्यांच्या नेत्यांच्या, सरकारी अधिकारी वर्गाच्या भेटी घेतल्यात. आत्महत्यांशिवाय इतर विषयांत प्रादेशिक असमतोल, ग्रामीण भागातील आर्थिक विपन्नावस्था इ. बाबींचाही या अभ्यासात समावेश होता. अभ्यासाअंती त्या समितीच्या अध्यक्षा आदर्श मिश्रा यांनी आत्महत्या व असमतोल, शेती क्षेत्रातील प्रगतीमागे असलेली कारणे खालीलप्रमाणे दिली आहेत.

१. शेतीच्या उत्पादनखर्चात सतत होत असलेली वाढ.

२. शेतमालाला उत्पादनखर्चाच्या तुलनेत खरेदी भाव मिळत नाहीत.

३. शेतकऱ्यांच्या एकूण उत्पन्नातच घट होत आहे.

४. कर्जावर आकारण्यात येणारे जादा व्याजदर.

५. जिल्हा प्रशासनाचे असहकार्य, तसेच योग्य मार्गदर्शनाचा अभाव.

६. सरकारच्या सिंचनासारख्या अतिमहत्त्वाच्या योजनांचा शेतकऱ्यांपर्यंत न पोचणारा लाभ.

वरील ठळक कारणे देशाच्या स्वातंत्र्याच्या अठ्ठावन्न वर्षांनंतर आज सरकारला समजतील. यातून शेती क्षेत्राबद्दल सरकार दरबारी असणारा आकसच स्पष्टपणे दिसून येतो.याच मुद्द्यांवर महाराष्ट्र कापूस उत्पादक संघाने १९७० च्या सुरुवातीला चळवळ सुरू करून केंद्र, तसेच राज्य सरकारचे लक्ष वेधण्याचा प्रयत्न केला होता. त्यावेळच्या पंतप्रधान श्रीमती इंदिरा गांधी यांनी या चळवळीला 'काही विध्वंसक लोकांचा खेळ' म्हणून त्याकडे लक्ष द्यायचे टाळले होते. तीस वर्षांनंतर या सत्यशोधन समितीने श्रीमती गांधींचा विचार किती आकसाने भरला होता याचीच ग्वाही दिली आहे. चालू वर्षाच्या अर्थसंकल्पानेसुद्धा शेती क्षेत्रासाठी असलेला वरवरचा कळवळाच दाखवून दिला आहे. सबंध अर्थसंकल्पात शेतमालाला उत्पादनखर्चावर आधारित भाव मिळवून देऊन शेतकऱ्यांची आर्थिक स्थिती सुधारण्याबाबत एकही योजना-संकल्प नाही. त्यासोबत सध्याच्या आत्महत्यांमागे कर्जबाजारीपणाच जबाबदार असूनही, तो कर्जबाजारीपणा मुळासकट उखडून टाकण्याचा कोणताही प्रस्ताव नाही. उलट अधिक कर्जाची सोय केली आहे.

सत्तर टक्के लोकसंख्या ज्या क्षेत्रावर प्रत्यक्ष व अप्रत्यक्षपणे अवलंबून आहे त्या शेतीक्षेत्राला गेल्या अठ्ठावन्न वर्षांत कोणत्याही प्रकारचे महत्त्व देण्यात आले नाही. याला कारण म्हणजे पाश्चिमात्यांसारखी प्रगती करण्याचे एकमेव ध्येय आत्तापर्यंत सर्वच सरकारांचे होते व अजूनही आहे. ही प्रगती व्हावी म्हणून औद्योगिक क्षेत्रालाच सर्वात जास्त महत्व देण्यात येत असते. या स्वप्नमय स्थितीत आज श्रीमंत लोक व राजकीय पुढारी वावरत आहेत.

रोजगारनिर्मिती व शेती क्षेत्राची स्थिती सुधारायची असल्यास खालील बाबी अमलात आणण्याची आज नितांत गरज आहे.

शेती क्षेत्रासाठी गरजेच्या गोष्टी -

१. या क्षेत्रासाठी स्वतंत्र अर्थसंकल्प तयार करून प्रत्येक योजनेसाठी, तसेच इतर खर्चाचा पूर्ण तपशील, योजना पूर्ण करण्याचा प्रत्यक्ष काळ व त्यासाठी देण्यात आलेली जबाबदारी स्पष्ट व्हावी.

२. सर्व शेतमालाला शास्त्रोक्तपणे उत्पादनखर्चाचा आधार देऊन त्यांचे बाजारभाव ठरविण्यात यावेत. सर्व शेतमाल एकतर सरकारने खरेदी करून त्याच्या

वितरणाची जबाबदारी घ्यावी, अन्यथा त्यासाठी योग्य कायदे तयार करून शेतकऱ्यांच्या हातात शेतमालाच्या उत्पादनखर्च व वीस टक्के नफा पडावा याची हमी द्यावी.

३. सध्याची बँकिंग पद्धत औद्योगिक क्षेत्रासाठीच तयार करण्यात आली असल्याने शेतीसाठी स्वतंत्र अशी समांतर बँकिंग व्यवस्था तयार करण्यात यावी. यातून शेतकऱ्यांच्या दारात बँकिंग सेवा पोहचवून देण्याची व्यवस्था असावी. आज अस्तित्वात असलेल्या तीन-चार स्तरीय बँकिंग पद्धतीऐवजी ती एकस्तरीयच असावी. म्हणजे सावकारी पेशाच पद्धतीतून नष्ट होऊन आजची शेतकऱ्यांची पिळवणूक थांबेल.

४. देशातील सर्वसामान्य व लहान शेतकऱ्यांची (संख्या एकूणपैकी ८५%) कर्जे अर्थसंकल्पातून कायमची माफ करण्यात यावी.

५. सध्याच्या विमा योजनेमध्ये आमूलाग्र बदल करून, ती शेतकऱ्यांना अडीअडचणीत सहाय्य करणारी असावी.

६. शेतकऱ्यांना सहकारी शेतीसाठी प्रोत्साहन देण्यासाठी योग्य कायदे व वातावरण तयार करण्यात यावे.

रोजगारासाठी गरजेच्या गोष्टी

रोजगारहमी योजनेसारखी मलमपट्टी लावून बेकारीचा भस्मासुर थांबवता येणार नाही. तरुण वर्गात काम करण्याची ताकद, जन्मजात असलेले कसब, शिक्षण व आवश्यक ती जिद्द असल्याने त्यांनी उत्पादनकार्याला वाहून घेण्याची आज गरज आहे. आज अर्थव्यवस्थेत व त्याबाहेरही अनेक तऱ्हेच्या वस्तू तयार होत आहेत. त्यात तंत्रज्ञानाच्या मदतीने सतत प्रगती होत असते. परंतु असे होताना सबंध तरुण वर्गाला मात्र त्यापासून वंचित ठेवण्यात येते. अमेरिका, युरोप, जपान व आता चीन मध्येसुद्धा सर्व वस्तूंची नक्कल करून त्यात सतत सुधारणा घडून येत आहेत. यातूनच या सर्व देशांत आर्थिक पद्धतीत सतत सुधारणा झाल्या आहेत. मक्तेदारी कायदे काही लोकांनाच संपत्तीच्या केंद्रीकरणाचा लाभ मिळवून देतात. त्यामुळे समाजातील संस्कृतीला प्रगतीपासून बाधा आणतात. तरुणांच्यात होऊ शकणाऱ्या शोधज्ञानात प्रगती न होता ती खुंटली जाते व सतत इतरांच्या ज्ञानाचे गुलाम होण्याची पाळी येते. म्हणून या सर्व बंधनांना तरुणांनीच तोडून फेकण्याची गरज आहे. मक्तेदारी उद्योगपतींच्या दडपणामुळे रद्द करणे अशक्य आहे.

अर्थसंकल्पात रोजगारहमी योजनेऐवजी कायमस्वरूपी उत्पादनक्षमता या पन्नास टक्के लोकसंख्या असलेल्या तरूणांसाठी उपलब्ध करुन देण्यासाठी मक्तेदारी कायद्यांना बाजूला सारून स्वयंरोजगार व सहकारी व्यवस्थापनाच्या सोयी उपलब्ध करून देण्याची आवश्यकता आहे. याशिवाय सध्याचे शिक्षण रोजगाराला पोषक असल्याने स्वयंरोजगाराला त्याचा फारसा उपयोग होणार नाही. म्हणून अर्थसंकल्पातून

व्यवसायशिक्षण देणाऱ्या संस्थांचे राष्ट्रीय स्तरावर जाळे निर्माण करण्याच्या योजना तयार करण्याची गरज आहे.

आज देशातील सर्वात जास्त लोकसंख्या स्वयं-रोजगार (शेती, व्यापार, कौटुंबिक उद्योग, कुटीर व लहान उद्योग, दुकानदार, हातगाड्यांवर विक्री करणारे, फेरीवाले वैगेर) सदरात मोडणारी आहे. त्या सर्वांना 'असंघटित क्षेत्रात काम करणारे' असे समजले जाते. संघटित क्षेत्रात केवळ ८-९ टक्के कामगार, तर असंघटित क्षेत्रात ८५-९० टक्के कामकरी आहेत. त्या सर्वांसाठी खरे तर अर्थसंकल्पात प्रामुख्याने अनेक कल्याणकारी योजना असण्याची गरज असताना त्यांना 'सामाजिक योजना' या नावाखाली गुंडाळून प्रमुख कार्यक्रमातून/योजनेतून वगळण्यातच आल्याचे स्वातंत्र्यानंतर बघावयास मिळत आहे. आजचा तरुण जगातील घडामोडींबाबतची माहिती बाळगणारा असल्याने अर्थसंकल्पातील थातुरमातुर पद्धतीने केलेल्या तरतुदींची भाषा समजणारा आहे. आज या तरुणांचा मोठा गट मतदाता म्हणून तयार आहे. सरकारतर्फे होणारी फसवणूक लक्षात आल्यास त्या सरकारला सत्ताभ्रष्ट करण्याची ताकद त्यांच्यात आहे. १९९० पासून कोणतेही सरकार त्या तरुण वर्गासाठी, तसेच शेतकऱ्यांसाठी काही मोठे कार्यक्रम तयार करू शकले नाही. म्हणूनच कोणतेही सरकार सतत सत्तेवर टिकू शकले नाही. हे या वर्गाची ताकदच दर्शवीत आहे. सध्याच्या सरकारलाही पुढील निवडणुकीतून सत्तेवर परत येणे हे सर्वस्वी या दोन वर्गातील मतदारांवर अवलंबून आहे. या सर्व तरुण वर्गाला सोबत घेऊन देशाची प्रगती घडवून आणणारा तरुण नेता आज तरी आपल्या राजकीय क्षेत्रात दिसत नाही. कै.राजीव गांधींबाबत या वर्गाकडून खूप अपेक्षा होत्या. परंतु त्यांच्या अकाली मृत्यूमुळे तशा प्रकारच्या नेतृत्वाची आज उणीव भासते.

जो पक्ष वा नेता शेतीक्षेत्रासाठी, तसेच तरुण वर्गासाठी सरकारी कार्यक्रम अत्यंत पुरोगामी पद्धतीने व विचाराने तयार करून अमलात आणू शकेल, तोच पक्ष वा नेता देशात सामाजिक व आर्थिक स्थैर्य अस्तित्वात आणून देशाला जागतिक स्तरावर उच्च कोटीची मान्यता प्राप्त करून देऊ शकेल, याबाबत शंका नसावी. अन्यथा दरवर्षीचे अर्थसंकल्प फक्त औद्योगिक क्षेत्राशी जवळचे संबंध ठेवणाऱ्यांच्या चर्चेसाठी खाद्य पुरविण्यापलीकडे मजल करू शकणार नाहीत. अर्थसंकल्पातील हजारो व लाखो कोटी रुपयांचे आकडे फक्त गणित मांडण्यापुरते उपयोगी पडतात, प्रत्यक्ष परिस्थितीशी त्यांचा कोणताही संबंध राहात नाहीत असे मागील अनेक अर्थसंकल्पांच्या अभ्यासानंतर म्हणता येईल. जीडीपी भाषेतील आकडेच सध्या अनेक सुशिक्षितांना चर्चेत गुंतवून एक प्रकारचे सुख देत आहेत. त्या आकड्यांच्या खेळातच सर्व जण स्वतःला गुंतवत ठेवून सत्यापासून स्वतःला लांब ठेवण्यातच धन्यता मानत असल्याचे सामान्यपणे दिसून येते.

प्रगत देशात आज आर्थिक व सामाजिक क्षेत्रात जो भयानक गोंधळ दिसतो, त्याच्याकडे पाठ करून आपल्या देशात जागतिकीकरणाचा आंधळा प्रयोग चालूच ठेवला तर आजची तरुण पिढी फ्रान्स किंवा अर्जेंटिना देशातील तरुणांसारखी रस्त्यावर येऊन देशातील सरकारपुढे मोठा प्रश्न उभा करू शकेल याबाबत खात्री बाळगावी. आज सर्व युरोपीय देशात जपान, अमेरिका व इतर प्रगत देशांत आर्थिक प्रगती थांबली आहे. त्यांच्या जीडीपी प्रगतीचा दर शून्यापेक्षा कमी अथवा अनेक वर्षांपासून एक-दोन टक्केच कायम आहे. 'ख्रिश्चन ग्रोथ रेट' म्हणून त्यांना आपल्या देशातील अर्थतज्ज्ञ का खिजवीत नाहीत? (भारताच्या कमी प्रगती दराला एकेकाळी हे लोक कुत्सितपणे 'हिंदू ग्रोथ रेट' असे म्हणत.) जगात सध्या चालू असलेल्या भांडवलशाही अर्थव्यवस्थेचा परिणाम म्हणून अपरिवर्तनीय मंदीची लाट येत असल्याची चिन्हे दिसायला लागली आहेत. जपान, जर्मनी सारख्या अतिशय प्रगत देशांत या लाटेने जवळपास १९९० पासून कब्जा घेतला आहे. अमेरिका स्वतःच्या इतिहासात कधी नव्हती इतकी अंतर्गत, तसेच आंतरराष्ट्रीय व्यवहारात तूट सहन करून स्वतःची आर्थिक व्यवस्था जेमतेम जिवंत ठेवण्याचा प्रयत्न करत आहे. त्यामुळे अर्थव्यवस्थेत मोठा फुगा निर्माण झाला आहे. तो कधीही फुटू शकेल व स्वतःबरोबर जगातील अनेक देशांना सोबत घेऊन समुद्राचा तळ केव्हाही गाठू शकेल असे प्रगत देशांतील अर्थतज्ज्ञ आता उघडपणे बोलू लागले आहेत.

या पार्श्वभूमीवर आपण किती वर्षे या 'प्रगत' देशांच्या तालावर नाचत राहणार आहोत ? तसे नाचणे आपल्याला कोठे नेणार याचा अंदाज आपल्याला येऊ शकत नाही का ? आणखी किती वर्षे सत्यापासून लांब राहून आपल्या देशाचे अर्थसंकल्प तयार करत बसणार ? जनतेने याचा विचार करण्याची वेळ आली आहे.

❑❑❑

१६ गाव जगेल .... तरच देश तगेल

आज देशात अनेक प्रकारे प्रगती होण्याऐवजी अनेक क्लिष्ट रूपांचे प्रश्न समाजाचा तोल ढासळवत असल्याचे दिसते. 'गाव विरुद्ध शहर' असा असमतोल व युद्धमय परिस्थितीचा प्रश्न अनेकांना अस्वस्थ करत आहे. हा प्रश्न सोडविण्याचा प्रयत्न करणे आवश्यक आहे. तरीपण त्याला साधे उत्तर सापडणारे नाही. संपूर्ण आर्थिक व्यवस्थेचाच नव्याने विचार करावा लागणार आहे. यासाठी आज राजकीय पक्ष व अनेक अर्थतज्ज्ञ तसेच समाजतज्ज्ञ मनाने तयार नाहीत, हे सत्य आहे. यावरील उपाय लवकरात लवकर अमलात न आणल्यास देशात बरीच गंभीर स्थिती निर्माण होऊ शकते. ज्येष्ठ नागरिक अशा स्थितीत नक्कीच भरीव व सकारात्मक काम करून नवीन क्रांती आणू शकतात.

इंग्रजांच्या काळात फारच थोडे अपवाद सोडता, आपल्या देशातील सामान्यांना जगातील घडामोडी तर सोडाच, आपल्या देशातीलही घडामोडींची विशेष माहिती नव्हती. ग्रामीण भागात तर या बाबतीत संपूर्ण अंधारच होता असे म्हणता येईल. दळणवळणाच्या व प्रसिद्धी माध्यमांच्या सोई त्या काळात उपलब्ध झाल्या नसल्याने बहुसंख्य लोकसंख्या संपूर्ण अज्ञानीच होती. परंतु स्वातंत्र्यानंतरच्या पहिल्या दोन दशकांत देशात ज्या प्रकारे औद्योगिकीकरण व इतर कार्यक्रम अंमलात येऊ लागले, ते अनेकांनी पहिल्यांदाच पाहिले होते. असे जरी असले तरी या नवीन प्रगतीची वाटचाल मुख्यत्वे प्रमुख शहरांभोवती सुरू झाली.

स्वातंत्र्योत्तर काळातील मोकळ्या वातावरणात देशात प्रथमच नव्या औद्योगिकीकरणाचे पूर्व सुरू झाले होते. आपल्या देशाचे नेते त्यावेळी जे काही कार्यक्रम राबवीत होते ते सर्वथा सामान्य नागरिकांच्या कल्याणासाठीच होते अशी स्वतःची समजूत करून या प्रगतीचा प्रवाह आज ना उद्या आपल्यापर्यंत पोहोचल या आशेवर सामान्य जनता; प्रामुख्याने ग्रामीण भागातील, जीवनाचा गाडा पुढे रेटत होती. या अपेक्षेत एक पिढी संपली. त्या पिढीच्या हातात काही लागले नाही.

औद्योगिकीकरणाला वेग आणण्याचे सरकारी प्रयत्न अनेकांना सुख देत होते, तर उद्योगपती स्वतःजवळ असलेल्या भांडवलाच्या जोरावर सरकारकडून पाहिजे त्या सोयीसुविधा प्राप्त करून घेत होते. त्यातूनच सर्व प्रकारचे मक्तेदारी कायदे (पेटेंट्स, ट्रेड

मार्क्स, कॉपी राईट, सीमित दायित्वाच्या कंपन्या वगैरे), परमिट, स्पेशल कोटा इत्यादी अस्तित्वात आणण्यात या मोजक्या उद्योगपतींचा डाव होता. त्यात त्यांना भरघोस यशही प्राप्त झाले.

मोठे कारखाने, मोठी धरणे, मोठी वीजनिर्मिति केंद्रे वगैरे उद्योग प्रथमच आपल्या देशात जनतेला बघायला मिळाले. त्यात काम करण्याची संधी मिळावी म्हणून अनेकांकडून सर्व प्रकारचे प्रयत्न होत असत. बहुतेक मोठे उद्योग सरकारी मालकीचे असल्याने व लोकसंख्येच्या मानाने नोकऱ्यांची संख्या सीमित असल्याने त्या ठिकाणी अनेक राजकीय पुढाऱ्यांकडून आपल्या ओळखीच्या लोकांना रोजगार मिळवण्यासाठी दडपण यायला लागले होते. पंडित नेहरू हे विचाराने मार्क्सच्या समाजवादाकडे झुकले होते. त्यामुळे सरकारी मालकीच्या उद्योगातूनच देशाची प्रगती होईल यावर त्यांचा दृढ विश्वास होता. देशाची प्रगती नियोजनबद्ध कार्यक्रमातूनच व्हावी म्हणून ते सदा प्रयत्नशील असत. १९९० च्या सुरुवातीस सोव्हियत युनियनचा पाडाव झाल्याने मार्क्सचा समाजवाद जमीनदोस्त झाला. हे पाहायला पं.नेहरू जिवंत असते तर त्यांना जबरदस्त धक्का बसला असता, हे नक्की.

तिसऱ्या, चौथ्या व पाचव्या दशकात पंडित नेहरूंची आर्थिक धोरणे राबविण्यात सर्वच राजकीय नेत्यांनी धन्यता मानली. सोव्हियत युनियनच्या पतनाच्या नंतर लगेच प्रगत देशांकडून स्वतःच्या देशांना मंदीच्या धक्क्यापासून वाचविण्यासाठी, जागतिकीकरणाची जबरदस्ती इतर अप्रगत देशांवर करण्यात येऊ लागली व ती आजही सुरू आहेच.

गेल्या दहा वर्षांत नवीन पिढीकडून आधीच्या पन्नास वर्षांतील देशातील घडामोडींचा खुल्या मनाने अभ्यास व्हावयास लागला. त्यातून आपल्या देशाला या पन्नास वर्षांच्या औद्योगिक प्रगतीमुळे कोणत्या टोकावर नेऊन ठेवले याची त्यांना कल्पना तर आलीच, पण त्याबरोबर समस्यांना तोंड द्यावे लागले, हा एक प्रकारचा प्रगतीच्या नावाखाली चाललेला श्रीमंत भांडवलदारांचा व राजकीय पुढाऱ्यांचा नंगानाचच होता. त्यात प्रामुख्याने खालील प्रश्नांनी सामान्यांना भेडसावून टाकल्याचे सहज दिसून येते –

१) देशाची आर्थिक धोरणे प्रामुख्याने शहरात वसणाऱ्या औद्योगिकीकरणाला पूरक होती. त्यामुळे सर्व मोठ्या शहरांभोवती पोटाची खळगी भरण्याच्या उद्देशाने ग्रामीण भागातून जनता गर्दी करू लागली.

२) 'आपला देश कृषिप्रधान देश आहे' हा मंत्र लहान मुलांपासून देशाचे कायदे तयार करणाऱ्या संसदेतील सदस्यांपर्यंत सर्वच मुक्तपणे आजही उच्चारून देशातील समृद्धीची स्वप्ने रंगवीत आहेत. परंतु त्याच वेळी देशाच्या पहिल्या पंचवार्षिक योजनेच्या

एकूण रकमेपैकी फक्त १४.९ टक्केच ग्रामीण भागासाठी खर्च केला. ते प्रमाण दहाव्या योजनेत फक्त ५.२ टक्के झाले. यावरून सरकार दरबारी 'शेतीप्रधान देश' मंत्राची कशी खिल्ली उडविली जाते याचा अंदाज सहज बांधता येईल.

३) औद्योगिकीकरणातूनच देशातील गरिबीचे उच्चाटन शक्य असते, हा भांडवलशाही देशांचा मंत्र आपले सध्याचे अर्थमंत्री असलेले पंतप्रधान अजूनही शिरसावंद्य मानतात. सत्तर टक्के सामान्य जनता जेव्हा खेड्यात जीवनाचा आधार शोधते, तेव्हा या व्यवसायाला सर्वात जास्त प्राधान्य देण्याऐवजी आतापर्यंतचे सर्व सरकार शहरीकरण वा औद्योगिकीकरणच केंद्रस्थानी ठेवून देशाचे नियोजन आखते आहे.

४) अशा असमतोल नियोजनामुळे आज ग्रामीण भाग विरुद्ध शहरी विभाग या दोन परस्परविरोधी दोन स्वतंत्र अर्थव्यवस्था निर्माण झाल्या. काही अर्थतज्ज्ञ व विशेषतः पुंजीपती व्यक्ती 'इंडिया' विरुद्ध 'भारत' असे 'प्रगत' विरुद्ध 'अप्रगत' अर्थाचे नामकरण करतात.

५) जवळपास साठ वर्षांच्या औद्योगिकीकरणाच्या प्रयोगानंतरही अनेक प्रश्न आज भारतीय समाजाला भेडसावीत आहेत. बेकारीचा भस्मासुर, श्रीमंत-गरिबातील वाढती दरी, भौतिक मूल्यांकडे नव्या पिढीचा वाढता कल, पैसाच सर्वेसर्वा असल्याने सर्व स्तरांवर प्रचंड भ्रष्टाचार, मक्तेदारीचे, संरक्षणाचे कवच वापरून इतरांचे सर्रास होणारे शोषण, ओस पडणारी खेडी, शहरांचे झोपडपट्टीत होत असलेले रूपांतर, कायदे करणाऱ्यांकडूनच होणारा भ्रष्टाचार व त्यामुळे भ्रष्टाचाराच्या रूपात नवीन चलन.

एकविसाव्या शतकातील जगातील सर्वात बलाढ्य देश करण्याचे उद्योगपतींचे व सरकारचे बिनबुडाचे स्वप्न, तर दुसरीकडे रोटी-कपडा,मकानपैकी एक जरी मिळण्यात धन्यता मानणारा ग्रामीण नागरिक, जगातील अब्जपतींच्या यादीत येण्यासाठी उत्सुक असलेले भारतातील उद्योगपती तर दुसरीकडे तीन-चार पिढ्यांचे कर्ज फेडता येत नसल्याने हजारोंच्या संख्येत आत्महत्या करणारा सामान्य शेतकरी, व्यवसायकेंद्रित शिक्षणपद्धतीऐवजी नोकरीकेंद्रित शिक्षणपद्धतीतून रस्त्यावर बेकारीच्या रांगेत उभे असलेले लाखो तरुण इत्यादी विरोधाभासाची शेकडो उदाहरणे देता येतील. त्यातून देश कोठे चालला आहे? समाजव्यवस्था अस्थिर का? देश अंदाधुंदीच्या स्थितीकडे वाटचाल करत आहे का? इत्यादी प्रश्न अनेक विचारवंतांच्या लेखनातून बाहेर पडत आहेत. सर्वच गणित कुठेतरी चुकते आहे हा सूर त्यातून स्पष्ट दिसत आहे.

सतत लांबत जाणाऱ्या प्रश्नांच्या यादीकडे काळजीपूर्वक लक्ष दिल्यास प्रामुख्याने त्यामागे असणाऱ्या कारणांची कल्पना खालीलप्रमाणे करता येईल –

१) मार्क्सचा शास्त्रोक्त समाजवाद फुसका निघाल्याने आता भांडवलशाही अर्थव्यवस्थेला जगात पर्यायच नाही या भ्रमात भांडवलदार व त्यांच्या आशीर्वादाने

सत्तास्थान काबीज करणारी राजकारणी व्यक्ती आहेत.

२) देश शेतीप्रधान असताना व त्या व्यवसायावर देशाची जवळपास सत्तर टक्के जनता जीवनाचा आधार शोधत असताना नुसत्या शहराभोवती प्रगती साधणारी भांडवलशाही अर्थव्यवस्था आपल्या देशाचे प्रश्न नक्कीच सोडवू शकणार नसताना आतापर्यंतचे सर्वच सरकार चुकीच्या आर्थिक नीती व धोरणे अयशस्वीपणे अमलात आणण्याचा प्रयत्न करत आले.

३) भांडवलशाही अर्थव्यवस्थेत मानवनिर्मित मक्तेदारी कायदे अस्तित्वात असतात. त्यातूनच सामान्यांचे शोषण चालू असते. पेटेंट, कॉपी राइट, ट्रेड मार्क, ब्रँड, ट्रेड युनियन, सीमित दायित्वाच्या कंपन्या इ. मक्तेदारी कायद्यामुळे भांडवलाचे केंद्रीकरण होत असते. दोन-तीन टक्के नागरिकांना अशा मक्तेदारी कायद्याच्या मदतीने अब्जावधी बनण्याची स्वप्ने पडतात व त्यातून शेतकरी व असंघटित क्षेत्रातील सामान्य व्यवसाय करणाऱ्या व्यक्तीचे सतत शोषण होत असते.

४) मक्तेदारी कायदे मानवनिर्मित असल्याने ते नैसर्गिक नियमांच्या विरोधात असतात. या कायद्याच्या आधारे सामान्य जनतेत असलेली क्रियाशील वृत्ती व उत्पादकता नष्ट करते. जे नैसर्गिक नसते ते नैतिक नसते. जे नैतिक नसते ते शाश्वत नसते, असे एक तत्त्ववेत्ता म्हणून गेला, म्हणूनच सोव्हियत युनियनच्या सरकारजवळ असलेली मक्तेदारीच त्या राष्ट्राच्या पतनाला कारणीभूत ठरली. आज हीच स्थिती पश्चिमी भांडवलशाही अर्थव्यवस्थेची होत असल्याचे बघायला मिळते. म्हणून जी अर्थव्यवस्था नैतिक नाही, नैसर्गिक नाही. म्हणून शाश्वत नाही, अशा आर्थिक व्यवस्थेचा लवकरात लवकर त्याग करणेच सर्वसामान्यांच्या हिताचे ठरेल.

असा त्याग करणे शक्य आहे का? तसे गेल्या पन्नास वर्षांत का घडले नाही त्याचा विचार जनतेपुढे आधी का ठेवण्यात आला नाही इत्यादी प्रश्नांची उत्तरे शोधणे आवश्यक ठरते.

१) गेली तीस-चाळीस वर्षे किंवा त्याही आधी असे विचार आपल्या देशातच नाही तर जगातील प्रगत समजणाऱ्या देशांतही विचारार्थ मांडण्यात आले होते. सर्वांना माहीत असलेले उदाहरण म्हणजे महात्मा गांधींचे आर्थिक विकेंद्रीकरणावरील विचार. म.गांधी अर्थशास्त्रज्ञ नक्कीच नव्हते, परंतु त्यांना औद्योगिकीकरणाच्या अबाधित प्रसारातून सामान्यांना दुःखाशिवाय काहीही प्राप्त होणार नाही हे स्पष्टपणे दिसत होते. जे.के. गालब्रेथसारखे ज्येष्ठ तज्ज्ञही औद्योगिकीकरणाचा धोका समजून होते. हिंदू अर्थशास्त्र हा पर्यायही औद्योगिकीकरणाला उच्चस्थानी ठेवणाऱ्या विचारवंतांनाही थोपवून पुढील धोक्यापासून धडा घेऊन मागे फिरण्याचा संदेश देत आहे. पंडित दीनदयाळ उपाध्याय तसेच लोकनायक जयप्रकाश नारायणही हाच संदेश देत होते.

२) स्वातंत्र्योत्तर काळातील अडाणी, अशिक्षित, गावंढळ म्हणून समजला जाणारा नागरिक आज जिवंत नाही. आज त्याची तिसरी पिढी दिशाहीन अवस्थेत जरी भरकटत असली तरी त्याला शिक्षणाचा आधार मिळाल्याने योग्य–अयोग्य– बाबतीची जाणीव नक्कीच आहे. आजचा तरुण सभोवती असणाऱ्या अनेक प्रश्नांमुळे भांबावला आहे. काही तरी नक्कीच चुकले आहे, म्हणून त्यावर उपायही आवश्यक आहे हे तो नक्कीच समजतो.

३) औद्योगिकीकरणाचे एक आगळेवेगळे चित्र भांडवलदारांनी गेल्या दीडशे– दोनशे वर्षांत तयार करून त्या विश्वाबाहेरील व्यक्तीचे फक्त शोषणच करायचे असते असा सर्वसामान्य समज करून देण्यात आला आहे. आज अमर्यादित रूपात होत असलेल्या औद्योगिकीकरणामुळे श्रीमंत–गरीब असा वर्गभेद तर झाला आहेच, त्याशिवाय पर्यावरणच आता विकृतावस्थेत गेले आहे. निसर्गाचा राग जगातील सर्व मानवजातीला सहन करावा लागत आहे. कदाचित सर्व मानवजातच या पृथ्वीवरून नष्ट होते की काय अशी भीती सर्वत्र व्यक्त करण्यात येत आहे. रासायनिक खताच्या अमर्याद वापरामुळे आजचा मनुष्य, प्राणी व पक्षी जहरी अन्न खात असून त्यातून निर्माण होणाऱ्या अनेक रोगांचा रुग्ण झाला आहे.

ज्येष्ठ नागरिकांसाठी असलेले आव्हान

शहरात राहणारे ज्येष्ठ नागरिक नक्कीच सरकारी किंवा खासगी क्षेत्रातील उद्योगातून, व्यवसायातून वा सेवेतून दीर्घ काळ काम करून निवृत्त झालेले असतात. शहरात राहताना त्यांना जगातील व देशातील अनेक घडामोडींची सविस्तर माहिती प्राप्त झालेली असते. अनेक जण उच्चशिक्षण घेतलेले असतात. बरेच जण आपापल्या कार्यक्षेत्रात उच्च पदावर पोहोचून निवृत्त झालेले असतात. सबब वर मांडलेल्या अनेक प्रकारच्या प्रश्नांचे महत्त्व त्यांना सहज समजू शकते. अनेकांजवळ त्या प्रश्नांसाठी योग्य उत्तरेही असू शकतात. म्हणून त्यांनी खालील बाबींचा विचार करून तरुणांत जागृती करण्याचे प्रयत्न करावेत –

१) शेतमालाला आज खर्चापेक्षा ३०–४० टक्के भाव कमी मिळतात. सध्याचे व पुढील सरकार हीच अर्थनीती पुढे चालविणार हे पक्के असल्याने, शेतकऱ्यांनी स्वतःच्या शेतमालावर प्रक्रिया करणाऱ्या जॉइंट स्टॉक कंपन्या स्थापन करून स्वतःच्या उत्पन्नात कशी वाढ करावी याबाबत मार्गदर्शन करावे. शक्य असल्यास अशा कंपन्यांचे व्यवस्थापन स्वतःचा अनुभव वापरून करण्यात पुढाकार घ्यावा. गुजरात व आता महाराष्ट्रात अशा कंपन्या स्थापन करायला सुरुवात झाली आहे.

२) राजस्थानमधील अलवर व गंगानगर या वाळवंटी जिल्ह्यात खासगी प्रयत्नातून 'तरुण भारत संघा'चे संस्थापक राजेंद्र सिंग यांच्या मार्गदर्शनाखाली प्रत्येक

गावात स्थानिक लोकांच्या मदतीने लहान तलाव तयार करून त्यात पावसाचे पाणी साठविण्यात यश प्राप्त केले. गेल्या आठ वर्षांत त्या ठिकाणी आतापर्यंत ८,५०० पेक्षा अधिक तलाव तयार करून दोन्ही जिल्हे आता 'हरित पट्टे' म्हणून ओळखले जात आहेत. आज आपल्या राज्यात अशा प्रकारच्या तीस-चाळीस हजार लहान लहान तलावांची गरज आहे. स्थानिक तरुण शेतकरी ही आवश्यकता चांगल्या प्रकारे समजून आहे. त्याला फक्त मार्गदर्शनाची व त्यातून तरुणांना एकत्र आणणाऱ्या अनुभवी ज्येष्ठ व्यक्तींची गरज आहे, हे मी प्रत्यक्ष घेत असलेल्या अनुभवातून सांगत आहे.

३) सेंद्रिय शेतीचा उत्पादनखर्च सध्याच्या शेतीच्या तुलनेत जवळपास ४०-५० टक्के कमी असल्याने त्याची लागवड केल्याने शेतकऱ्यांच्या हातात अधिक पैसा पडू शकतो. आज महाराष्ट्र ऑर्गेमिक फार्मिंग फेडरेशन (मॉफ) याबाबत अनेक प्रकारची (आर्थिकसुद्धा) मदत देते. परंतु त्यांचे मनुष्यबळ कमी पडते. ज्येष्ठ नागरिकांनी याबाबत पुढाकार घेऊन तरुण शेतकऱ्यांत याबाबत जागृती करावी. त्यांना शक्य ती मदत करावी व 'मॉफ' शी संपर्क साधून त्यांच्या प्रयत्नात मदत करावी.

वरील तीन बाबी अतिशय महत्त्वाच्या आहेत. त्यातून एक नवीन क्रांती निर्माण होऊन देशातील सध्याच्या चुकीच्या अर्थव्यवस्थेला योग्य वळण प्राप्त होऊ शकते. त्यातून खालील सकारात्मक बदल होतील.

१) शेतमाल प्रक्रिया कंपन्यांतून शेतकऱ्यांच्या उत्पन्नातील वाढीबरोबर तरुण शेतकऱ्यांच्या जवळ असलेल्या उद्योगशीलतेला वाट मिळेल.

२) शेती आर्थिकदृष्ट्या परवडणारी नाही म्हणून हा तरुण शिकलेला शेतकरी आज नोकरीच्या शोधात शहराची वाट धरतो. त्याला यातून आवरता येईल. तसेच अनेकांना रोजगार प्राप्त करून देण्याची क्षमता या कंपन्यांजवळ असेल. महाराष्ट्रात अशा दहा हजार कंपन्यांचे जाळे सहज उभे करता येईल.

३) सध्या कोरडवाहू शेती पावसावर अवलंबून असल्याने शेतकरी सतत जोखीम घेऊन काम करतो. गावोगावी लहान तलाव तयार करून अशी जोखीम नियंत्रणात ठेवणे सहज शक्य आहे.

४) अशा पाण्याच्या उपलब्धतेमुळे शेती आर्थिकदृष्ट्या परवडेल व आज होणाऱ्या कर्जबाजारीपणामुळे बऱ्याच अंशी सुटका करणे शक्य होईल.

५) सेंद्रिय शेती ही तुलनेने फायदेशीर ठरणार असल्याने शेतकऱ्यांच्या उत्पन्नात वाढ होऊ शकते. यासाठी लागणारी खते व इतर साहित्य शेतातूनच प्राप्त होत असल्याने उत्पादनखर्च कमी राहतो.

अशा प्रयत्नातूनच ग्रामीण भाग आर्थिकदृष्टचा स्थिर होऊ शकतो. आजच्याप्रमाणे प्रत्येक बाबतीत सरकारच्या मर्जीवर अवलंबून राहण्याचा प्रसंग विशेष

करून येणार नाही. शेतकऱ्यांचा आर्थिक पाया जसजसा भक्कम होईल, तसतसा ग्रामीण भागातून आज शहरांकडे जाणारा तरुणांचा लोंढा कमी होत जाईल. आज सर्वच शहरांना बकाल वस्तीचे स्वरूप प्राप्त झाले आहे. ग्रामीण भाग जीवनाचा आधार देण्यास असमर्थ असल्याने तरुण वर्ग आज शहरातील नरकयातना सहन करत जीवन जगण्याचा प्रयत्न करतो. यातून देशातील मुख्य प्रश्न कमी होण्याऐवजी ते सतत वाढतच आहेत. त्याला आवर घालणे आवश्यक आहे व ते सहज शक्य आहे.

जोपर्यंत शेतात तयार होणाऱ्या मूल्याचा ओघ शहराकडे म्हणजे एकाच दिशेने होत राहील तोपर्यंत देशाची प्रगतीऐवजी अधोगतीच होत राहील. जोपर्यंत ग्रामीण भागात शहरातील मूल्यांचा ओघ सुरू होणार नाही तोपर्यंत समाजाचा आज ढळत असलेला तोल सावरणे कठीण होईल. सरकारच्या नियोजनात असा विचार गेल्या साठ वर्षांत नसल्याने आताचे प्रश्न अधिक गहन झालेत. शहरीकरण व औद्योगिकीकरण देशात प्रगती आणण्यास असमर्थ ठरल्याने नवीन आर्थिक व्यवस्थेची गरज असणार आहे. अशा नव्या आर्थिक व्यवस्थेचा विचार करण्यासाठी सरकार तयार नसल्याने ज्येष्ठ नागरिकांनी स्वतः पुढाकार घेऊन तरुण शेतकऱ्यांच्या मदतीने एक समांतर अशी आर्थिक व्यवस्था निर्माण करून पुढील पिढीसाठी उज्ज्वल भविष्य तयार करावे.

आज गाव जगेल, तरच देश तगेल. यात कोणतीही अतिशयोक्ती नाही, ही आजची गरज आहे. ज्येष्ठ नागरिकांनी या आव्हानांचा स्वीकार करून आपल्या भक्कम अनुभवाच्या तसेच शिक्षणाच्या जोरावर एक नवीन आर्थिक प्रगतीचा मार्ग पुढील पिढीच्या मार्गदर्शनासाठी तयार करावा, हीच त्यांची या देशाला एक मोठी देणगी ठरू शकेल.

❏❏❏

१७ शेतकऱ्यांनो, सुवर्णसंधीचा लाभ उठवा ! लोकसभेत ३ कल्याणकारी प्रस्ताव मंजुरीसाठी !

भारतीय अर्थव्यवस्थेमध्ये तीन प्रमुख कार्यक्षेत्रे आहेत. कृषी, उद्योग व सेवा अशी विभागणी करण्यात येते. उद्योगात सरकारी व खासगी ही उपविभागणी असते. सेवाक्षेत्रातही जवळपास तशीच विभागणी होते. प्रत्येक क्षेत्र राष्ट्रीय प्रगतीच्या दृष्टीने सारख्याच महत्त्वाचे असते. त्यात प्रामुख्याने प्रत्येक क्षेत्राकडून राष्ट्रीय संपत्तीत किती रकमेची वाढ होते, त्याला सध्याच्या अर्थनीतीनुसार महत्त्व देण्यात येत आहे. परंतु प्रत्येक क्षेत्रात काम करणाऱ्यांची व त्यावर अवलंबून राहणाऱ्यांची संख्या जरी राष्ट्रातील आर्थिक व सामाजिक संतुलनासाठी महत्त्वाची असली तरी त्याला सध्याच्या तसेच गेल्या साठ वर्षांतील सर्व सरकारांनी विशेष महत्त्व दिले नाही. म्हणून तीन क्षेत्रांपैकी एखाद्या क्षेत्राला सर्व धोरणांत प्राधान्य देण्यात आल्याने समाजात आज असमतोल निर्माण झाला आहे. उद्योगक्षेत्रातील व नव्याने उदयास आलेल्या सेवा क्षेत्रातील नागरिकांना सरकारतर्फे झुकते माप देण्यात आल्याने आज समाजात अती-श्रीमंत, श्रीमंत, मध्यम-श्रीमंत व गरीब असे आर्थिक मोजमापपट्टी लावून स्तर तयार झाले आहेत.

उद्योगातील प्रगतीतूनच समाजातील सर्व घटकांचा विकास होऊन सर्व स्तर सारखी प्रगती साधतील व श्रीमंत-गरीब यांतील दरी कमी होत जाऊन एक प्रकारचा नवा समाजवादच त्यातून उदयास येऊ शकतो, अशी अंधश्रद्धा गेल्या साठ वर्षांतील सर्व राज्यकर्त्यांची झाली आहे. त्याचे परिणाम मात्र उलटे झाल्याचे आपण सर्वजण आज पाहत आहोत. बेकारी, शेतकऱ्यांचे कर्जबाजारी होऊन आत्महत्या करण्याचे निर्णय, गरीब-श्रीमंत यांतील भयानक स्वरूप घेणारी वाढती दरी, सामाजिक असमतोल, गुन्हेगारीत सतत होणारी वाढ, देशातील व परदेशातील अती श्रीमंत तसेच बहुराष्ट्रीय कंपन्यांकडून देशातील आर्थिक नीतीवर घट्ट होत जाणारी पकड, अशा अनेक प्रश्नांमुळे आजचा समाज अंदाधुंदीच्या रस्त्यावर जाताना दिसत आहे.

सरकार व स्वतःला शेतकऱ्यांचे कैवारी वा नेते म्हणवून घेणारे तसेच भांडवलदार- वर्गाला शेतकऱ्यांच्या आत्महत्यांशी काही देणे-घेणे आहे असे कोणत्याही कृतीवरून दिसत नाही. थातुरमातुर उपायांनी मलमपट्ट्या लावून सध्याचे प्रश्न पुढे ढकलण्यात ही सर्व मंडळी अभिमान बाळगून आहे. औद्योगिकीकरणाच्या दोनशे वर्षांच्या इतिहासातून कोणत्याही देशाचे समाजजीवन सुखाचे झाल्याचे आढळून येत नसताना भारतीय राजकारणी मात्र त्याच अयशस्वी मार्गावर जाण्यातच धन्यता मानून

घेत आहेत. त्यामुळे अनेक प्रगत देशांत आज दिसणाऱ्या गोंधळाची स्थिती भारतात स्पष्टपणे दिसू लागली आहे. समाजाचा तोल ढासळत असल्याचे सहज दिसून येते.

काही राजकारणी विरोधी पक्षात असताना अनेक बाबतीत या सर्व प्रश्नांवर कळकळ दर्शवीत असतात. परंतु जेव्हा ते राजकारणी सत्ता काबीज करतात, तेव्हा तेसुद्धा जुन्या गोष्टी विसरून सत्तेतील सर्व प्रकारचे सुख व गडगंज संपत्ती साठविण्यात व्यस्त असतात, हे गेल्या दहा-पंधरा वर्षांत जनतेला अनुभवाला आले. सबब सर्वच राजकारणी नेते समाजाशी आपला संबंध तोडूनच वागतात असे दिसून येते. याला काहीजण नक्कीच अपवाद असतात. परंतु त्यांची संख्या इतकी कमी असते की त्यांचा सरकारी नीतीवर कोणताच प्रभाव पडत नाही.

संसदेच्या अर्थसंकल्पीय अधिवेशनात काही खासदारांनी सामाजिक ऋणाला जागून काही नवीन कायदे अंमलात आणण्याच्या प्रामाणिक उद्देशाने स्वतःच्या जबाबदारीच्या जाणिवेने काही प्रस्ताव चर्चेसाठी व शक्य झाल्यास मंजुरी प्राप्त करून घेण्यासाठी मांडले आहेत. या ठिकाणी या प्रस्तावांचे स्वरूप व त्यापासून समाजातील काही घटकांना होणारे फायदे चर्चेसाठी खाली मांडले आहेत – अ) The Consumer Goods (Mandatory Printing of cost of Production and Maximum Retail Price) Bill 2006. (ग्राहकांना घ्याव्या लागणाऱ्या प्रत्येक उत्पादित वस्तूच्या वेष्टणावर त्या वस्तूचा उत्पादनखर्च व बाजारातील कमाल किंमतीची माहिती प्रसिद्ध करण्याबाबतचा प्रस्ताव – २००६.)

औद्योगिक क्षेत्रात लाखो प्रकारच्या वस्तूंचे उत्पादन होत असते. यांपैकी जवळपास सर्व वस्तू, पेटंट्स, कॉपीराईट्स, ट्रेडमार्क, ब्रँड वगैरे मक्तेदारी कायद्याचे संरक्षण घेऊन तयार केल्या असतात. त्यामुळे त्या वस्तूचे वा त्या उत्पादन करण्यास उपयुक्त प्रक्रियेचे अनुकरण करणे गुन्हा ठरत असतो. यामुळे या वस्तू उत्पादन करणारे उद्योगपती स्पर्धा नसल्याने भरमसाठ नफा जोडून बाजारात आणून विकतात. एकीकडे जाहिरातीच्या माध्यमातून त्या वस्तूंसाठी मागणी वाढवत ठेवून दुसरीकडे त्या वस्तूचा पुरवठा नियंत्रित करून हे उद्योगपती भरमसाठ नफा समावून ग्राहकांचे शोषण करत असतात. या ग्राहकांमध्ये सर्वात मोठा वर्ग हा शेतकरी व स्वयंरोजगार करणाऱ्या व्यक्ती असतात.

औद्योगिक वस्तूत उद्योगपती किती नफा जोडून वस्तू बाजारात विकतात याचा तपशील सरकारने कायदा केल्याप्रमाणे कॉस्ट ऑडिटर्स अभ्यास करून आपला अहवाल सरकारकडे जमा करतात. या अहवालाच्या प्रती केंद्र सरकारच्या डिपार्टमेंट ऑफ कंपनी अफेअर्स विभागाजवळ उपलब्ध असतात. देशातील सर्व प्रकारचे कायदे करण्याचा अधिकार असणाऱ्या संसदेतील सभासदांपासून हे अहवाल गुप्त ठेवण्यात

येतात असे सांगितले तर सामान्यांचा त्यावर विश्वास बसणार नाही परंतु हे सत्य आहे. १६-२-१९९२ च्या 'इंडिया टुडे' मासिकात या सरकारी विभागाच्या अधिकारी सुधा पिलाई यांचा उल्लेख करून एक बातमी छापली होती. त्यानुसार काही वस्तूंवरील आकारला जाणारा नफा उत्पादन- खर्चाच्या तुलनेत १४०० ते २००० टक्के असतो.

या गुप्तपणे ठेवलेल्या अहवालाच्या प्रती संसदेत सर्व सभासदांच्या माहितीसाठी उपलब्ध करून द्याव्यात म्हणून अनेक खासदारांनी अनेकदा मागणी केली होती. त्यात प्रामुख्याने सर्वश्री अटलबिहारी वाजपेयी, चंद्रशेखर, कृष्णकांत, ब्रह्मानंद पांडा, जयंतराव टिळक, ना.ग.गोरे, भूपेश गुप्ता, महावीर त्यागी, बाबूभाई चिनॉय, एम.के.मोहता, व्ही.बी.राजू इत्यादींचा समावेश होता. सरकारतर्फे अशी माहिती 'गुप्त' वर्गात बसत असल्याने संसदेला देता येणार नाही असा खुलासा सतत करण्यात आला. शेतकऱ्यांच्या शेतमालाचा उत्पादनखर्च सर्व समाजाला माहीत असताना औद्योगिक वस्तूच्या बाबतीत अशी गुप्तता का पाळण्यात येते? या प्रश्नाची सुरुवात १९७० साली महाराष्ट्र उत्पादन संघाचे सेक्रेटरी डॉ.एम.जी.बोकरे यांनी केली होती. तेव्हापासून हा प्रश्न भिजत पडला आहे. सरकार व उद्योगपती यांचे किती प्रमाणात साटेलाटे जमले आहे याची सहज कल्पना करता येते.

या प्रस्तावाला प्रमुख मुद्दे –

१. वस्तूचा उत्पादनखर्च तसेच कमाल विक्री किंमत वेष्टणावर स्पष्ट दिसेल अशी छापल्याशिवाय त्या वस्तूची विक्री देशातील कोणतीही व्यक्ती करू शकणार नाही.

२. उत्पादनखर्च न प्रसिद्ध करणे वा कमाल किमतीपेक्षा जास्त दराने कुणी विक्री केल्यास कोणतीही व्यक्ती, ग्राहक सरकारने नेमलेल्या अधिकाऱ्याकडे आपली तक्रार दाखल करू शकेल.

३. संबंधित अधिकारी या तक्रारीनुसार योग्य ती माहिती गोळा स्वतः वा इतरांकडून याबाबतची तक्रार विक्रेत्याविरुद्ध तसेच उत्पादन करणाऱ्या व्यक्तीविरुद्ध कोर्टात दाखल करेल.

४. सदर तक्रार वाजवी असल्याचे आढळल्यास वस्तू विकणाऱ्यास तसेच वस्तू उत्पादकास एक वर्षापेक्षा कमी नसलेल्या साध्या कैदेस तयार राहावे लागेल तसेच त्या वस्तूसाठी उत्पादन परवाना देण्यात आला असल्यास तो रद्द करण्यात येईल. (सदर प्रस्ताव सध्याचे खासदार श्री.हंसराज अहिर यांनी मांडला आहे.)

ब) The Farmers (Oldage Pension) Bill, 2006 - (शेतकऱ्यांचे उतार वयातील पेन्शन बिल २००६)

भारतीय शेतकरी निसर्गाच्या लहरीवर अवलंबून खूप मेहनत करून शेती व्यवसाय करत असतो. साठ वर्षांनंतरही त्याच्या जीवनमानात जरासुद्धा प्रगती न होता सतत अधोगतीच दिसून येते. अर्थव्यवस्थेतील इतर क्षेत्रात काम करणाऱ्यांना (उद्योग व सेवा) निरनिराळ्या कायद्यांखाली संरक्षण प्राप्त होत असल्याने उतारवयात त्यांना शेतकऱ्यांसारखे कोणत्याही आर्थिक व्यवस्थेशिवाय जगावे लागत नाही. इतरांसारखे शेतकऱ्यांना सरकारतर्फे कोणतेही संरक्षण प्राप्त होत नसल्याने व इतरांपेक्षा जास्त प्रमाणात शारीरिक ताण सहन करावा लागत असल्याने, त्यांच्या उतारवयात काही प्रमाणात आर्थिक मदत मिळण्याची गरज वाजवी नाही असे म्हणता येणार नाही. किमान जीवनस्तर प्राप्त होऊन जीवनाचा शेवटचा प्रवास सुसह्य व्हावा म्हणून प्रत्येक ज्येष्ठ शेतकऱ्याला सरकारी अर्थसंकल्पातून पेन्शन देण्याची आवश्यकता असल्याने एक प्रस्ताव सध्या संसदेत चर्चेसाठी तसेच मंजुरीसाठी मांडण्यात आला आहे. त्या प्रस्तावातील प्रमुख मुद्दे खालीलप्रमाणे आहेत –

१. सरकार शेतकऱ्यांचा उतारवयातील पेन्शन फंड निर्माण करेल.

२. केंद्र सरकार व राज्य सरकार संगनमताने अशा पेन्शन फंडासाठी योग्य रक्कम उपलब्ध करून देईल.

३. संबंधित सरकार आपल्या विभागातील संबंधित शेतकऱ्यांची आवश्यक ती सर्व माहिती गोळा करून त्यात दरवर्षी सुधारणा करतील.

४. संबंधित राज्यसरकार संबंधित शेतकऱ्यांची संपूर्ण माहिती असलेली यादी वेळावेळी केंद्र सरकारला देतील.

५. प्राप्त माहितीनुसार केंद्रसरकार स्वतःच्या निधीतून आवश्यक रक्कम संबंधित राज्य सरकारला पाठवील.

६. संबंधित राज्यसरकारजवळ उपलब्ध असलेल्या यादीतील शेतकऱ्यांना रु.३,०००/– दरमहा दर माणसी देण्याची व्यवस्था संबंधित सरकारने करावयाची आहे.

७. पेन्शनच्या रकमेची आवश्यकतेनुसार वेळावेळी केलेल्या अभ्यासानुसार वाढ करण्यात येईल.

८. पेन्शनची रक्कम राष्ट्रीयीकरण झालेल्या बँकेच्या माध्यमातून करण्यात येईल.

९. केंद्र सरकार यासाठी आवश्यक नियम तयार करेल व ते अधिकृत गॅझेटद्वारा सर्वांच्या माहितीसाठी प्रसिद्ध करेल.

१०. यासाठी दरवर्षी अंदाजे ५००० कोटी रु. खर्च्च येईल व तो सरकारजवळील एकूण निधीतून करण्यात येईल. (सदर प्रस्ताव खासदार श्रीमती अर्चना नायक यांनी लोकसभेत मांडला आहे.)

क) The Farmers (Welfare) Bill 2006 - शेतकऱ्यांचा कल्याण निधी २००६

आपला देश कृषि प्रधान म्हणून ओळखला जातो. साठपेक्षा जास्त टक्के जनता आपल्या जीवनधारेसाठी या क्षेत्रावर अवलंबून आहे. आपल्या देशाच्या एकूण राष्ट्रीय संपत्तीतील वाढीपैकी मोठा हिस्सा या क्षेत्राकडून प्राप्त होतो. याशिवाय मोठ्या संख्येत हे क्षेत्र रोजगार उपलब्ध करते, तसेच औद्योगिक क्षेत्राला कच्चा माल मोठ्या प्रमाणात पुरविते व बरीच मोठी निर्यातही करते.

आपल्या देशाने राष्ट्रीय संपत्ती दहा टक्के पेक्षा जास्त वाढ करावयाची असली तर शेतीक्षेत्राला तसेच त्यात काम करणाऱ्या सर्व शेतकऱ्यांना वा इतरांना समाधानी ठेवण्याची अत्यंत गरज आहे. त्या सर्वांना मानाचे स्थान प्राप्त करून देणे आवश्यक ठरते.

मध्यम तसेच लहान स्तरावरील शेतकऱ्यांची संख्या एकूण संख्येच्या तुलनेत ९० टक्के भरते. म्हणून या सर्वांच्या सर्व प्रकारच्या आर्थिक गरजा पूर्ण करण्याची जबाबदारी सरकारचीच ठरते. सरकारतर्फे मिळणाऱ्या पाठिंब्यातूनच या क्षेत्रातील प्रगतीबरोबर देशाची प्रगती साधणे शक्य आहे. म्हणून शेतकऱ्यांचे कल्याण साधण्यासाठी सरकारतर्फे कायद्याच्या आधारे प्रयत्न व्हावयास पाहिजेत म्हणून सदर प्रस्ताव लोकसभेत चर्चेसाठी व मंजुरीसाठी मांडण्यात आला आहे.

या प्रस्तावातील प्रमुख मुद्दे खालीलप्रमाणे आहेत –

१. इतर कायद्यातील तरतूदी असूनही, देशातील शेतकऱ्यांच्या विविध गरजांचा अभ्यास करून त्यांच्यासाठी शेतीव्यवसायात आधुनिकता, शेतीव्यवसायाचे शिक्षण, प्रशिक्षण, अनुसंधान, सर्व सुविधा असलेली नवीन कृषि विद्यापीठे व तत्सम सुविधा उपलब्ध करून द्याव्यात.

२. प्रत्येक राज्यात स्थानिक परिस्थितीनुसार सर्व प्रमुख पिकांसाठी सर्व प्रकारच्या जोखमी धरून विमा काढण्यात यावा. यासाठी खेडेगाव एकक (युनिट) म्हणून धरण्यात येईल. त्या गावात एकूण जमिनीपैकी पस्तीस टक्क्यांपेक्षा जमिनीवरील पिके, नैसर्गिक कोपामुळे, रोगराईमुळे वा कीटकांच्या उपद्रवामुळे जर नष्ट झाली तर या विम्याच्या रकमेची उपलब्धता करण्याचे धोरण अंमलात आणण्यात येईल.

३. अधिकृत व्यापारी बँका, सहकारी बँका तसेच इतर पतपेढ्यांच्या माध्यमातून सरकारतर्फे कर्जवाटपाची व्यवस्था करण्यात येईल.अतिशय लहान शेतकऱ्यांना कोणत्याही प्रकारचे व्याज लावण्यात येणार नाही.

४. प्रत्येक विभागात बियाणे व रोपे यांचा वेळीच पुरवठा करण्यासाठी कृषी शेतीची व्यवस्था करण्यात येईल.

५. प्रत्येक विभागात अत्याधुनिक सोयी असलेले जनावरांचे दवाखाने स्थापन करण्यात येतील व त्यातून शेतकऱ्यांना याबाबत लागणाऱ्या सुविधा पुरविण्यात येतील.

६. शेती व्यवसाय आर्थिकदृष्ट्या परवडणारा होण्यासाठी सहकारी शेती-व्यवस्थापन व त्यासाठी लागणारे तंत्रज्ञान यांचा पुरवठा करण्यात येईल.

७. अन्न व फळावर विविध प्रक्रिया तसेच दूध व तत्सम जोड व्यवसायातून शेतकऱ्यांचे निव्वळ उत्पन्न वाढवून देण्यासाठी सर्व प्रकारची मदत देण्यात येईल.

८. फळे, भाज्या, फुले, मत्स्यपालन, कुक्कुटपालन, सूवरपालन वगैरे व्यवसायाला मोठे स्वरूप देण्यासाठी व शेतकऱ्यांच्या हातातील यातून मिळणाऱ्या उत्पादनात वाढ होण्यासाठी सर्व प्रकारचे साहाय्य देण्यात येईल.

९. सेंद्रिय शेती, स्थानिक टाकावू वस्तूत ऊर्जानिर्मिती, स्थानिक पातळीवरील जलसाठवण व व्यवस्थापन इत्यादीतून शेतकऱ्यांच्या कल्याणासाठी सर्व सुविधा व प्रशिक्षण देण्यात येईल.

१०. शेतमालाला निर्यात करण्यासाठी लागणारे संस्थारूप संयत्रणा व आर्थिक साहाय्य उपलब्ध केले जाईल.

११. शेतकऱ्यांच्या उतारवयातील पेन्शन योजनेचे व्यवस्थापन व इतर कल्याणकारी योजनांची अंमलबजावणी करण्यात येईल.

१२. केंद्र सरकार यासंबंधात आवश्यक नियम तयार करेल. यासाठी सरकारी कोषातून दरवर्षी दोन हजार कोटी रुपये खर्च होईल. एकदाच खर्च करावी लागेल अशी रुपये शंभर कोटी असेल. (हा प्रस्ताव खासदार श्री.सी.के.चंद्राप्पन यांनी लोकसबेत मांडला आहे.)

वरील तीनही प्रस्ताव खासदारांनी वैयक्तिकरीत्या लोकसभेत चर्चेसाठी तसेच मंजुरीसाठी मांडले आहेत. बजेट सेशनच्या दरम्यान यावर चर्चा होणार आहे. सरकार तसेच स्वतःला शेतकऱ्यांचे कैवारी म्हणवून घेणाऱ्या नेत्यांनी गेल्या साठ वर्षांत शेती क्षेत्रासाठी तसेच शेतकऱ्यांच्या कल्याणासाठी कोणतीच ठोस पावले उचलली नसल्यानेच आज शेतकऱ्यांची अवस्था दयनीय झाली आहे. तरीपण काही खासदारांना याबाबत तळमळ असल्याने त्यांनी स्वतः पुढाकार घेऊन शेतकरी कल्याणासाठी वरील प्रस्ताव मांडले आहेत. हे तीनही प्रस्ताव शेतकऱ्यांना दीर्घ काळासाठी फायदा मिळवून देणारे असल्याने सर्वांनी आपापल्या विभागातून निवडून गेलेल्या खासदारांवर आवश्यक ते दडपण आणून वरील तीनही प्रस्ताव बहुसंख्येने संसदेत मंजूर करवून घ्यावे. ही एक चांगली संधी सर्व शेतकऱ्यांना तसेच इतर सामान्यांना आज प्राप्त होत आहे. त्याचा पुरेपूर लाभ उठविणे अत्यावश्यक ठरते.

सध्या असलेल्या अनेक खासदारांना माझ्यातर्फे ई-मेलसुद्धा तसेच टपालाने

याबाबत मी केलेले टिपण आधीच पाठविले आहे. त्यात त्यांना आग्रहाने विनंती केली की, शेतकऱ्यांच्या कल्याणाविरुद्ध कार्य करणाऱ्यांना कायमचा धडा शिकवण्याची संधी त्यांना प्राप्त होत असल्याने त्यांनी आपण शेतकऱ्यांचे दीर्घ काळासाठी कल्याण करणारे आहोत हे देशवासियांना या तीनही प्रस्तावाला मंजुरी देवून दाखवून द्यावे. आज देशात प्रत्येक क्षेत्रासाठी, व्यवसायासाठी भक्कम संघटना तयार झाल्या आहेत. संघटना नाही ती फक्त शेतकऱ्यांची ज्या संघटना आज आपण बघतो त्या नुसत्या कागदी वाघासारख्या आहेत. म्हणून विशेषतः तरुण शेतकऱ्यांनी या तीनही प्रस्तावांचा पुरेपूर लाभ उठविण्यासाठी स्वतःची अराजकीय संघटना निर्माण करून आपला एक स्वतंत्र दबाव गट निर्माण करावा व त्याद्वारे आजचे शेतकऱ्यांचे शोषण करणारे धोरण सपशेल जमीनदोस्त करावे.

□□□

१८ कर्जमाफीने शेतकऱ्यांच्या आत्महत्या थांबणार नाहीत

शेतकरी आत्महत्येचा प्रश्न गेल्या काही वर्षांमध्ये अतिशय जटिल आणि गंभीर होत चालला आहे. त्याच्यावर कोणतेही ठोस उत्तर अद्याप तरी शासनाला मिळालेले नाही. शेतकऱ्यांच्या प्रश्नाकडे लक्ष वेधण्यासाठी मोहन धारिया यांनी काही दिवस उपोषण केले आणि इतर विरोधी पक्षांना बरोबर घेऊन देशव्यापी तीव्र आंदोलन करण्याचा निर्धार त्यांनी केला आहे. मोहन धारिया यांच्या जोडीनेच परंतु स्वतंत्रपणे शरद जोशी यांनीदेखील आंदोलन छेडले होते. उसाला ९०० रुपयांचा पहिला हप्ता देण्यात येईल असे आश्वासन सहकारमंत्री पंतगराव कदम यांनी दिल्यानंतर शरद जोशी यांचेही उपोषण मागे पडले.

शेतकरी नेते शरद जोशी शेवटपर्यंत आंदोलन तडीस नेत नाहीत असा त्यांच्यावरचा जुनाच आरोप आहे. मोहन धारिया ऊठसूट उपोषण करणाऱ्यांतले नाहीत तरीही उतारवयात केलेल्या त्यांच्या उपोषणामुळे मुख्य प्रश्नापेक्षा धारियांच्या उपोषणाला महत्त्व मिळाले आणि फारसे कोणतेच यश पदरात न पडताच धारियांनाही उपोषण मागे घ्यावे लागले. त्यांचे देशव्यापी आंदोलन सफल संपूर्ण व्हावे अशीच इच्छा कोणाचीही असेल परंतु ज्या मुद्यावर मोहन धारिया लढा देऊ पाहत आहेत ते मुद्दे मान्य झाल्यानंतरही आत्महत्या थांबतील याची खात्री काय? आज तरी कोणीच देण्याची शक्यता नाही. शेतकऱ्यांना कर्जमाफी द्यावी असा धारियाजींचा आग्रह आहे परंतु प्रश्नातील खोली लक्षात घेता कर्जमाफी देऊ नये, मलमपट्टीचेच काम होईल अशी स्थिती भुकेकंगाल शेतकऱ्यांची झालेली आहे. ज्या मुद्द्यांवर मोहन धारिया आंदोलन पेटवू पाहात आहेत त्यातूनही अनेक प्रश्न निर्माण होत आहेत.

१) जवळपास ७५ टक्के शेतकरी स्थानिक सावकारांकडून भरमसाठ व्याजाने कर्ज घेतात. अधिकृत कर्ज देणाऱ्या यंत्रणेकडे देणी असलेली कर्जे माफ करताना अनधिकृत सावकारांनाही परत देणे असलेली कर्जे माफ करावी, असाही मोहन धारिया यांचा आग्रह आहे. हा उद्देश स्वागतार्ह आहे तरीही त्याची अंमलबजावणी करणे जवळपास अशक्यच आहे. याचे मुख्य कारण लाखो सावकारांची कर्जथकबाकी किती आहे याचा हिशेब कोणत्याच यंत्रणेकडे आकड्यानिशी उपलब्ध नाही. श्रीयुत मोहन धारिया यांच्याहीकडे अशा प्रकारची माहिती उपलब्ध असण्याची शक्यता नाही.

२) सर्व कर्जमाफी सरकारने मान्य केली असे आपण गृहीत धरले तरी त्यामुळे नवीन कर्जे शेतकऱ्यांना कशी काय मिळणार? शिवाय कर्जफेड करण्यासाठी कोणताच भक्कम आधार, उत्पन्नाची हमी आज शेतकऱ्यापाशी नाही. आजच्या कर्जमाफीमुळे फारतर काही वर्षे बरी जातील परंतु मधल्या काळात साठलेल्या कर्जामुळे शेतकऱ्यावर पुन्हा एकदा नागवे व्हायची वेळ येईल. कर्ज घेण्याची वेळ शेतकऱ्यावर का येते याचाही विस्तृत अभ्यास करण्याची गरज आहे. कर्जमाफी करणे ही तात्पुरती उपाययोजनाच. कर्ज घेण्याची गरजच पडू नये असा दीर्घकालीन उपचार यशस्वी करणे आवश्यक आहे. तोच आत्महत्या थांबविण्याचा योग्य मार्ग असू शकतो.

३) शेती व शेतकरी, कर्जबाजारीपणा इत्यादींचा सखोल अभ्यास १९७०-च्या सुमारास नागपूर येथे स्थापन झालेल्या कापूस उत्पादक संघाने केला होता आणि हा अभ्यास देशातील विचारवंतांसह सरकारपुढे ठेवला होता. ज्यावेळी हा अभ्यास सादर झाला होता त्यावेळी श्रीयुत मोहन धारिया शासनातील वरिष्ठ पद सांभाळीत होते. अभ्यासामध्ये काही महत्त्वाचे मुद्दे तेव्हाच समोर आले होते. ज्या मागण्या करण्यात आल्या होत्या त्यामध्ये अ) अर्थव्यवस्थेतील सर्व क्षेत्रांतील उत्पादनाच्या किंमतीना धरून उत्पादनखर्चाच्या आधारावर ठरविण्यात याव्यात व त्या किंमती तशा ठरतात अथवा नाही, याची जबाबदारी सरकारने योग्य कायदे करून व्यवस्थापनाच्या साहाय्याने उचलावी. औद्योगिक वस्तूंवर दोन हजार टक्क्यांपर्यंत नफा जोडून त्यांच्या किंमती ठरवून बाजारात विकल्या जात आहेत हे सरकार मान्य करीत आहे म्हणून त्याबाबत शंका घेण्याचे कारण नाही. याउलट शेतमालाला बाजारात मिळणाऱ्या किंमती त्याच्या उत्पादनखर्चाच्या तुलनेत ३० ते ४० टक्के कमी असतात. (या अभ्यासाला नुकताच मुंबईच्या टाटा इन्स्टिट्यूट ऑफ सोशल सायन्सेस या संस्थेने ऑगस्ट २००५ मध्ये मुंबई उच्च न्यायालयाला सादर केलेल्या अहवालात दुजोरा दिला आहे.) ब) अर्थशास्त्रानुसार सर्वप्रकारच्या उत्पादन करणाऱ्या सेवा उपलब्ध करून देणाऱ्या क्षेत्रांसाठी सरकारतर्फे समान नियम लागू असावे लागतात त्यातूनच आर्थिक समानता अर्थव्यवस्थेत आणली जाऊ शकते, याचे ज्ञान कॉलेजच्या विद्यार्थ्यांना देण्यात येते. डॉ.बाबासाहेब आंबेडकरांनी आर्थिक समता राष्ट्राच्या घटनेत आणण्यासाठी खूप प्रयत्न केले होते परंतु त्यात त्यांना यश मिळू शकले नाही हे श्री.मोहन धारिया यांना निश्चित माहिती आहे. आज उद्योगांना मर्यादित दायित्वाच्या कंपन्या, पेटन्ट्स, ट्रेडमार्क्स, कॉपीराइट, ब्रँड इत्यादी मक्तेदारी कायद्यांचे संरक्षण प्राप्त झाले आहे, त्यामुळे उद्योगात मुक्त स्पर्धा नसते. सेवाक्षेत्रातसुद्धा कर्मचारीवर्गासाठी संरक्षण प्राप्त करून देण्यासाठी ट्रेड युनियन कायदा सरकारतर्फे अस्तित्वात आणला गेला. ही दोन्हीही क्षेत्रे जरी जनसंख्येच्या तुलनेत अल्पसंख्येत असली तरी ते या कायद्याच्या आधारे सरकारचा

गळा वेळोवेळी दाबून हवे असलेले फायदे व सुविधा प्राप्त करून घेत असतात. अशाप्रकारचे कोणतेही संरक्षणाचे कवच शेतीक्षेत्रासाठी उपलब्ध नसल्याने संबंध शेतकरीवर्ग असमान आर्थिक रचनेत राहून शोषणास पात्र ठरतो. शेतीक्षेत्रच आज सरकारने अंमलात आणलेल्या मुक्त बाजारव्यवस्थेत वावरते व स्वतःची गळचेपीची अवस्था सहन करते, क) आज देशात उपलब्ध असलेली बँकिंग व्यवस्था प्रामुख्याने औद्योगिक प्रगतीसाठी कार्यरत आहे. ही व्यवस्था आपण पश्चिमी देशांतील औद्योगिक प्रगतीचा आदर्श मानून आपल्या देशात आणली. तिचा उपयोग ७० टक्के लोकांना जीवनाचा आधार उपलब्ध करून देणाऱ्या शेतीक्षेत्राला मात्र अजिबात होत नसतो याच कारणास्तव आज ७५ टक्के शेतकरी स्थानिक सावकारांकडे धाव घेतात. मग शेतकऱ्यांना उपयुक्त बँकिंग यंत्रणा जोपर्यंत सरकारतर्फे उपलब्ध केल्या जात नाहीत तोपर्यंत अर्थव्यवस्थेतील अनधिकृत सावकारी यंत्रणा नष्ट होऊ शकणार नाही, हे सहज समजू शकेल.

४) श्रीयुत मोहन धारिया नियोजन आयोगाचे उपाध्यक्ष होते तेव्हासुद्धा व त्याआधीसुद्धा अर्थव्यवस्थेच्या प्रगतीसाठी शेतीक्षेत्राला अतिशय गौण स्थान देण्यात येत होते त्यामुळे सिंचन, रस्ते, वीज, शाळा, दळणवळण इत्यादी सुविधा या क्षेत्राला मिळू शकल्या नाहीत. ज्यावेळी मोहन धारिया समाजवादी विचारांचा अंगीकार करून शासकीय यंत्रणेत कार्यरत होते तेव्हा शेतीचे अर्थव्यवस्थेतील स्थान योग्यप्रकारे निर्माण करण्यासाठी ते फार काही करू शकले नव्हते.

जुने उगाळण्याचे कारण इतकेच की, श्रीयुत मोहन धारिया प्रथम उपोषणाला बसले आणि आता देशव्यापी आंदोलनाची तयारी चालवलेली आहे. शेतकऱ्यांच्या प्रश्नाचा गाभा लक्षात घेऊनच आंदोलन सुरू केल्यास त्याचा फायदा दीर्घकालीन स्वरूपात शेतकऱ्यांना मिळू शकेल. जर फक्त कर्जमाफीपुरतेच उत्तर मिळविण्याचा प्रयत्न केला तर त्यातून मुख्य प्रश्न कधीच सुटणार नाही. श्रीयुत मोहन धारिया काय किंवा श्रीयुत शरद जोशी काय यांचे विषय थोडेसे वेगळे असले तरी दोघांनाही शेतकऱ्यांच्या प्रश्नाची उत्तम जाण आहे. आंदोलन हाताशी घेताना त्यांनी शेतकऱ्यांचा प्रश्न सोडविण्याच्या दृष्टीने खरेखुरे प्रयत्न करावेत. गाजावाजा केल्यामुळे व्यक्तिगत स्थान बळकट होते व प्रश्नाकडे काहीसे लक्षही वेधले जाते परंतु शेतकऱ्यांची पायरी काही बदलत नाही. पंतप्रधान स्वतः विदर्भाच्या दौऱ्यावर येऊनही आत्महत्यांच्या संख्येत घट न होता त्या वाढतच गेल्या. श्रीयुत मोहन धारिया ही व्यक्ती आता अराजकीय आहे. वनराईतील त्यांचे कार्य गौरवास्पद आहे. त्यांना समाजाची आणि शेतकरी-प्रश्नाचीही चांगली जाण आहे, त्याविषयी कळकळ आहे यामुळे शेतकऱ्यांच्या प्रश्नाविषयी धारियांनी घेतलेल्या पुढाकारामुळे अनेकांच्या आशा उंचावल्या आहेत.

उपोषण मागे घेतल्यामुळे फारसे बिघडलेले नाही पण थातूरमातूर आश्वासनांच्या मोहात पडून शेतकऱ्यांच्या प्रश्नातून त्यांनी दूर होऊ नये. मोहन धारिया यांच्या नैतिक ताकदीमुळे शासनाला शेतकऱ्यांच्या प्रश्नात महत्त्वाची भूमिका घ्यावीच लागेल. मात्र स्वतः मोहन धारिया यांनी प्रश्नातील गाभा लक्षात घेऊन उपाययोजना होण्याच्या दृष्टीने मागण्या कराव्यात. केवळ कर्जमाफी करून प्रश्न सुटणार नाही तर नव्याने नियोजनाची आखणी करण्यास शासनाला भाग पाडण्याची गरज आहे.

❑❑❑

१९ अमेरिकेत शेतकऱ्यांसाठी सबसिडीची खैरात

गेल्या पन्नास वर्षांत भारत सरकारतर्फे शेती क्षेत्राची सतत उपेक्षाच झाल्याने आज शेतकऱ्यांना आत्महत्या कराव्या लागत आहेत. अशी परिस्थिती अमेरिकेत फार पूर्वी दिसल्याबरोबर सबसिडीचे सुरक्षा जाळे शेतकऱ्यांसाठी तयार करून शेतकरी देशाच्या एकूण प्रगतीसाठी किती महत्त्वाचा घटक आहे हे तेथील सरकारने जगाला दाखवून दिले. भारतातील शेतकऱ्यांनी वरील मुद्यांची दखल घेऊन बळकट संघटनेशिवाय सरकारवर दडपण आणणे शक्य होणार नाही हे जाणून घ्यावे. भारतीय शेतकऱ्यांना अमेरिकेत होणाऱ्या सबसिडीसारखी खैरात नको असून, जीवन समाधानाने जगण्यासाठी फक्त सुरक्षा जाळे जरूर आहे.

जागतिकीकरणाच्या आक्रमक दडपणाचा परिणाम आता भारतात स्पष्टपणे दिसायला लागला आहे. लाखो लहान उद्योग बंद झालेत, हातमागासारख्या कुटुंब-उद्योगांना मृत्युपूर्वीची घरघर लागली आहे. बहुराष्ट्रीय कंपन्यांच्या आगमनामुळे मोठ्या प्रमाणात यांत्रिकीकरण होत असून त्यामुळे तरुणांच्या बेकारीत वाढ होत आहे. याशिवाय सर्वात मोठा धक्का भारतीय अर्थव्यवस्थेचा 'कणा' समजल्या जाणाऱ्या शेती व्यवसायाला बसला आहे. भारत सरकारने शेती क्षेत्रासाठी ज्या सवलती दिल्या आहेत त्यात मोठ्या प्रमाणात घट करण्यासाठी जागतिक व्यापार संघटनेकडून सतत दडपण येत आहे. या संघटनेतर्फे संबंधित देशांच्या चर्चा सभेत या सवलतीचा मुद्दा मोठ्या अधिकारवाणीने सर्वच प्रगत देश (विशेष करून अमेरिका) मांडत असतात. अशा वेळी या प्रगत देशांत शेती क्षेत्राला कोणत्या व किती सवलती दिल्या जातात याबाबत चर्चा करण्यास या देशांकडून सतत विरोध करण्यात येतो. त्यांची ही दादागिरी त्यांच्याकडे असलेल्या अफाट संपत्तीच्या तसेच शस्त्रास्त्रांच्या जोरामुळे इतर देश सहन करताना दिसतात.

हाँगकाँग येथे १३ डिसेंबर २००५ रोजी झालेल्या जागतिक व्यापार संघटनेच्या सहाव्या मंत्रीस्तरावरील परिषदेत या कृषी-अनुदानात सवलती संबंधात चर्चा झाली होती. प्रगत देशांनी या अनुदानात सवलतीत टप्प्याटप्प्याने घट करून २०१३ पर्यंत अशी अनुदाने व सवलती रद्द कराव्यात म्हणून या सभेत ठराव मंजूर करण्यात आला. परंतु या सवलतीत फक्त निर्यात सवलतींचा फक्त उल्लेख आहे. अशा सवलतींव्यतिरिक्त प्रगत देशात अनेक प्रकारच्या सवलती शेती क्षेत्रासाठी देण्यात येतात. त्याबाबत अशा

सभेत चर्चा होत नसते कारण ती बाब त्या देशाची अंतर्गत बाब समजण्यात येते. असे जरी असले, तरी भारत सरकारतर्फे अशा अंतर्गत स्वरूपाच्या सवलतींबाबत आखडता हात असतो हे सर्वांना माहीत आहे. या आखडत्या हातामुळेच आज आपल्या देशातील सर्वसामान्य शेतकरी कर्जबाजारीपणामुळे आत्महत्या करण्याचा निर्णय घेत आहे.

अमेरिकेतील अंतर्गत शेतीविषयक धोरणानुसार अशा सवलतींबाबत आखूड हाताऐवजी सढळ हात असल्याचे प्रत्ययास येते. देशांतर्गत जरी शेतकऱ्यांच्या अनेक समस्यांवर सरकारतर्फे तोडगा काढल्या जात असला तरी या सढळ हाताला सरकारचे कोणतेच नियंत्रण नसल्याने अनेक शेती करणाऱ्यांबरोबर शेती न करणाऱ्यांसाठीही या सवलतींचा फुकट लाभ मिळत आहे असे नुकत्याच प्रकाशित झालेल्या एका अहवालातून जगाला समजले.

अमेरिकेतील 'वॉशिंग्टन पोष्ट' या सुप्रसिद्ध वर्तमानपत्राने गेली ९ महिने शेती व्यवसायाला प्राप्त होणाऱ्या सवलती संबंधात अप्रतिम दर्जाचे संशोधन करून आपला अहवाल जनतेसाठी खुला केला. या अहवालातील अनेक उदाहरणांवरुन त्या देशात शेतीक्षेत्राला सरकारतर्फे किती उदारपणे वागणूक मिळते व त्यामुळे कितीजण फुकट लाभ उठवितात याचा खुलासा होतो. 'आंधळा दळतो व कुत्रा पीठ खातो' अशा प्रकारची स्थिती त्या देशात आज अस्तित्वात असल्याचे स्पष्ट दिसून येते. या गोंधळावर प्रकाश टाकण्याच्या उद्देशाने या अहवालातील (३ जुलै २००६) काही ठळक बाबी वाचकांच्या माहितीसाठी खाली देत आहे.

१. अमेरिकेच्या केंद्र सरकारतर्फे तयार केलेल्या शेती-सवलती बाबतच्या प्रस्तावाला तेथील काँग्रेस तर्फे मंजुरी प्राप्त होऊन या कायद्याची अंमलबजावणी करण्यात येत आहे. या कायद्यात अनेक त्रुटी असल्याने (किंवा त्या राजकीय कारणांमुळे मुद्दाम ठेवल्या गेल्या असाव्यात.) या सवलतींचा फायदा फक्त श्रीमंत शेतकऱ्यांनाच प्राप्त होतो. या सवलतींचा प्रचंड बोजा कर भरणाऱ्या नागरिकांना सहन करावा लागत असल्याने या सवलती संपूर्णपणे रद्द कराव्यात म्हणून गेली दहा वर्षे अनेकांकडून सूचना पुढे येऊन सुद्धा काही घडू शकले नाही.

या सवलतींचा लाभ श्रीमंत शेतकऱ्यांबरोबर, विदेशी सट्टा खेळणाऱ्या व्यक्ती व संघटना, गैरहजर जमीनदार इत्यादींना सतत प्राप्त होत आहे.

२. ठरावीक शेतमालाला विदेशी मागणी वाढत असल्याने सरकारतर्फे अशा शेतमालाचे उत्पादन वाढावे म्हणून सवलती देण्याचे अनेक दशकांपूर्वी ठरविले होते. असे जरी असले तरी प्रत्यक्षात मात्र शेतकऱ्यांनी त्या शेतमालाचे उत्पादन दरवर्षी घेतले नसले व त्याऐवजी अन्य शेतमालाचे (सवलत उपलब्ध नसलेल्या) उत्पादन घेतले असले तरी त्या शेतकऱ्यांना अधिकृत सवलती अनेक वर्षे प्राप्त आहेत. उदाहरणार्थ

गव्हासाठी सवलत किंवा अनुदान उपलब्ध असल्यास त्याचे उत्पादन एक-दोन वर्षे घेऊन सवलतीच्या यादीत शेतकऱ्याचे एकदा नाव नोंदवले गेले की परत त्या जमिनीत गहूच पेरला पाहिजे याबाबत कोणतेच बंधन नसल्याने निव्वळ जनावरांसाठी गवताचे उत्पादन अनेक वर्षे घेतले असली तरी मूळ सवलत त्या शेतकऱ्याला प्राप्त होत असते.

अशा प्रकारच्या सवलती मिळत असलेल्या जमिनीच्या किंमती वाढत असतात. त्या सवलतीचे आकडे देऊन जमीन विकण्यासाठी जाहिराती देण्यात येतात, असे आढळून आले. त्या जमिनीवर अनेकांनी घरे बांधली असली तरी सरकारी सवलतींचे चेक त्या मालकाला अनेक वर्षे मिळत असल्याची उदाहरणे अहवालात दिलेली आहेत.

३. सतत वाढत असलेल्या एकूण राष्ट्रीय स्तरावरील सवलतींच्या जवळपास अर्धा वाटा याप्रकारे अयोग्यरीत्या देण्यात येणाऱ्या सवलतीचा असल्याचे संशोधनात आढळून आले. सन १९३० मध्ये लहान व मध्यम शेतकऱ्यांना आर्थिक मदत देण्याच्या उद्देशाने अशा सवलतींचा प्रारंभ झाला. त्यावेळी अनुदानांसाठी सरकारतर्फे करण्यात येणारी खर्च-रक्कम अतिशय अल्प स्वरुपाची होती. परंतु त्या रकमेचा आकार खूप मोठा होऊन गेल्या दहा वर्षात ती रक्कम १७२ बिलियत डॉलर्स (१७२ अब्ज) झाली. रुपयाच्या भाषेत ती रक्कम होते सात लाख चौऱ्याहत्तर हजार कोटी रुपये. २००५ साली अमेरिकन शेतीतून ७२ बिलियत डॉलर्स (७२ अब्ज) वाटण्यात आलेत. म्हणजे शेतीतून नफा मिळत असला तरी सरकारतर्फे सवलती वाटण्यात येत आहेत.

४. शेतीच्या प्रगतीसाठी सरकारतर्फे इतक्या प्रकारच्या सवलती उपलब्ध करुन देण्यात येतात की त्यामुळे शेती करणे हा फायद्याचा मोठा व्यवसाय झाला आहे. म्हणून अनेक श्रीमंत लोक त्याठिकाणी शेती उद्योगांत अधिक नफ्यासाठी जात आहेत.

५. मुक्त हस्ते सवलती प्राप्त होत असल्याने शेतीक्षेत्रात एक नवीन प्रकारचे जीवनमान निर्माण झाले आहे व त्यातून जमिनीच्या खरेदीविक्री व्यवसायाला खूप महत्त्व प्राप्त झाले आहे.

६. शेतमालाच्या बाजारातील किंमती जरी कधी गडगडल्या तरी त्यामुळे शेतकरी चिंतातूर होत नसतो. कारण दरवर्षी शेतीचा मोसम सुरु होण्यापूर्वी सरकारतर्फे सर्व शेतमालासाठी उत्पादन खर्चाचा अभ्यास करून साधारण नफा होईल अशा किंमती जाहीर केल्या जातात. याला 'बेस लाईन-प्राईस्' म्हणतात. किंमती पडल्या तरी शेतकऱ्यांना सरकारतर्फे सवलतीच्या दरात काढलेल्या विमा रकमेचा तर फायदा मिळतोच, त्याशिवाय पडलेल्या किंमतीची भरपाई पण शेतकऱ्यांना मिळत असते. अभ्यासाअंती संशोधन करणाऱ्यांना असे आढळले की किंमती 'बेसलाईन' पेक्षा कमी मिळाल्या, तर शेतकऱ्यांचा जास्त फायदा होतो म्हणून 'बाजारात किंमती बेस-लाईन पेक्षा कमी व्हाव्यात' म्हणून शेतकरी प्रार्थना करताना दिसतात.

७. सध्या 'फॉरवर्ड मार्केट' पद्धत भारतात अमलात आणली आहे. ती कदाचित अमेरिकन पद्धतीची नक्कल असावी. तेथे शेतकरी तीन महिन्यांसाठी वायदा करून किंमती ठरवून घेतात. अनेकदा ही जोखीम महागात पडते. त्यात तीन महिन्यात किंमतीत खूप चढउतार झालेत व किंमती बेसलाईनच्या खाली गेल्या तरी शेतकऱ्यांना सरकारी सवलतीचा फायदा प्राप्त होतो. बाजारातील किंमती एक-दोन दिवस जरी बेसलाईन - पेक्षा कमी झाल्यात तरी शेतकऱ्याला अशी सरकारी सवलत प्राप्त होते. यासाठी एक मजेशीर उदाहरण अहवालात दिले आहे.

सन २००५ साली शेतकऱ्यांनी मक्याची विक्री सरासरी १.९० डॉलर प्रत्येक बुशेलसाठी (आठ लिटर तेल मावेल एवढे अमेरिकन माप) या भावाने केली. ही किंमत राष्ट्रीय बेसलाईनपेक्षा फक्त पाच सेंटस् कमी होती. परंतु सरकारतर्फे अनुदान म्हणून ४४ अमेरिकन सेंटस् (०.४४ डॉलर) शेतकऱ्यांना प्राप्त झाले. यानुसार अनुदान दिलेली रक्कम ३.८० बिलियन डॉलर्स (३.८० अब्ज) शेतकऱ्यांना प्राप्त झाली.

दुसऱ्या प्रकरणात एका शेतकऱ्याने फॉरवर्ड मार्केट कॉन्ट्रॅक्ट मध्ये मका प्रती बुशेल दोन डॉलर्सला विकण्याचा वायदा केला. असे असूनही त्या शेतकऱ्याला सरकारतर्फे २,९२,०५४ डॉलर्स अनुदान मिळाले.

८. काँग्रेसच्या एक नेत्याने स्पष्ट सांगितले की ही सवलत (सबसिडी) सरकारने बंद केली, तर अमेरिकेचा शेती व्यवसाय तोट्यात जाऊन देशाची आर्थिक व्यवस्थाच संकटात आणेल. एक श्रीमंत महिला शेतकरी म्हणते की सध्याच्या सवलतीच्या यंत्रणेत जरी अनेक दोष असले तरी लहान व मध्यम स्तरातील शेतकऱ्यांना त्यातून जीवनाचा आधार प्राप्त होत असल्याने त्यात मुळीच बदल करू नये. बाजारभाव कमी होऊन येणाऱ्या नुकसानीपासून यामुळे आर्थिक संरक्षण प्राप्त होते असे या महिलेचे म्हणणे आहे. १९९८ ते २००३ पर्यंतच्या पाच वर्षात मक्याचे बेसलाईन भाव प्रत्यक्ष बाजार भावात फारसा फरक जरी नव्हता, तरी त्यासाठी सवलत म्हणून दिलेल्या रकमेत १ अब्ज (एक बिलियन) ते ४.३ अब्ज (४.३ बिलियन) डॉलर्स वाढ झाली. ही जास्तीची रक्कम शेतकऱ्यांच्या खिशात ऊब आणू शकली.

९. गेल्या काही महिन्यांत महाराष्ट्रात अनेक शेतकऱ्यांनी स्वतःच्या शेतातील कांदा, टोमॅटो, द्राक्ष इत्यादीचे बाजारभाव खूपच खालच्या पातळीवर गेल्याने हा माल बाजारात नेण्यासाठी लागणारा खर्चसुद्धा सहन करावा लागू नये म्हणून शेतातच खड्डे करून पुरून टाकल्याच्या बातम्या आपण वाचल्यात. भाव पडल्यावर सरकारतर्फे कोणतीच सुरक्षा व्यवस्था नसल्याने हा निर्णय या शेतकऱ्यांना घ्यावा लागला होता. तशीच स्थिती अमेरिकेत १९७० च्या सुमारास होती. त्यावेळी शेतमालाला आग लावून शेतकरी आपला सरकारवरील राग व्यक्त करत. त्यानंतर देशात सबसिडी

देण्याबद्दल कायदा मंजूर झाल्याने शेतकऱ्यांची आर्थिक स्थिती भक्कम झाली आहे.

१०. काही जमीन मालकांनी सवलत मिळत असलेल्या जमिनीत जरी इमारती बांधल्यात, वा जंगल वाढविले वा काहीच पीक घेतले नाही. तरी त्या मालकाला काही वर्षांपूर्वी ठरलेल्या दराने सवलतीच्या रक्कमेचा धनादेश अजूनही प्राप्त होत आहे असे अनेक ठिकाणी आढळून आले. प्रामाणिक जमीन मालकांना सरकारतर्फे चुकीने असे धनादेश पाठवू नये असे वाटते. काहींनी ते धनादेश सरकारी कार्यालयात परत पाठविण्याची तयारी जेव्हा दाखविली तेव्हा अन्य शेतकऱ्यांनी व इतर सल्लागारांनी असा सल्ला दिला की जरी तो धनादेश या शेतकऱ्यांनी परत केला तरी त्या धनादेशाचे पैसे सरकार दुसऱ्या कुणाला नक्कीच देणार असल्याने धनादेश परत करण्याचा मूर्खपणा करू नये. त्या जमीन मालकांनी हा सल्ला मान्य करून सरकारतर्फे फुकट मिळणारा पैसा दरवर्षी आनंदाने स्वीकारला आहे.

११. जागतिक व्यापार संघटनेच्या परिषदेत अमेरिकेतील शेती क्षेत्रासाठी देण्यात येणाऱ्या सवलती-सबसिडी बाबत बरीच चर्चा होत असते. प्रगत देश एकत्र येऊन अप्रगत देशांवर शेती क्षेत्रातील सवलती कमी करण्यासाठी खूप दडपण आणत असतात. अशा चर्चेच्या वेळी अमेरिकासरकारने सवलती कमी न करण्याबाबत ठाम भूमिका घ्यावी म्हणून अमेरिकेतील शेतकरी संघटनेकडून दबाव आणला जात आहे. हा दबाव का येतो हे वरील मुद्यांवरून सहज लक्षात येईल.

अमेरिकन सबसिडीमुळे त्या देशात शेतमालाचे उत्पादन भरमसाठ वाढते व त्यामुळे जागतिक स्तरावर अन्नधान्यांच्या किंमतीवर विपरीत परिणाम होऊन विकसनशील देशांच्या शेतकऱ्यांचे नुकसान होते असा मुद्दा अशा चर्चासत्रात गरीब देशांचे प्रतिनिधी मांडत असतात.

देशातील कायदे तयार करणाऱ्या तज्ज्ञांकडून तसेच जवळपास सर्वच शेतकरी संघटनांकडून राष्ट्राध्यक्ष बुश यांना सबसिडी कमी न करण्याच्या त्यांच्या भूमिकेला भरघोस पाठिंबा सतत मिळत असतो. किंबहुना गेल्या दोन निवडणुकीत श्री.बुश यांना मिळालेल्या विजयात शेतकऱ्यांचा मोठा भाग होता. त्यांनी श्री.बुश यांना मते तर दिलीच पण त्या जोडीला निवडणुकीसाठी भक्कम आर्थिक साहाय्यही केले होते.

* सिनेट फायनान्स कमिटीचे अध्यक्ष इ.ग्रासले (रिपब्लिकन) यांनी जागतिक व्यापार संघटनेत भाग घेणाऱ्या अमेरिकन प्रतिनिधींना सक्त ताकीद दिली आहे की कोणत्याही परिस्थितीत परदेशी प्रतिनिधींकडून येणाऱ्या दडपणाला बळी पडू नका. त्यावेळी काही तडजोड करण्याची पाळी आलीच तर अमेरिकन शेती व्यवसायाला कोणताही धक्का लागणार नाही याची जरूर काळजी घ्यावी.

वरील चर्चेतून सारांशाने असे म्हणता येईल की

१. अमेरिका सरकार शेतकऱ्यांच्या हितासाठी सबसिडीची मुक्तपणे खैरात करते.

२. अमेरिकन शेतकऱ्यांची संघटना बळकट असून ती सरकारवर शेतकऱ्यांच्या हितासाठी कोणत्याही प्रकारचे दडपण आणण्यास समर्थ आहे.

३. विकसनशील, तसेच गरीब देशात शेतीसाठी खूप मोठ्या प्रमाणात सबसिडी देण्यात येतात हा अमेरिकेचा आरोप धादांत खोटा आहे.

४. अमेरिकेत फॉरवर्ड मार्केट पद्धत अस्तित्वात असली तरी सरकारी सबसिडीमुळे शेतकऱ्यांना मिळणाऱ्या एकूण उत्पन्नात नक्कीच कपात होत नाही. उलट उत्पन्नात भर पडण्याचीच शक्यता असते. भारत सरकारने सवलतीचे हे सुरक्षा जाळे उपलब्ध न करताच फॉरवर्ड मार्केट कॉन्ट्रक्ट पद्धत अंमलात आणून शेतकऱ्यांच्या आधीच खराब असलेल्या आर्थिक स्थितीत आणखी भर घालून त्यांना आत्महत्या करण्यास प्रवृत्त केले आहे.

५. गेल्या पन्नास वर्षात भारत सरकारतर्फे शेती क्षेत्राची सतत उपेक्षाच झाल्याने आज शेतकऱ्यांना आत्महत्या कराव्या लागत आहेत. अशी परिस्थिती अमेरिकेत फार पूर्वी दिसल्याबरोबर सबसिडीचे सुरक्षा जाळे शेतकऱ्यांसाठी तयार करून शेतकरी देशाच्या एकूण प्रगतीसाठी किती महत्त्वाचा घटक आहे हे तेथील सरकारने जगाला दाखवून दिले.

६. जागतिक व्यापार संघटनेतील चर्चेत इतर देशांकडून अमेरिकेवर सबसिडी संबंधात कितीही दडपण आणल्या गेले तरी अमेरिकेतील शेतकरी त्याविरुद्ध उठाव करण्यास समर्थ आहे. तेथील सरकारला याची पूर्ण कल्पना आहे. किंबहुना राजकीय कारणासाठी राष्ट्राध्यक्ष पदाच्या कोणत्याही उमेदवारास शेतकऱ्यांचे हित जोपासण्याशिवाय पर्यायच नाही.

भारतातील शेतकऱ्यांनी वरील मुद्यांची दखल घेऊन ‘बळकट संघटनेशिवाय सरकारवर दडपण आणणे शक्य होणार नाही’ हे जाणून घ्यावे. मुख्यमंत्री व पंतप्रधान शेतकऱ्यांच्या दुःखावर डागण्या देण्यासाठी काही पॅकेजच्या घोषणाच करू शकतात. शेतकऱ्यांच्या हिताची काळजी त्यांच्या मनात किती आहे हे घोषणा केलेल्या पॅकेजवरून सहज कळायला पाहिजे. भारतीय शेतकऱ्यांना अमेरिकेत होणाऱ्या सबसिडी सारखी खैरात नको असून, फक्त जीवन समाधानाने जगण्यासाठी सुरक्षा जाळे जरूरीचे आहे.

❑❑❑

२० जनुक क्रांतीतून शेतकऱ्यांसह मानव संहाराचा कट ?

मी गेल्या वर्षात शेतकऱ्यांच्या कर्जबाजारीपणा तसेच मोठ्या प्रमाणात होत असलेल्या आत्महत्या संबंधात अनेक लेख लिहून त्यातून तरुण शेतकऱ्यांत जागृती करण्याचा प्रयत्न केला. या लेखांपैकी दोन लेखातील काही माहितीबद्दल माझ्या मनात अनेक शंका उत्पन्न झाल्या आहेत. सबब त्याचा मुळात जाऊन शोध घेण्याचा प्रयत्न केल्यावर काही भयानक गोष्टी पुढे आल्या. 'पंजाबच्या शेतकऱ्यांना हरित क्रांतीचा फटका' तसेच 'बियाणांच्या सुरक्षेसाठी 'डूम्स डे व्हॉल्ट' या दोन लेखातील स्थितीचा पाठपुरावा करताना वाचनात आलेल्या अनेक धक्कादायक बाबींची मांडणी या लेखात मी करीत आहे.

डूम्स डे व्हॉल्ट कशासाठी व कोणासाठी ?

नॉर्वे देशाच्या उत्तरेला असलेल्या स्वालबार्ड बेटावर हा व्हॉल्ट तयार करण्यात आला व त्याचे व्यवस्थापन काही महिन्यापूर्वी सुरु झाले आहे. अशा दुर्मीळ ठिकाणी हा व्हॉल्ट तयार करण्याचे कारण काय व या मागे कोणत्या शक्ती कार्यरत आहेत व त्यांचा उद्देश काय असावा ?

आजकालच्या तरुण पिढीला सॉफ्टवेअर तयार करुन जगातील प्रथम क्रमांकाची मक्तेदारी प्राप्त करणाऱ्या मायक्रोसॉफ्ट कंपनीच्या बिल गेट्स या मालकाबद्दल भलतेच प्रेम आहे. त्यांचा आदर्श ठेवून अनेक तरुण तज्ज्ञ सध्या प्रयत्नशील आहेत. श्री गेट्स यांनी 'एडस' रोगापासून अनेकांची मुक्ती करण्यासाठी सामाजिक बांधिलकी म्हणून अनेक (अनेक कोटी) मिलियन डॉलर्सच्या देणग्या दिल्याने त्यांच्याबद्दल अनेकांना आदर वाटतो. या व्हॉल्ट बांधणीसाठी श्री.बिल गेट्स कित्येक लाख डॉलर्स देणगी म्हणून देत आहे.

त्यांच्या बरोबर या प्रकल्पाच्या उभारणीसाठी अमेरिकेतील जनुकीय प्रदूषणात 'क्रांति' घडवून आणणारे रॉकफेलर फौउंडेशन, अमेरिकेतीलच कृषि-उद्योगाचे नवीन जागतिक स्तरावरील पर्व तयार करणारी क्रमांक एक वर असणारी मक्तेदारी कंपनी मॉनसँटो, तसेच त्याच उद्योगातील ड्यूपाँट कंपनी, स्विझरलँडमधील प्रमुख कृषि रसायने तयार करणारी व जनुके परिवर्तित बियाणे तयार करणारी प्रमुख कंपनी (सिनजेंटा) याशिवाय रॉकफेलर फौउडेशनचीच एक शाखा असलेली कन्सल्टेटिव्ह ग्रुप ऑन

इंडरनॅशनल ॲग्रीकल्चर रिसर्च (सीजीआयएआर) आहेत.

या सर्वांचे डूम्स डे व्हॉल्ट तयार करण्यामागे काय हित गुंतले आहे हे पुढे सविस्तरपणे बघूच. त्यापूर्वी सध्या जगात जी जैवविविधता उपलब्ध आहे ती नष्ट करून त्याऐवजी जनुके परिवर्तीत बियाणे (जेनेटिकली मॉडिफाईड सीडस्) कुणी तयार केलीत त्यामागील प्रमुख उद्देश त्याचे सध्याच्या जैवविविधतेवर होणारे परिणाम तसेच विशिष्ट मानवजातीवर होऊ घातलेले कायम स्वरुपी परिणाम याचा आढावा घेणे महत्त्वाचे आहे. तसे करताना या 'प्रकल्पा' मागे कोणत्या शक्ती कार्यरत आहेत याचाही मागोवा घेणे आवश्यक आहे. अमेरिकन साम्राज्यवादाकडून जगातील काही मानववंश कायमचा 'संपवायचा' कुटिल डाव असलेल्या 'प्रकल्पा'ची ओळख पटू शकेल. याचा मागोवा घेताना नुकतेच प्रसिद्ध झालेल्या एफ विलियम इंगदाल यांच्या 'सीडस ऑफ डिस्ट्रक्शन' पुस्तकाची खूप मदत होते. पुस्तकाच्या नावावरुनच अशा भयानक 'प्रकल्पाची' कल्पना केल्या जाऊ शकते. रहस्य कथा वाचल्यासारखे सारखे वाटत असते.

जगावर प्रभुत्व संपादनाचा डाव

औद्योगिक क्रांतीमुळे गेल्या दोनशे वर्षात जगाचा व त्यात वास्तव करणाऱ्या मानवाबरोबर निसर्गाच्या सान्निध्यात राहणाऱ्या पशूपक्ष्यांच्या जीवनात आमूलाग्र बदल घडून आला आहे. तो बदल जरी मानवाला सुखाचा वाटला तरी तो बदल या पृथ्वीला तसेच मानवजातीलाही कायमचा संपवू शकतो अशी भयावह स्थिती आज निर्माण झाली आहे. सहाशे कोटीपेक्षा जास्त लोक या पृथ्वीवर आज जीवन जगण्याचा प्रयत्न करीत आहे. निसर्गाने जरी त्या सर्वांच्या पालनपोषणाची सोय केली असली तरी मानवनिर्मित अनेक कायद्यांच्या आधाराने या पृथ्वीतलावरील काही लोक व देश सबंध मानवजातीवर अनेक प्रकारच्या मानव निर्मित तंत्रज्ञानाचा उपयोग करून नियंत्रण ठेवण्याचा प्रयत्न करीत आहेत असे स्पष्ट दिसायला लागले आहे. उदाहरणार्थ -

१) मोठ्या प्रमाणात यंत्रनिर्मिती करुन सर्व मानवजातीला त्यावर अवलंबून ठेवण्यात येत आहे. उत्पादन करणारी यंत्र सामुग्री, सहजपणे प्रवास करायला मदत करणारी वाहने, घरोघरी जोडली गेलेली संचार व माहितीसाधने, स्वयंपाकाला लागणारी भांडी व गॅस, बरीच वर्षे टिकणारी कृत्रिम धाग्याची वस्त्रे, लढाईसाठी लागणारी अत्याधुनिक शस्त्रे इत्यादी.

२) वाहन, वीज, यंत्रे अनेक प्रकारच्या प्लॅस्टिकच्या वस्तू वगैरेसाठी लागणारे इंधन निसर्गाने निर्माण केलेल्या तेल व वायूपासून तयार करण्यात येते. प्रत्येक मानवाला या उपयोगापासून लांब राहणे अशक्य करुन ठेवले आहे.

३) मानव निर्मित कायद्यांचा आधारे तयार केलेल्या डॉलर चलनाला जगात

मान्यता प्राप्त करुन देऊन अमेरिकेने आंतरराष्ट्रीय व्यापारात अनन्यसाधारण महत्व तर प्राप्त करुन दिलेच त्याशिवाय त्या चलनाच्या आधाराने जगातील प्रायः सर्वच देशांवर आपली पकड घट्ट केली. आज त्या ताकदीला टक्कर देण्याचे प्रयत्न काही देश करीत आहेत.

४) बहुराष्ट्रीय बँका आज अनेक देशांना व तेथील जनतेला आपल्या दडपणाखाली ठेवण्यात यशस्वी झाल्या आहेत. भारतात गेल्या पंधरा वर्षात या बँकांचे महत्व सतत वाढत असल्याचे आपण पाहतो.

५) जगातील प्रमुख औषध कंपन्या आज अमेरिकेत आहेत. बहुसंख्य मानवाच्या शरीरावर या औषध कंपन्यांच्या उत्पादनाने पकड घट्ट करून ठेवली आहे,

६) जगातील बहुसंख्य मानवावर प्रत्यक्ष व अप्रत्यक्षपणे अमेरिकेतील काही बहुराष्ट्रीय कंपन्या सरकारच्या आशीर्वादाने नियंत्रण करुन कार्यरत आहेत. इतक्यावरच समाधान मानणाऱ्या या कंपन्या व त्यांना साहाय्य करणारे सरकार नक्कीच नाहीत. त्यांची झेप आता पृथ्वीबाहेरील ग्रहांवर व अंतराळावर वर्चस्व प्रस्थापित करण्यासाठी घेतली जात आहे. असे असले तरी सामान्य जनतेला त्याच्याशी काही देणे-घेणे नसते.

वरील प्रकारे जगातील बहुसंख्य मानवावर तसेच नैसर्गिक साधन संपत्तीवर प्रभुत्व संपादन करणाऱ्या या बहुराष्ट्रीय कंपन्यांना दुसऱ्याच एका नवीन प्रकारच्या मार्गाने मानव जातीचे भविष्य ठरविण्याचे वेध लागले आहेत.

मानव जातीत अनेक प्रकारचे वंश, हजारो वर्षांपासून अस्तित्वात आहेत. त्यात खंडाप्रमाणे नैसर्गिकरीत्या विभागणी झाल्याचे सहज दिसून येते. काळे, गोरे, सावळे, उंच, बुटके वगैरे प्रमुख फरक दिसतात. या सर्वांमध्ये मानवाने आपल्या सोयीनुसार अनेक भाग, उपभाग निर्माण केलेत. त्यांना निराळी नावे दिलीत. हिंदू, मुस्लिम, बौद्ध, ज्यू, ख्रिश्चन आणि अशा प्रकारची इतर लहान धर्म, पंथ निर्माण झालीत. प्रत्येक धर्मात व पंथात मानवाने परत व्यवसायानुसार, पैशानुसार बौद्धिक संपदेनुसार, शारीरिक संपदेनुसार विभागणी चालू ठेवली. यातून एका जातीने वा धर्माने वा पंथाने दुसऱ्या जातीचा वा पंथाचा वा धर्माचा स्वतःच्या वर्चस्वासाठी संपूर्ण नायनाट करण्याचे प्रयत्न हजारो वर्षांपासून चालू ठेवले आहेत. यातून उद्‌भवणारे युद्ध मोठ्या संख्येने मोजता येतील. गेल्या शतकातील हिटलरने ज्यू वंशीय मानवजातीचा संपूर्ण नायनाट करण्याच्या एकमेव उद्देशाने जागतिक युद्ध सुरु केल्याचे आपण जाणून आहोच. हिटलरच्या या विचाराला पुढे सुप्रजाननशास्त्र (Science of race improvement) म्हणून जगात मान्यता प्राप्त होऊ लागली.

हिटलरचे हे 'शास्त्रीय' विचार पुढेही प्रयोगात आणण्याचे प्रयत्न अमेरिकेतील काही प्रमुख बहुराष्ट्रीय कंपन्या करीत आहेत. या जगात चांगल्या वंशाचेच वास्तव

राहावे असा यामागचा मुख्य उद्देश आहे. या कंपन्यांची नावे व त्यांना साहाय्य करणाऱ्या विश्वस्त संस्थांची (बिल व मेलिंदा गेट्स फौउंडेशन व रॉकफेलर फौउंडेशन) नावे सुरुवातीस दिली आहेतच. त्यांना साथ मिळते ती अमेरिकन सरकारची.

अमेरिकेतील राजकारणातील पूर्वी नामांकित मुत्सद्दी म्हणून गाजलेले हेन्री किसिंजर हे या नव्या प्रकरणामागचे प्रेरणास्थान म्हणता येईल. १९७० च्या सुमारास अमेरिकेने जगावर वर्चस्व प्रस्थापित करण्यासाठी त्यांनी एक नवा मंत्र तेथील राज्यकर्त्यांना दिला होता. ते म्हणाले -

"Control oil and you control nations;
Control food and you control people."

'खनिज तेलाच्या माध्यमातून तुम्ही कोणत्याही देशावर नियंत्रण ठेवू शकाल; अन्नधान्याच्या माध्यमातून तुम्ही जनतेवर नियंत्रण ठेवू शकाल.'

या मंत्राला अमलात आणण्याचे कारस्थान वर उल्लेखिलेल्या कंपन्यांनी रचले आहे व त्यासाठी लागणारे प्रयत्नही सुरु झाले आहेत. विलियम इंगदाल या लेखकाने खूप मेहनत घेऊन या कारस्थानाचा अतिशय बारकाईने शोध घेऊन सदर पुस्तक नुकतेच प्रसिद्ध केले व या कंपन्यांचा दूरदृष्टी ठेवून तयार केलेला कट उजेडात आणला. या व इतर अनेक लिखित साहित्याचा आधार घेऊन खालील प्रमुख गोष्टी जाणकारांच्या नजरेत आणण्याचा या लेखाचा प्रयत्न आहे. तेलाच्या माध्यमातून प्रस्थापित अमेरिकन साम्राज्यवादाचा समाचार मी माझ्या आधीच्या लेखात घेतला आहे. त्याहीपेक्षा भयानक कार्यक्रम सध्या अमेरिका व काही बहुराष्ट्रीय कंपन्या अतिशय हळूवार पद्धतीने अमलात आणत आहेत, हे लक्षात घ्यावे.

जनुक परिवर्तित बियाण्यांचा राक्षस

जीवशास्त्र तसेच जनुक परिवर्तन (जी.एम.) असलेली झाडे व त्यांची बियाणे यांचा शोध घेण्याचे काम अमेरिकेन प्रयोगशाळेत १९७० च्या सुमारास सुरु झाले होते. त्यावेळेस या प्रयोगाकडे कुणाचे विशेष लक्ष नव्हते. अमेरिकेचे माजी अध्यक्ष रेगन यांच्या मदतीने या नवीन संशोधनाला राष्ट्रीय मान्यता प्राप्त झाली. अमेरिकेतील प्रमुख बहुराष्ट्रीय कंपन्यांनी या संशोधनातून एक नवीन क्रांती निर्माण करण्याचे स्वप्न बघितले. झाडे, बियाणे, पशूंच्यासाठी औषधे इत्यादीबाबत 'शेती उद्योग' या नवीन नावाखाली ही क्रांती अमलात आणण्यास सुरुवात केली. सुरुवातीला कृषि उद्योग कोणत्याही नियंत्रणाशिवाय कार्य करु लागले. यातून प्रचंड प्रमाणात नफा मिळत असताना या नवीन उत्पादनातून तयार होणाऱ्या संरक्षण व स्वास्थाबाबत भांडवलशाही अर्थव्यवस्थेत कुणी विशेष महत्व देत नाही. त्यामुळे या कंपन्यांना एक प्रकारचे मोकळे रान मिळाले. त्यामुळे कोणत्याही चाचण्या न झालेल्या या प्रथमतः भिती उत्पन्न

करणाऱ्या उत्पादनासाठी जगातील सबंध मानव जात प्रयोग शाळा म्हणून वापरायला या कंपन्यांना अनायसेच स्वातंत्र्य मिळाले होते. ज्या कंपनीचा मागील इतिहास घोटाळे, भ्रष्टाचार व चुका दडपण्याच्या अनेक घटनांनी भरला आहे अशा मॉन्सँटो कंपनीने खूप मोठी प्रगती करण्यात यश मिळविले होते.

विलियम इंगदाल या मॉन्सँटो कंपनीबद्दल लिहिताना सांगतात –

या कंपनीचे प्रथम उत्पादन सॅकरीन (मधुमेह रुग्णांना प्रिय) होते व काही काळानंतर त्यापासून कॅन्सर होतो असे आढळून आले. यानंतर कंपनीने विविध रसायने तसेच प्लॅस्टिक उत्पादने तयार केलीत. त्यांच्या 'एजेंट ऑरेंज' या उत्पादनाने व्हिएतनात मधील युद्धात अनेक अमेरिकन सैन्याला नवीन रोगाने पछाडले होते. प्रदूषण करण्यात ही कंपनी बरीच पुढे आहे. सध्या जगातील शेतकऱ्यांच्या जीवनात भरघोस उत्पन्नातून नवचैतन्य आणून देण्याचा दावा ही कंपनी करते.

अमेरिकेच्या अध्यक्षाचा (जॉर्ज बुश–ज्येष्ठ) या योजनेला सढळ पाठिंबा होता. त्यांच्या सरकारने नवीन बियाणे व जुनी पारंपरिक बियाणे यात कोणताच फरक नसल्याबद्दलची ग्वाहीच दिली होती.

या कंपनीच्या खोट्या प्रसारावर व उत्पादनातील भयानक दोषाबद्दल अनेक वैयक्तिक स्तरावर शास्त्रज्ञांनी प्रयत्न केलेत. त्यात इंग्लंड मधील पुझताई व अमेरिकेतील इग्नाशीओ चॅपेला यांचा प्रामुख्याने समावेश होतो. या सर्व विरोध करणाऱ्या शास्त्रज्ञांचे नाव बदनाम करण्यात राजकीय पुढाऱ्यांचा पुढाकार होता.

जनुक परिवर्तीत असलेल्या अन्नधान्यातून नको असलेली मानव जातच कायमची संपवायचा उद्देश असल्याचे पुझताई यांचे मत होते. त्याच्या पुष्ट्यर्थ त्यांनी उंदरावर केलेल्या 'रोवेत रिसर्च' प्रयोग शाळेतील संशोधनाचा अहवाल सादर केला.

उंदरांना जनुक परिवर्तित बटाटे खाऊ घातलेत. त्यामुळे प्रामुख्याने यकृत, हृदय, मेंदू यांचे आकार लहान झालेत. याशिवाय शरीराची प्रतिकार शक्ती कमजोर झाली व पांढऱ्या रक्तपेशीत रचनात्मक बदल झाले व त्यामुळे रोग प्रतिबंधक शक्ती कमी झाली. याशिवाय शरीरात इतर अनेक दोष निर्माण झालेत. त्यामुळे कॅन्सर रोग होण्याची शक्यता अधिक बळावली. यासर्व दोषात्मक घटना फक्त दहा दिवसात दिसून आल्यात. ११० दिवसानंतरही हे दोष तसेच असल्याचे संशोधनात सापडले. या सर्वासाठी मानवाला दहा वर्षाचा कालावधी पुरे होईल, असे त्यांचे मत आहे.

अशा प्रदूषणाचा मारा आज जगात कार्यरत असलेल्या सर्व 'सुपर मार्केट' मधून होत आहे. या मार्केट मधून विकलेल्या ८०% पेक्षा जास्त खाद्यपदार्थातून जनुक परिवर्तित रोगाचा साठा आपल्या न कळत पोटात होत आहे. याशिवाय आज आंतरराष्ट्रीय स्तरावर होत असलेल्या तांदूळ, गहू, मका या धान्यातूनही मानवाला आज गाठले

आहे. आपले कृषी मंत्री भारताच्या हितासाठी आपण गहू आयात करतो म्हणून सांगतात, तेव्हा ते काय आयात करतात याची कल्पना सहज करता येईल.

आज आपण सर्वजण प्रयोग शाळेतील उंदीर म्हणून आपल्यावर अनियंत्रित व नियमबाह्य पद्धतीने प्रयोग केले जात आहेत व त्याची निष्पत्ती कशात होणार आहे याबद्दल आपण अजून अंधारात आहोत. अशा प्रयोगात जोखीम किती आहे हे सध्या समजण्या पलीकडे आहे. कदाचित त्याचे ज्ञान होण्यास कित्येक वर्षे लागतील व त्यावेळी त्यातून बाहेर पडणे कदाचित अशक्य होऊन बसेल. एकदा भस्मासूररूपी जनुक बाटली बाहेर पडला तर तो काहीही हानी करण्यास मुक्त असेल अशी स्थिती आज आहे.

अशा बियाणातून मोठ्या प्रमाणात जोखीम शास्त्रज्ञांना दिसत असतानाही अमेरिकन सरकार तसेच युरोप, आशिया, दक्षिण अमेरिका तसेच आफ्रिकेतील अनेक देश अशा बियाणांचा वापर अधिक प्रमाणात वाढवित आहेत, किंवा त्यांची आयात करण्यात येत आहे. यापासून तयार होणारे उत्पादन अमेरिका सरकारच्या प्रबळ पाठिंब्यामुळे मॉनसँटो, ड्यूपाँट, डाऊ ॲग्री सायन्स व कारगिल, ग्राहकांवर दडपण आणून विकताना दिसत आहेत. अमेरिकेतील एक छोटे कुटुंब तेथील आतापर्यंतच्या सर्व सरकारच्या आशीर्वादाने जगातील मानव जातीचे भविष्य ठरवू शकतो ही मोठी भयावह व चिंतेची स्थिती असल्याने अनेकांची त्यामुळे झोप उडाली नसल्यासच नवल.

या छोट्या कुटुंबाचा इतिहास काय सांगतो ?

उच्च शिक्षणासाठी जगातील अनेक हुशार विद्यार्थी अमेरिकेत जाण्याचे स्वप्न बाळगतात. अमेरिकेलाही जगातील सर्वात पुढारलेले तसेच अनेक प्रकारे ताकदवान राष्ट्र होण्याचे स्वप्न असल्याने जगातील विद्वानांना आकर्षित करण्यासाठी अमेरिकन सरकारच्या संमतीनुसार अनेक समाजसेवी संस्था शिक्षणासाठी येणाऱ्या विद्यार्थ्यांना भरघोस रकमेच्या शिष्यवृत्त्या देत असतात. अशा संस्थात रॉकफेलर फौउंडेशनला सर्वात जास्त मानाचे स्थान प्राप्त झाले आहे. त्यांची शिष्यवृत्ती मिळविणे प्रत्येक विद्यार्थ्यांचे ध्येय असते. सबब तरुण पिढीत या संस्थेबद्दल खूप आदर असतो. हे बाहेरुन दिसणारे चित्र. मात्र आतल्या व्यवहाराबद्दल खूपच निराशा करते असे लेखक इंगदाल अनेक उदाहरणे देऊन पटवून सांगतात.

रॉकफेलर फौउंडेशनचे अध्यक्ष गॉर्डन कॉनूबे १९९९ मध्ये मॉनसँटो कंपनीच्या एका समारंभात म्हणाले, ''रॉकफेलर फौउंडेशन' जागतिक स्तरावर काम करणारी सामाजिक संस्था असून जगातील गरीब लोकांना जीवन चांगल्या प्रकारे जगण्यासाठी संस्था हर तऱ्हेचे प्रयत्न करण्यास बांधील आहे.'' सन २०२० पर्यंत जगात आणखी दोनशे कोटी लोकांची संख्या वाढणार असल्याने त्यांना सध्याच्या कमी होत असलेल्या

कृषी उत्पादनाऐवजी जमिनीची व बियाणांची उत्पादकता वाढविण्याची अत्यंत गरज आहे. हे वर वर जरी कळकळीचे उद्देश दिसत असले तरी जनुके परिवर्तित बियाणे तसेच झाडे तयार करण्यामागील हेतु मात्र या उद्देशाच्या अगदी विरुद्ध दिसून येतो.

१९६५ च्या सुमारास अमेरिकेत आज येत असलेल्या मंदीसारखी लाट आली असताना अनेक उद्योगांचा नफा कमी होऊ लागला होता. सबब अमेरिकेत भांडवल गुंतविण्याऐवजी परदेशात भांडवल गुंतवणूक करण्यासाठी मोठे उद्योग सरसावले होते. त्यात रॉकफेलर उद्योगाचा क्रमांक सर्वात वर होता. उद्योगाची निवड करताना या संस्थेने कृषी-उद्योगाला प्राधान्य दिले. रॉकफेलर बंधूंचा अमेरिकन औद्योगिक तसेच राजकीय वर्तुळात बराच दबदबा होता. नेलसन रॉकफेलरला अमेरिकेचा अध्यक्ष व्हावयाचे होते. हेन्री किसिंजर हा तर त्यांचा आवडता मित्र होता. अध्यक्ष रिचर्ड निक्सन यांनी फौउंडेशनच्या संचालकापैकी जॉन रॉकफेलर यांना 'अमेरिकेचे भविष्य व लोकसंख्या' या अध्यक्षीय समितीचे चेअरमन म्हणून नियुक्त केले होते. याच रॉकफेलरने 'शून्य लोकसंख्या वाढ' अमलात आणण्यासाठी आवाहन केले होते.

जॉन डी. रॉकफेलर हे पाच भावांपैकी सर्वात ज्येष्ठ होते. इतर भावांची नावे डेव्हिड, नेलसन, लॉरेन्स व जॉन डी-३ अशी होती. आज फक्त डेव्हिड हयात असून त्यांचे वय ९२ वर्षाचे आहे. सबंध जगाचे नियंत्रण आपल्या कुटुंबाकडे असावे यासाठी हे सर्व भाऊ प्रयत्नशील होते. अमेरिकेतील मुख्य बँका, वीज पुरवठा, देशाची केंद्रीय बँक (फेडरल रिझर्व्ह - म्हणजे आपली रिझर्व्ह बँक) आणि अनेक प्रमुख उद्योग या कुटुंबाच्या नियंत्रणाखाली आधीपासूनच आहेत.

१९७३ मध्ये रॉकफेलर कुटुंबाशी मैत्रीचे संबंध असणाऱ्या तीनशे वजनदार व्यक्तींची (अमेरिका, युरोप व जपानमधील) सभा भरली होती व त्यात 'ट्रायलॅटरल कमिशन' या प्रभावशाली समितीची स्थापना करण्यात आली. या समितीच्या सभासदांत अमेरिकेचे माजी अध्यक्ष जिमी कार्टर, जॉर्ज बुश (ज्येष्ठ), फेडरल रिझर्व्हचे प्रसिद्धी सभासद जागतिक स्तरावरील रॉकफेलर कुटुंबाचे 'बिझिनेस पार्टनर्स' होते. या समितीनेच 'जगाच्या नवीन संस्कृती'ची कल्पना पुढे आणली. त्याचे नवीन नाव जागतिकीकरण (ग्लोबलायझेशन) आपल्याला माहिती आहे. कोणत्याही देशाच्या लोकशाहीवर पूर्ण विश्वास न ठेवता आपले कार्य बोभाटा न करता पूर्ण करण्याचा सल्ला या समितीने दिला.

शीत युद्ध काळात धान्य हे युद्धकलेचाच एक भाग म्हणून वापरण्यात येऊ लागले. 'शांततेसाठी धान्य' या घोषणेच्या आधारे कौटुंबिक शेतीऐवजी कृषी-उद्योग पुढे करुन लहान शेतकऱ्यांना या व्यवसायातून कायमचे दूर ठेवण्याचा उद्देश यामागे होता. कॉर्पोरेट फार्मिंग व कॉन्ट्रॅक्ट फार्मिंगचे सध्याचे रुप या कार्यक्रमातून आज दिसत

आहे. यातूनच पुढे जनुक-क्रांती निर्माण करण्यात आली. विदेशी नीतीचा हा कार्यक्रम खूप महत्त्वाचा असल्याने हेन्री किसिंजर यांनी तो सरकारच्या कृषी विभागातून काढून त्याची सूत्रे स्वतःकडे ठेवून घेतली. जगाला धान्याची गरज होती व अमेरिकेकडे धान्य मोठ्या प्रमाणात उपलब्ध होते.

या संधीचा फायदा घेऊन जागतिक धान्य व्यापारात आमूलाग्र बदल करुन त्याची सूत्रे अमेरिकेतील मोठ्या कंपन्यांच्या (कारगील, आर्चर डॅनिअल मिडलँड(एडीएम) व कॉंटिनेंटल ग्रेन) हातात देण्याचा निर्णय किसिंजर यांनी घेतला होता. 'मित्र राष्ट्रांना मदत तर शत्रूंना शिक्षा' हा मंत्र विदेश नीतीचा भाग होता.

''जगाची लोकसंख्या कमी करा''

हेन्री किसिंजर यांनी एप्रिल १९७४ मध्ये रॉकफेलरच्या सल्ल्याने 'नॅशनल सिक्युरीटी स्टडी मेमोरँडम २००' कार्यक्रम तयार केला त्यानुसार जगातील लोकसंख्या कमी करण्याचा उद्देश होता व त्यासाठी अनेक प्रकारचे मार्ग शोधण्यात आलेत. त्यापैकी प्रमुख :

१. कुटुंब नियोजन
२. निर्बीजीकरण
३. कृत्रिम धान्य तुटवड्यातून उपासमार व मृत्यू
४. हरित क्रांतीच्या माध्यमातून स्थानिक जैवविविधता नष्ट करणे.
५. कृषी-उद्योगातून लहान शेतकऱ्यांचा जीवनाधार कमी किंवा नष्ट करणे.

वरील पैकी पहिल्या तीन उद्देशांबद्दल व कार्यक्रमाबद्दल भारतातील सामान्य जनतेला बराच अनुभव आहे. गेली तीन-चार दशके हे कार्यक्रम मुख्यतः गरीबांची लोकसंख्या कमी करण्यासाठी सरकारतर्फे राबविण्यात येत आहे. सबब त्याबद्दल विचार न मांडता शेवटच्या दोन कार्यक्रमाबाबत सविस्तर चर्चा करण्याचा विचार आहे. लेखक इंगदाल तसेच 'सीडस् ऑफ डिसेप्शन' पुस्तकाचे लेखक जेफ्रे स्मिथ यांनी आपल्या सखोल संशोधनातून बऱ्याच धक्कादायक गोष्टी उजेडात आणल्या आहेत, म्हणून त्याचा समाचार घेणे आवश्यक आहे. निर्बिजीकरणाचा कार्यक्रम ब्राझील मध्ये १४ वर्षे राबविल्यावर तेथील सरकारला सापडले की ४४ टक्के महिलांना (१४ ते ५५ वयातील) निर्बिजीकरणामुळे त्यांना आयुष्यात मुले होणे अशक्य आहे. यांच्यात ९०% महिला आफ्रिकेतील काळ्या रंगाच्या होत्या. त्यांचे वंश वाढू नये हा उद्देश होता, असे लेखक म्हणतो.

हरित क्रांतीचे भयानक परिणाम

हरित क्रांती सर्वप्रथम मेक्सिकोमध्ये व त्यानंतर दक्षिण अमेरिकेत १९५० ते १९६० च्या दशकात अमलात आणल्या गेली. त्यानंतर त्याचा विस्तार आशियात व प्रामुख्याने भारतात केला गेला.

या कार्यक्रमातूनच पुढे जनुक क्रांती व कृषी–उद्योगांनी उद्देशे पुढे रेटली गेलेली आहेत परंतु असे कार्यक्रम देण्याआधी संबंधित देशांकडून लोकसंख्या कमी करण्यासाठी लक्ष्य ठरवून घेतल्या जात असे. त्याशिवाय अमेरिकेच्या उद्योगांना मुक्त प्रवेश देण्याची अटही त्या देशांना मान्य करावी लागे. हरित क्रांतीची वैशिष्ट्ये खालीलप्रमाणे देता येतील. याचा सविस्तर उल्लेख माझ्या 'पंजाबच्या शेतकऱ्यांना हरित क्रांतीचा झटका' या लेखात केला आहेच.

१. स्थानिक शेतीत असलेली बियाणांची जैव विविधता जी हजारो वर्षापासून जपून ठेवली होती. त्याला कायमची सुटी देऊन त्याऐवजी एकाच प्रकारच्या बियाण्यांचा वापर करण्यासाठी सक्ती केली.

२. रासायनिक खतांच्या अती वापरामुळे तसेच पाण्याच्या वाढीव पुरवठ्यामुळे जमिनीची उत्पादकता दरवर्षी कमी कमी होत गेली. त्यामुळे सुरुवातीला जरी दुप्पट वा त्याहीपेक्षा जास्त उत्पादन प्राप्त झाले, तरी त्यानंतर मात्र उत्पादनात सतत घट होत गेली. रसायनाच्या अति वापरामुळे शेतात काम करणाऱ्यांवर विपरीत परिणाम झालेत. म्हणून त्याला हरित क्रांतीऐवजी रासायनिक क्रांती म्हणणेच योग्य होईल. यामुळे विकसनशील देशातील लहान शेतकऱ्यांना सतत कर्ज काढावी लागतात व त्यातूनच ते जीवन संपविण्याचा मार्ग शोधतात. हरितक्रांती यशस्वी झाली म्हणून गौरविलेल्या पंजाब राज्यात सर्वात अधिक शेतकऱ्यांनी आत्महत्या केल्यात. आंतरराष्ट्रीय नाणेनिधी बँक, जागतिक बँक व अमेरिकेतील काही खासगी बँका या कार्यक्रमात सामील असल्याने त्यांनी अशा देशांना भरपूर कर्ज देऊन त्यांना कर्जाच्या ओझ्याखाली आणले.

३. अशी बियाणे एकदाच वापरण्यासाठी असल्याने त्यापासून दुसरी बियाणे तयार होत नाहीत म्हणून शेतकऱ्यांना बहुराष्ट्रीय कंपनीकडून दरवर्षी वाढत्या भावाने नवीन बियाणे घेणे अत्यावश्यक असते. या माध्यमातून अमेरिकेतील ही 'गँग' जगातील शेती उत्पादनावर संपूर्ण नियंत्रण ठेवू शकेल व कोणत्या देशात वा प्रांतात दुष्काळ घडवून आणायचा वा कोणत्या सरकारला कायमचे गुलाम करून घ्यायचे हे ठरवू शकेल, असा डाव आहे.

४. शेती आर्थिक दृष्ट्या परवडत नसल्याने शेतकरी एकतर आत्महत्या करील अथवा मोठ्या शहरात जाऊन तेथील उद्योगात मिळेल त्या पगारावर काम करुन उद्योगपतींना नफ्यात वाढ करुन देईल. कालांतराने झोपडपट्टीतील गलिच्छ

वातावरणामुळे त्याला लवकरच मरण येऊन त्यांची संख्या कमी होईल, असा कार्यक्रमाचा एक दीर्घ पल्याचा उद्देश होताच.

५. हरित क्रांतीसाठी भरपूर पाण्याची गरज असल्याने गरीब देशात मोठी धरणे व नहर बांधण्याची कामे अमेरिकन कंपन्यांना सहज मिळतील व त्यासाठी जागतिक बँक कर्जपण देईल व त्यातून तेथील सरकारला दबाबाखाली ठेवणे सहज शक्य होईल. याचा अनुभव आपण नर्मदा धरणासारख्या इतर कार्यक्रमातून घेत आहोतच. असे करताना सुपीक जमीन या कामासाठी उपयोगात आणण्याचा त्यांचा प्रयत्न असेल जेणेकरुन स्थानिक धान्य उत्पादन कमी होऊन तो देश-धान्य आयातीसाठी सतत अमेरिकेवर अवलंबून राहील.

६. रसायनांचा मोठा वापर करण्याने रॉकफेलर कंपन्यांनाच त्याचा प्रत्यक्ष फायदा होईल अशी खबरदारी घेतली आहे. अमेरिकेतील 'सेवन सिस्टर्स' म्हणून ओळखल्या जाणाऱ्या सर्वात मोठ्या तेल कंपन्यात रॉकफेलरचे वर्चस्व आहे. पंजाबच्या हरितक्रांतीसाठी बोरलॉग यांना व त्यासोबत हेन्री किसिंजर यांना शांततेचे नोबल बक्षीस का मिळाले हे सहज समजण्यासारखे आहे.

रॉकफेलर फाउंडेशन व गेटस् फाउंडेशन आता मोठ्या प्रमाणात हरित क्रांतीचा तसेच जनुक क्रांतीचा प्रयोग आफ्रिका खंडात करीत आहेत. त्यासाठी त्यांनी 'अलायन्स फॉर अ ग्रीन रिव्हॅल्यूएशन इन आफ्रिका' (आग्रा) नावाने प्रकल्प तयार करून कामाला सुरुवात केली आहे. या प्रकल्पाच्या समितीवर अनेक नामांकित व्यक्ती आहेत. त्यात युनायटेड नेशन्सचे माजी महासचीव कोफी अन्नान(अध्यक्ष), रॉकफेलर फाउंडेशनचे विश्वस्त मासीयीवा, गेटस् फाउंडेशनचे राजीव जे.शाह वगैरेंचा समावेश आहे. जनुक परिवर्तीत बियाणे व झाडे यांचा मोठ्या प्रमाणात आफ्रिका खंडात विस्तार केल्यास या अमेरिकन गँगच्या नियंत्रणाखाली एक खूप मोठी लोकसंख्या येईल व कालांतराने त्यांना कायमचे संपविणे सोपे जाईल. ज्याप्रकारे या गँगने अमेरिकेतील लहान आकाराच्या कौटुंबिक शेती मालकांना त्या व्यवसायातून कायमचे हाकलून लावले त्याचप्रकारे आफ्रिकेत प्रवेश करून त्याजागी कार्पोरेट फार्मिंग सुरु करण्याचाही यामागे उद्देश आहे. आज भारतातही हेच प्रयोग होत आहेत. १९७९ ते १९९८ च्या काळात अमेरिकेतील लहान शेतकऱ्यांच्या संख्येत तीन लाखाची गळती झाली. वराह पालन करणाऱ्या शेतकऱ्यात सहा लाखापासून एक लाख सत्तावन हजारापर्यंत गळती झाली. याउलट कार्पोरेट फार्मिंग करणाऱ्या बहुराष्ट्रीय कंपन्यांच्या नफ्यात तेरा टक्के ते तेवीस टक्के वाढ झाली.

आज अमेरिकेत फक्त चार कंपन्या बीफ विक्रीपैकी ८४ टक्के भाग सांभाळतात. फक्त तीन कंपन्या (कारगिल, एडीएम व बंज) सोयाबीन पीठाचा पुरवठा करतात. फक्त

चार कंपन्या सर्वप्रकारच्या पीठाच्या ६३ टक्के पुरवठा करतात. तसेच जगातील धान्य व्यापारापैकी नव्वद टक्के भाग फक्त पाच कंपन्या सांभाळतात. फक्त चार कंपन्या (केलॉग, जनरल मिलस्, क्राफ्ट फुडस् अणि क्वेकर ओटस्) नाष्टासाठी लागणाऱ्या वस्तूंपैकी ८९ टक्के पुरवठा करतात. कृषी-रसायने तसेच बियाणांच्या चार कंपन्या अमेरिकेतील एकूण मक्याच्या पुरवठ्यापैकी ७५ टक्के भाग बाळगून आहे. चार कंपन्या (मॉन्सँटो, नोवार्तीस, डाऊ केमिकल्स व ड्यूपाँट) सोयाबीन व्यापारापैकी साठ टक्के भाग हाताळतात. तसेच सहा मोठ्या कंपन्या जगातील ७५ टक्के किटकनाशकांचा पुरवठा करतात. मॉनसँटो व ड्यूपाँट कंपन्या अमेरिकेतील मका व सोयाबीनच्या बियाण्याचा ६०% व्यापार स्वतःजवळ ठेवून आहेत. खाद्यपदार्थ पुरवठा करणाऱ्या फक्त दहा कंपन्या ६५० अब्ज (साडे सहाशे बिलियन डॉलर्सचा) (एक डॉलर = अंदाजे रु.४० किंवा एक बिलियन डॉलर्स = चार हजार कोटी रुपये) पुरवठा करतात. तसेच तीन कंपन्या जगातील खाद्य पदार्थ व्यापारापैकी जवळपास ३५ टक्के व्यापार सांभाळतात.

वरील माहितीवरुन जागतिक व्यापारावर (मुख्यत्वे शेती व्यवसायाशी संबंधित) किती मोठ्या प्रमाणावर पाच दहा कंपन्या नियंत्रण ठेवून आहेत याची सहज कल्पना येते. ही टक्केवारी पुढील वीस वर्षात दुप्पटीपेक्षा जास्त करण्याचा या कंपन्यांचे उद्दीष्ट आहे. यामुळे किती कोटी लहान शेतकरी शेती व्यवसायातून बाहेर फेकला जाईल याची कल्पना करा. हे सर्व करताना या श्रीमंत शेती करणाऱ्या कंपन्यांना अमेरिकन सरकारतर्फे सबसिडीची खिरापत वाटण्यात येत असते. 'अमेरिकेत शेतकऱ्यांसाठी सबसिडीची खैरात' या माझ्या लेखात विस्ताराने माहिती दिली आहेच.

अर्जेंटिना हरित क्रातींची प्रयोग शाळा

अर्जेंटिना देशाला अमेरिका सरकारच्या प्रोत्साहनातून चार प्रमुख बहुराष्ट्रीय कंपन्या प्रथम क्रमांकाची प्रयोग शाळा म्हणून वापरु लागले. नवीनच तयार केलेल्या जनुक परिवर्तीत बियाण्यांचा काय परिणाम होईल याबद्दलची कोणतीच माहिती नसतानाही या देशात मोठ्या प्रमाणात उपयोग होऊ लागला. त्यावेळचे अर्जेंटिनाचे अध्यक्ष कार्लोस मेनेम अमेरिकन कार्पोरेट जगताचे फार जवळचे मित्र म्हणून ओळखल्या जात होते. स्वतःच्या देशाच्या आर्थिक कार्यक्रमाचा आराखडा तयार करण्याचे महत्त्वाचे काम या अध्यक्षाने रॉकलेफर कुटुंबाच्या मित्रांना दिले होते. यामुळे त्या देशात खाजगीकरण, कायद्यांच्या अटकावापासून मुक्तता, स्थानिक बाजारात आयात वस्तू मुक्तपणे आणायला परवानगी आणि सामाजिक संस्थांचे अस्तित्व संपविण्याचे धोरण इत्यादीचा समावेश होता.

सुमारे १९९५ च्या सुमारास हजारो वर्षापासून त्या देशात उपलब्ध असलेली जैवविविधता संपुष्टात येऊन त्याजागी एकच प्रकारच्या जनुक परिवर्तीत बियाणे व

झाडाच्या रुपातील नवीन 'क्रांती' यायला सुरुवात झाली. हरित क्रांतीचा नवा आदर्श अवतार म्हणून अमेरिकन गँग अर्जेंटिना देशाची जाहिरात करु लागली. त्याचा अपेक्षित परिणाम भारतासह इतर प्रगतीशील देशात दिसून आला. असे होत असताना या क्रांतीसाठी आपल्याला 'गिनी पिग्' म्हणून वापरण्यात येते याची तेथील नागरिकांना कल्पना नव्हती. हळू हळू मॉन्सँटो व इतर प्रमुख बहुराष्ट्रीय कंपन्यांच्या नियंत्रणाखाली अर्जेंटिनाचे सबंध शेती क्षेत्रच येऊ लागले होते. त्या 'यशा' मुळे तेथील शेतकऱ्यांकडून 'तंत्रज्ञानाची फी' १% वसूल होऊन ती या कंपन्यांत जमा होऊ लागली. याची लागण शेजारील ब्राझील देशालाही झाली. २००६ मध्ये या दोन्ही देशातील सोयाबीनचे उत्पादन जागतिक तुलनेत ८१ टक्के होते.

पाच-सहा वर्षानंतर या क्रांतीचे दुष्परिणाम दोन्हीही देशातील शेतकऱ्यांना अनुभवास येऊ लागले. बियाण्यांच्या सोबतीला मॉन्सँटो कंपनीने नव्याने तयार केलेला 'राउंडअप जंतुनाश स्प्रे' वापरल्याने शेतातील पीके करपून नष्ट होऊ लागलीत. याशिवाय शेतकऱ्यांजवळ असलेल्या जनावरांचाही मृत्यू झाल्याचे दिसून आले. शेतकरी कुटुंबांनासुद्धा या रोगाची बाधा झाल्याचे प्रसिद्ध झाले होते. जनावरांच्या नव्याने जन्माला आलेल्या बछड्यांना शारीरिक व्यंग असल्याचे उघडकीस आले. बटाटे, केळी व मासे सुद्धा या रोगाचे शिकार झालेत. उत्पादनात सतत होणारी घट दिसून आली. ही घट दहा ते वीस टक्क्यांपर्यंत आढळली. हे सर्व दोष व दुष्परिणाम शेतकऱ्यांना दिसून आले तेव्हा त्यावर उपाय करण्याची वेळ निघून गेली होती. हाच प्रयोग सध्या अमेरिकेच्या ताब्यात असलेल्या इराक देशात सुरु झाला आहे.

पंजाबच्या शेतीलाही फटका

हरित क्रांतीच्या सुरुवातीच्या काळात भरघोस पीक आले होते. त्यामुळे शेतकरी खूष झाला. देशातील आदर्श प्रांत म्हणून सरकार पंजाबचे उदाहरण देऊ लागले. सरकारतर्फे हरित क्रांतीच्या अधिक यशासाठी या चार बहुराष्ट्रीय कंपन्यांच्या मार्गदर्शनाखाली रसायने, त्यांनी पुरविलेली बियाणे व किटकनाशके, खते, अवजारे व जलपुरवठा अधिक प्रमाणात वापरण्याचे आदेश दिलेत. परंतु या हरित क्रांतीमुळे पंजाबात अनेक सुप्त पद्धतीचे दुष्परिणाम दिसू लागलेत. त्यातील प्रमुख खालीलप्रमाणे -

१. पिकातील आधी असलेली विविधता नष्ट होऊन फक्त दोन-तीनच पीके घेण्यात आलीत.

२. नवीन पिकांवर किडीचा प्रभाव वाढलेला दिसला.

३. पाण्याच्या वाढीव वापरामुळे जमिनीत क्षाराचे प्रमाण वाढले व उत्पादकता कमी झाली.

४. उत्पादन खर्चात प्रचंड वाढ तर सरकारने जाहीर केलेले आधार भाव उत्पादन खर्चापेक्षा कितीतरी कमी म्हणून पंजाबमध्ये होणाऱ्या शेतकऱ्यांच्या आत्महत्या देशात सर्वात जास्त होत आहेत.

जागतिक व्यापार संघटनाची यातील भूमिका

सभासद देशात बहुराष्ट्रीय कंपन्यांचे प्रभुत्व प्रस्थापित करण्याच्या उद्देशाने जागतिक व्यापार संघटनेची १ जानेवारी १९९५ रोजी स्थापना झाली. कृषी-उद्योगांना प्राधान्य देण्याचा एकसूत्री कार्यक्रम या संघाचा तेव्हापासून सुरु झाला. धान्य व्यापारात 'मुक्त स्पर्धेचा' मंत्र वापरुन जगात फक्त अमेरिकेतील धान्य, बियाणे व इतर वस्तूंचा एकतर्फी प्रवास ठेवण्याचे कार्य संघटना व्यवस्थितरीत्या पार पाडत आहे. यातून अमेरिकेला ३००० अब्ज (तीन हजार बिलियन) डॉलर्सचा व्यापार उपलब्ध होते. जनुक परिवर्तीत बियाणांचा वापर नाकारणाऱ्यांना बहुराष्ट्रीय कंपन्यांनीच तयार केलेल्या नियमांचे पालन करून योग्य ती अद्दल घडविण्याचे या संघटनेचे कर्तव्य असते.

कारगिल कंपनीने स्वतः नियम तयार करुन 'कारगिल प्लॅन' अमलात आणल्या जात आहे. त्यानुसार -

१. अमेरिका सोडून जगात सर्वत्र सरकारी कृषी कार्यक्रम रद्द करावेत व कृषी क्षेत्राला देण्यात येणारी सबसिडी बंद करावी.

२. स्वतःच्या देशातील कृषी उत्पादनाला संरक्षण देण्यासाठी म्हणून सरकारी आयात नियंत्रण रद्द करावे.

३. दुष्काळ काळातही या कंपन्यांच्या तसेच इतर बियाण्यांपासून तयार झालेल्या धान्यावरील निर्यात नियंत्रण रद्द करावे.

४. जनुक परिवर्तन बियाण्यांपासून नवीन तंत्रज्ञानाच्या वापरातून तयार होणारे उत्पादन पेटेंट करण्याचा अधिकार फक्त कारगिल कंपनीला असेल.

इंटरनॅशनल फूड अँड अग्रीकल्चरल ट्रेड पॉलिसी कौन्सिलने कारगिल कंपनीबरोबर काम करुन अमेरिकेच्या कृषी-उद्योगाला पुढे नेण्याचे ठरविले आहे. अमेरिका, कॅनडा, जपान व युरोपियन युनियनने याबाबत पुढाकार घेतला आहे. अमेरिकेतील चार मोठ्या कंपन्यांबरोबर नेसले व युनिलिव्हर यांनी याबाबत केलेले धोरण या देशांना मान्य असल्याने जागतिक व्यापार संघाच्या १३४ सभासद देशांनी हे धोरण स्विकारावे असा या देशांचा आग्रह राहील असे त्यांच्या सभेत ठरले असे समजते. या धोरणानुसार प्रत्येक देशाचे राष्ट्रीय कायदे रद्द करण्यात येतील व त्याचबरोबर उत्तरेकडील देशांना सोयीचे धोरण अमलात आणले जाईल.

अमेरिकन सरकार व जागतिक व्यापार संघटनेच्या आशीर्वादाने जनुक परिवर्तित बियाण्यापासून तयार केलेली धान्य संपदा सतत वाढत असल्याचे रॉकफेलर फाउंडेशनच्या सन २००४ च्या अहवालातून दिसते. १९६६ पासून दरवर्षी ही वाढ दोन अंकीपेक्षा जास्त झाली आहे. आज जगातील सतरा देशातील ८० लाखांपेक्षा जास्त शेतकरी अशा तऱ्हेच्या धोकादायक पीक उत्पादनातून प्रगती करीत आहेत. यातील नव्वद टक्के शेतकरी विकसनशील देशातील आहेत हे लक्षात घ्यावे. त्याच वर्षाचे आकडे सांगतात की जगातील ८५ टक्के सोयाबीन तसेत ४५ टक्के मका उत्पादन ' जी एम' बियाणापासून तयार झाले आहे. याशिवाय अमेरिकेतील जनावरांना देण्यात येणारे संपूर्ण खाद्य याच उत्पादनापासून तयार केले जात आहे. जनावरांच्या मासांची मोठ्या प्रमाणात निर्यात करण्यात जागतिक व्यापार संघटनेची खूप मदत होते. जनावरे जे खातात, तेच मनुष्यही त्या मासाच्या माध्यमातून खात आहे.

या बियाणांचा उपयोग प्रत्यक्षात केला जातोच. परंतु त्याशिवाय त्यापासून शेजारच्या शेतातसुद्धा वारा प्रदुषण घडवित असतो. सेंद्रिय शेती करणाऱ्यांनाही अशा प्रदुषणापासून दूर राहणे शक्य नाही इतका धक्कादायक प्रकार या बियाणांच्या वापरातून होत आहे. फक्त सहा वर्षात अमेरिकेतील ६७ टक्के शेत जमीन या प्रदुषणाची शिकार झाल्याचे इंगदाल या लेखकाचे संशोधन दर्शविते. ते म्हणतात की आता हा जनुक राक्षस बाटलीबाहेर पडला आहे आणि त्याला परत बाटलीत बंद करणे अशक्य आहे. रशियातील शास्त्रज्ञांनी असा दावा केला की या धान्याचा उपभोग महिलांनी केला तर त्यांच्या होणाऱ्या बालकांनाही जन्मापूर्वीच त्याचा परिणाम होतो व त्यांचे जीवंत राहणेसुद्धा अशक्य आहे. उंदरावर केलेल्या प्रयोगातून आढळले की त्यांची पिल्ले जन्मानंतर तीन आठवड्यात मृत्यू पडली. लोकसंख्या शून्यावर आणण्यात याचा फार उपयोग होऊन रॉकफेलरचे स्वप्नही पूर्ण होईल, असे आता अनेक शास्त्रज्ञांना वाटायला लागले.

अमेरिकेतील नागरिकांपेक्षा युरोपमधील नागरिक या जनुक क्रांतीबद्दल अधिक जागरुक असल्याचे सामान्य तपासणीत आढळले असे सदर लेखक सांगतो. विकसनशील देशात याबाबतची जाणीव होत असल्याचे दिसत असले तरी त्याचा स्तर फारच खालचा आहे असे म्हणता येईल.

जनुक क्रांतीचा व डूम्स डे व्हाल्टचा संबंध ?

सुरुवातीला या व्हॉल्ट संबंधी उल्लेख केला आहेच. बिल व मेलिंदा गेट्स फाउंडेशन व रॉकफेलर फाउंडेशन यांनी या व्हॉल्टसाठी सढळ हस्ते देणग्या देण्याचे प्रयोजन काय असावे?

हजारो वर्षांपासून उपलब्ध असलेली बियाण्यातील जैवविविधता उत्पादनातून

बाद करून त्या जागी एकाच प्रकारची बियाणे जगभर वापरण्याचा डाव सध्या या प्रमुख बहुराष्ट्रीय कंपन्या खेळत आहेत. हे करताना सध्याची जैवविविधता मात्र वापरापासून दूर व सुरक्षित ठेवण्याचा या फाउंडेशन्सचा उद्देश आहे. जनुक क्रांतीचे भीषण परिणाम झाल्यावर अथवा त्यात संपूर्ण यश मिळाल्यावर या जैवविविधतांचा उपयोग व्हावा या एकमेव उद्देशाने या डूम्स डे व्हॉल्टची कल्पना प्रचंड पैसा व संपत्ती बाळगणाऱ्या या फाउंडेशनच्या संचालकांना सुचली असावी.

या व्हॉल्टचे व्यवस्थापन तसेच नियंत्रण इटली देशातील रोम शहरात स्थापन झालेल्या 'ग्लोबल क्रॉप डायव्हर्सिटी ट्रस्ट' तर्फे करण्यात येणार आहे. या ट्रस्टच्या अध्यक्षा आहेत कॅनडातील मार्गारिट कॅटली-कार्लसन. १९९८ पर्यंत त्या न्यूयॉर्क येथील पॉप्युलेशन कौन्सिलच्या अध्यक्षा होत्या. तसेच रॉकफेलर फाउंडेशनने स्थापन केलेल्या लोकसंख्या कमी करण्याचा कार्यक्रम असलेल्या तसेच कुटुंब नियोजन, निर्बीजीकरण कार्यक्रमांशी त्यांचा प्रत्यक्ष संबंध होतो. भारतातर्फेसुद्धा या कामात मदत करण्याच्या उद्देशाने भारत सरकारच्या कृषी अनुसंधान व शिक्षण विभागाचे सचिव डॉ.मंगल राय यांचा संचालक मंडळात समावेश आहे. डॉ.राय रॉकफेलर फाउंडेशनच्या इंटरनॅशनल राईस रिसर्च इन्स्टिट्यूटच्या संचालक मंडळाचे सदस्य आहेत, हे लक्षात घ्यावे लागेल. या इन्स्टिट्यूटतर्फे जगातील खूप प्रसिद्धी मिळालेला 'गोल्डन राईस' हा जनुक परिवर्तित बियाण्याचा प्रकल्प पहिला मान पटकावतो. परंतु हा प्रकल्प अयशस्वी झाल्याने तो सोडून द्यावा लागला होता.

सन २००७ च्या सुरवातीपासून मॉन्सँटो कंपनीने जागतिक स्तरावरील 'टर्मिनेटर' नावाखाली अमेरिकन सरकारच्या भागीदारीत पेटेंट घेतले आहे. त्यालाच 'जेनेटिक यूज रिस्ट्रिक्शन टेक्नॉलॉजी' म्हणतात. जनुक परिवर्तित बियाणे तयार करताना या टर्मिनेटर तंत्रज्ञानाचा उपयोग करुन त्या बियाण्यातील पुनर्निर्मितीचा नाश करतात. त्या बियाण्याचा दुसऱ्यांदा उपयोग करता येऊ नये हा यामागील उद्देश आहे.

मॉनसँटो व डाऊ केमिकल्स कंपन्या प्रचंड प्रमाणात प्रदूषण वाढविणाऱ्या व काही हानीकारक उत्पादन करण्यासाठी प्रसिद्ध आहेत. त्यांच्या काही उत्पादनातून कॅन्सर होतो असा शास्त्रज्ञांचा अहवाल होता असे सदर लेखक सांगतो. भारतातील भोपाळ गॅस गळतीमुळे हजारो लोक मृत्युमुखी पडलेत व लाखापेक्षा जास्त लोक कायमचे रोगी बनलेत. त्याला जबाबदार असणाऱ्या युनियन कार्बाईड कंपनीचे डाऊ केमिकल्समध्ये विलीनीकरण झाले आहे. त्या अपघातासाठी कुणालाही शिक्षा आजपर्यंत झाली नाही यावरुन आपल्या सरकारचे धोरण बहुराष्ट्रीय कंपन्यांना हितकारकच राहिले आहे. याच कंपन्या डूम्स डे व्हॉल्टचे मालक व पहारेकरी म्हणून काम करीत आहेत. यातून त्यांच्या उद्देशाबद्दल सहज कल्पना येऊ शकते. डेनमार्क

देशाने मॉन्सँटो कंपनीचे उत्पादन ग्लायफॉस्पेटवर सन २००३ मध्ये जमिनीखालील पाण्याचे प्रदुषण होते म्हणून वापरावर बंदी घातली आहे. आपल्या सरकारचा मात्र नाकर्तेपणाच सतत दिसून येतो. या व्हॉल्ट मधील धान्य साठ्यावर निरनिराळे जनुक परिवर्तनाचे प्रयोग करुन त्यांचा उपयोग शत्रूराष्ट्रातील मानवजातीला संपवायच्या उद्देशाने वापरण्यासाठी केला जाऊ शकतो. हे एक पुढील लढाईतील अस्त्र म्हणून वापरल्या जाण्याची शक्यता नाकारता येत नाही.

भारताभोवतीचे फास घट्ट होत आहेत

सन १९९०-९१ भारताच्या दुष्टचक्राची सुरुवात म्हणून पुढील पिढ्यांना लक्षात ठेवावे लागेल. अनेक प्रकारचे अप्रत्यक्षरित्या युद्ध आपल्या देशावर तेव्हापासून लादले जात आहे. आपल्याला ब्रिटिश लोकांपासून होणाऱ्या वाईट वागणुकीपासून व गुलामगिरीपासून १९४७ साली स्वातंत्र्य मिळाले. सर्व जनतेला अपरिमित आनंद झाला होता. आता आपल्या सुख समृद्धीसाठी आपणास कायदे व कार्यक्रम तयार करता येतील व यापुढे कोणत्याही गुलामगिरीला जवळसुद्धा येऊ देणार नाही हा निर्धार सर्वांनी केला होता. एका स्वातंत्र्यासाठी लाखो लोकांनी देशप्रेमापोटी आपले प्राण अर्पण केलेत. त्यांच्या रक्ताची आठवण शेकडो वर्षे आम्ही जतन करुन ठेवू याप्रकारचा निर्धार सर्वांनी पदोपदी जाहीर करुन परत गुलामगिरी येऊ देणार नाही याची काळजी त्यांनी वाहण्याचे ठरविले होते. हा इतिहास फार जुना नसला तरी तो आता इतिहास जमा झाल्यासारखे वाटत आहे. १९९०-९१ च्या नंतरच्या केवळ १५ वर्षे आपल्या सर्वांना परत कायमच्या गुलामगिरीत ढकलण्यास कारणीभूत झाली आहेत.

१) आमच्या बुद्धीचे दिवाळे निघाले म्हणून की काय आम्ही आमच्या आर्थिक प्रश्नांना योग्य उत्तरे शोधू न शकल्याने आम्ही त्याबाबत नालायक असल्याचे जाहीर केले. पंडित नेहरुंनी कार्ल मार्क्सच्या आदर्श ठेवून मिश्र व योजनाबद्ध आर्थिक व्यवस्था अमलात आणली व सामान्यांचे प्रश्न अधिक गुंतागुंतीचे केलेत. महात्मा गांधी, जयप्रकाश नारायण, लोहिया, दीनदयाळजी उपाध्याय आदी द्रष्टे मंडळी भारताचे भविष्य ठरविण्यात योग्य असली तरी त्यांची कोनाड्यात पुजा करण्यासाठी रवानगी झाली. त्या ऐवजी पद्धतशीरपणे तयार केलेला अमेरिकन भांडवलशाहीचा शोषणकारी गळफास या वर्षापासून (१९९०-९१) आम्ही आमच्या गळ्यात अडकवून घेण्यात धन्यता मानली व आजही आमचे राज्यकर्ते मानत आहेत. हे सामान्यांचे दुर्भाग्य.

२) आयात केलेल्या औद्योगिकीकरणातून निर्माण होणारे अनेक दोष आमचा गळा दाबत आहेत त्यात हवा,पाणी व अन्न यांचे पुढे अनेक पिढ्या न संपणारे प्रदूषण, बेकारीचा वाढता भस्मासूर, भोगवादी व गुन्हेगारी संस्कृती, आर्थिक केंद्रीकरणामुळे

बकाल होत असलेली शहरे व नरक वेदना देणाऱ्या मोठ्या झोपडपट्ट्या, शिक्षण पद्धतीत ज्ञानवृद्धीऐवजी रोजगार मिळण्यासाठी योग्य ठरणारे फक्त कौशल्य, पर्यावरणाचे असंतुलन, श्रीमंत-गरीब यातील सतत वाढती दरी इत्यादींचा समावेश प्रामुख्याने झाल्याचे अनुभवाला येत आहे.

३) पश्चिमी जीवन पद्धती आत्मसात केली जात असल्याने अनेकांना नव-नवीन रोगांनी जखडले आहे. त्या रोगावर उपाय म्हणून पश्चिमी राष्ट्रात तयार होणाऱ्या औषधांना जीवनभर लागणारा खुराक, त्यापासून आणखी अनेक रोगांना आमंत्रण व त्यामुळे सतत वेदना देणारी मानसिक अवस्था इत्यादी गळ्याभोवतीचा फास म्हणूनच काम करीत आहेत.

४) अमेरिकेच्या विदेशी नीतीचा भाग म्हणून आपल्या शेजारी राष्ट्रांशी आपले संबंध सतत तणावाचे ठेवून सरकारची खूप मोठी मनुष्यहानी बरोबर आर्थिक नुकसानही सतत वाढत आहे. आपल्या शेजाऱ्यांशी कसे वागावे याबद्दलचा सल्लासुद्धा अमेरिकेच्या सरकारकडून घ्यायची नामुष्की आपण ओढवून घेतली आहे. यासाठी लागणाऱ्या आधुनिक यंत्रसामुग्रीसाठीही अमेरिकेसारख्या 'प्रगत' राष्ट्रांवर सतत अवलंबून राहण्याची पाळी आली आहे.

५) आर्थिक व्यवस्थासुद्धा अमेरिका व जागतिक बँकेच्या मंजूरीशिवाय अमलात आणण्याचे स्वातंत्र्य आपण गमावून बसलो.

६) मोठी व छोटी धरणे, शहरातील सामान्य प्रकारच्या सुधारणा, राष्ट्रीय स्तरावरील महामार्ग बांधणी, वीज उत्पादन केंद्रे अथवा मोठे उद्योग उभारणी किंवा अशाच अनेक कारणासाठी आमचा देश जागतिक बँकेवर सतत अवलंबून असतो. प्रत्येक कार्यक्रमासाठी या बँकेकडून कर्ज घेऊन आपण आपला देश गहाण ठेवण्यात धन्यता मानतो. महाराष्ट्रासारख्या मोठ्या राज्यात आज अशा कर्जाचे ओझे लाख-दीडलाख कोटी रुपयाचे झाले आहे. त्यात दरवर्षी भर घालून आपण आपले दिवाळे जाहीर करीत आहोत. आज अमेरिका अशाच प्रकारच्या प्रचंड कर्जाखाली दबला गेला आहे. त्यामुळे तेथील अर्थव्यवस्था कधीही कोसळू शकते असे असताना त्या गळफासात आपले डोके का घालावे ?

७) जागतिकीकरणाच्या नावाखाली अनेक बहुराष्ट्रीय कंपन्या, बँका, व्यवसायिक संस्था आपल्या देशात मुक्कामाला आल्या आहेत व पुढेही येणार आहेत. आपल्या देशाचा कारभार ते हळू हळू घेत असल्याचे आपण पाहतोच. त्यामुळे जगातील जोखीम आपण आपल्या देशात आयात केली आहे. बिनातारण कर्ज देऊन प्रचंड प्रमाणात घोटाळा होत असलेल्या अमेरिकन अर्थव्यवस्थेच्या भूकंपाचे धक्के आपल्या अर्थव्यवस्थेला लगेच बसत आहेत. कर्जावरील व्याजदर अर्धा वा पाव टक्के अमेरिकेत

कमी वा जास्त झाला तर आमच्या देशातील शेअरबाजारासह आर्थिक व्यवस्था ढवळून निघते.

८) अणूकराराबाबत आपणच फार उत्सुक असल्याचे दिसते. उलट या करारातून भारतावरील सध्या होत असलेली अमेरिकेची पकड अधिक घट्ट करण्याचा हा डाव आहे.ज्या सरकारने अमेरिकेची भांडवलशाही अर्थव्यवस्था १९९०-९१ मध्ये संसदेला सुद्धा विश्वासात न घेता देशात आणली व गळफास स्वतःच लावून घेतला त्याच सरकारने या अणूकराराबाबत अति उत्सुकता दाखविली तर त्याचे आश्चर्य वाटावयास नको.

अशा प्रकारे अनेक बाबतीत आपण लाखो लोकांचे प्राण देऊन स्वातंत्र्य मिळविले ते या सरकारी धोरणामुळे धोक्यात आले आहे. दुसऱ्या स्वातंत्र्यासाठी परत तयारी आपल्याला करावी लागणार हे स्पष्ट दिसत आहे. चार-पाच बहुराष्ट्रीय कंपन्यांनी तयार केलेल्या जनुक क्रांतीमुळे देशाचे राजकीय व आर्थिक नुकसानच होणार नाही तर भारताच्या नागरिकांच्या अस्तित्वालाच आता धोका निर्माण झाला आहे. गेल्या दशकातील काही घडामोडी लक्षात घेता आपण या नव्याने केलेल्या फासाने मृत्यूला कवटाळायला सुरुवात केली आहे.

१. पंजाब राज्यातील शेतकऱ्यांच्या मोठ्या संख्येने आत्महत्या या काळात सुरु झाल्यात.

२. महाराष्ट्र, आंध्रप्रदेश, केरळ, मध्यप्रदेश व इतर राज्यातील ज्या शेतकऱ्यांनी जनुक परिवर्तीत बियाणांचा उपयोग करायला सुरुवात केली त्या सर्वांनाच शेतातील उत्पादन कमी होत असल्याचा अनुभव यायला लागला. म्हणून त्यापैकी अनेक लहान शेतकऱ्यांनी आत्महत्या करायला सुरुवात केली आहे.

३. देशात गेल्या १०-१२ वर्षात दीड लाखापेक्षा जास्त शेतकऱ्यांची कर्जबाजारी झाल्याने आत्महत्या केल्यात असे निवेदन सध्याच्या कृषी मंत्र्यांनी लोकसभेत कोणतीही खंत व्यक्त न करता वा जबाबदारी न घेता केल्याचे आपल्याला समजले.

४. अशी बियाणे एकदा जरी वापरली तरी त्या मातीत दुसरी चांगली बियाणे लावून त्याचा उपयोग होत नसल्याचे अनेक शेतकऱ्यांनी सांगितले आहे. संसर्गजन्य रोगासारखा परिणाम या बियाणांमुळे पारंपरिक पद्धतीने शेती करणाऱ्या शेतकऱ्यांना अनुभवास येऊ लागला असे समजते.

५. गहू व अन्य धान्य सध्या मुक्त मनाने देशात आयात होत आहे. ते धान्य जनुक परिवर्तीत बियाणापासूनच तयार केली असण्याची शक्यता नाकारता येणार नाही. त्याच्या उपयोगातून स्वास्थ्य बिघडण्याची शक्यता टाळता येणार नाही.

६. मॉल संस्कृती फोफावत असून त्यात विक्री होत असलेले अनेक अन्नपदार्थ

व फळे अशा जनुक परिवर्तीत बियाणापासून वा झाडापासून तयार होण्याची शक्यता असू शकते.

७. आपल्या देशात तयार होणाऱ्या पिकांसाठी व भाजीपाल्यांसाठी तसेच फळांसाठी मोठ्या प्रमाणात अशा बियाण्यांचा तसेच रासायनिक खतांचा व किटक नाशक औषधांचा वापर केला जात असून त्या बाबतीत शेतकऱ्यांमध्ये तसेच ग्राहकांमध्ये जागृती करण्याचे प्रयत्न सरकारतर्फे होत नाहीत असे दिसून येते. अशा वापरातून होणाऱ्या दुष्परिणामाला सरकारही अप्रत्यक्ष संमती देते असा सामान्यांचा समज होत आहे.

८. पारंपरिक जैवविविधता असलेली बियाणे वापरता येत नाही व जनुक परिवर्तीत बियाण्यांचा व रासायनांचा खर्च सतत वाटत असल्याने शेतीचा उत्पादन खर्च वाढत आहे. त्याप्रमाणात सरकारतर्फे जाहीर केलेले आधार भाव वाढत नसल्याने अनेक शेतकरी कर्जबाजारी होत आहे व त्यातून यापुढेही मोठ्या प्रमाणात आत्महत्या होत राहतील यात शंका नाही. अशा बियाण्यापासूनही मृत्यू ओढवतो व सरकारतर्फे वाजवी आधारभाव मिळत नसल्यानेही मृत्यू येत असल्याचे चित्र आज देशभर दिसत आहे.

९. अशा बियाण्यापासून तयार होणाऱ्या धान्यापासून फळांपासून, भाज्यांपासून किती जणांना शारीरिक दुष्परिणाम सहन करावे लागतात याबाबत आवश्यक ते संशोधन करण्याच्या सोयी अजून आपल्या सामान्य जनतेसाठी उपलब्ध नसल्याने असा दुष्परिणाम किती खोलवर रुजला आहे वा पुढे होईल याचा अंदाजसुद्धा आज अशक्य आहे.

या सर्व चर्चेतून एक अर्थ मात्र काढता येतो की या चार बड्या बहुराष्ट्रीय कंपन्यांनी या नव्याने तयार केलेल्या जनुक क्रांतीतून आपल्या देशातीलच नव्हे तर सबंध जगातील मानवसंहार करण्याचे जे ध्येय पुढे ठेवले आहे त्याला अडथळा आणण्याची ताकद कुणाजवळ सध्या दिसत नाही. परंतु त्यांचे स्वप्न पूर्ण होण्याची शक्यता अधिक आहे असे म्हणावे लागेल.

❑❑❑

२१ शेतकऱ्यांचा समाजवाद

उत्पादन कार्य म्हणजे श्रमशक्ती भांडवलाच्या सहाय्याने ज्या नवीन वस्तू निर्माण करते ते सर्व व्याज होय. कापसातून कापड, भुईमुंगाच्या शेंगापासून तेल व वनस्पती घी, लोखंडापासून खुर्च्या व इतर नित्योपयोगी वस्तू इत्यादी हे उद्योगधंद्यातील कार्य असते. तसेच बियाण्यांपासून ज्वारी, तांदूळ, गहू, कापूस इ. उत्पादन शेतीत होते. उद्योग असो की शेती असो, तिथे श्रमिक लागतात आणि त्या कामासाठी औजारे, यंत्र, बियाणे, रसायन इ. भांडवल लागते.

भांडवल-बांधणी

समाजातील एकूण भांडवल आणि एकूण श्रमशक्ती सर्व क्षेत्रात सारखीच प्रमाणशीर नसते. शक्तीरुपी श्रम-भांडवल आणि वस्तूरुपी भांडवल यांचे प्रमाण ठरविले तर त्याला भांडवल-बांधणी म्हणतात.पोलाद उद्योगात यंत्रे कच्चा माल या वस्तूंवर जास्त पैसा लागतो, तर श्रमासाठी कमी पैसा लागतो. उलट शेतीत यंत्रे, कच्चा माल यावर कमी पैसा लागतो, तर श्रमासाठी जास्त पैसा लागतो. उतरत्या क्रमात निरनिराळे उद्योग उदाहरणार्थ खालीलप्रमाणे दिसतील -

टेबल क्र.१

क्रमांक	वस्तू	+	श्रम	उद्योगाचे प्रकार
१	९५	+	५	पोलाद, जहाज, रेल्वे इ.
२	८५	+	१५	मोटारी, खते, रसायने इ.
३	८०	+	२०	कापड, साखर इ.
४	७०	+	३०	गोडेतेल, गूळ, बिड्या इ.
५	६०	+	४०	शेतमाल, दूध, मास इ.
	(३९०	+	११०)	

ताळेबंदामध्ये संपत्ती बाजूला किती वस्तू भांडवल लागते ते कळते. नफा-तोटा पत्रकात श्रमाचा खर्च समजतो.

स्पर्धा व नफ्याचा नियम

समाजात हे सर्व भांडवल स्पर्धा करत असते, तसेच आपापल्या क्षेत्रात श्रमशक्तीपासून अतिरिक्त मूल्य (सरप्लस व्हॅल्य) निर्माण करते. समजा सर्व विभागातील श्रमसारखेच म्हणजे शंभर टक्के अनिश्चित मूल्य निर्माण करत असतील. तर समाजात सर्व श्रम किती निर्माण होतील? या सर्व भांडवलाला सरासरी नफ्याच्या सिद्धांत लागतो. या सिद्धांतामुळे एकूण मूल्य बाजार किंमतीत परावर्तीत होतात. खालील उदाहरणात ते दाखविले आहे -

टेबल क्र. २

क्र.	उत्पादन खर्च + माल		प्रत्यक्ष + मजुरी	१००% एकूण	अतिरिक्त मूल्य	विभागातील वस्तूंचे नैसर्गिक मूल्य
१	१०	+	५	१५	५	२०
२	४०	+	१५	५५	१५	७०
३	५०	+	२०	७०	२०	९०
४	५१	+	३०	८१	३०	१११
५	५१	+	४०	९१	४०	१३१
एकूण	२०२	+	११०	३१२	११०	४२२

वरील टेबल व त्यातील आकडे कार्ल मार्क्सच्या पुस्तकातून घेतले आहेत. (खंड ३ प्रकरण १) यात ५ व्या क्रमांकावर शेतीविभाग आहे. त्यात श्रमशक्ती सर्वात जास्त वापरली जाते. नैसर्गिक मूल्य जर काढले तर शेतमाल, दूध, मांस इ. वस्तूंना सर्वात जास्त मूल्य वरील टेबलमध्ये दिसते.

मूल्याचे बाजारभावात परिवर्तन

परंतु हे सर्वात जास्त मूल्य बाजारात मिळत नाही. याचे कारण सर्व भांडवलावर सरासरी नफ्याचा सिद्धांत लागतो. सर्व भांडवल म्हणजे जितकी राशी गुंतवली ती रक्कम असते. टेबल क्र. १ मध्ये प्रत्येक भागात दोन्ही मिळून शंभर असे पाच विभागात पाचशे युनिट भांडवल गुंतवले आहे. सर्व उत्पादनात अतिरिक्त मूल्य ११० निर्माण झाले. अतिरिक्त मूल्य म्हणजेच नफा असतो. ११० भागिले ५०० हे शेकडा प्रमाण

२२ येते. सर्व भांडवलाला बाजार भावात वस्तु विकतांना सरासरी नफा मिळेल असा हा सिद्धांत आहे.

बाजार भावात नैसर्गिक मूल्य मिळणार नाही तर केलेला प्रत्यक्ष खर्च आणि सरासरी नफा एवढाच भाव मिळेल असे भांडवलशाही अर्थशास्त्र आहे. त्यानुसार आता खालील टेबल तयार करता येतो.

क्रमांक	उत्पादन प्रत्यक्ष खर्च	सरासरी नफा	बाजार किंमत
१	१५	२२	३७
२	५५	२२	७७
३	७०	२२	९२
४	८१	२२	१०३
५	९१	२२	११३
एकूण	३१२	११०	४२२

कोण वाढतो – कोण बुडतो ?

अशा तऱ्हेने बाजारातील किंमती निर्धारीत होतात. या किंमतीला प्रत्येक विभागातील मालक आपला माल विकतात. अतिरिक्त मूल्य (सरप्लस व्हॅल्यू) आणि नफा एकच असतो म्हणून दोघांची बेरीज ११० येते. या बाजारात शेतकरी समाज कसा बुडतो, हे आता समजले पाहिजे. प्रत्येक विभागाच्या मालाचे नैसर्गिक मूल्य आणि त्याच मालाचे बाजारभाव पाहा आणि फरक काढा म्हणजे कोण वाढतो व कोण बुडतो हे आपोआपच कळते.

टेबल क्र.४

क्रमांक उत्पादन विभाग	नैसर्गिक मूल्य	बाजारमूल्य	फरक
१	२०	३७	+ १७
२	७०	७७	+ ७
३	९०	९२	+ २
४	१११	१०३	– ८
५	१३१	११३	– १८
एकूण	४२२	४२२	०

अधिक म्हणजे फायदा व उणे म्हणजे नुकसान या टेबलावरुन वरच्या उद्योग क्रमांकाचे फरक अधिक म्हणजे फायदे दाखवितात. उलट शेतीचा पाचवा क्रमांक उणे अठराने तोट्यात आहे. शेतमालाचे नैसर्गिक मूल्य १३१ आहे पण बाजारात त्याला फक्त ११३ किंमत मिळते.

भांडवलशाही बाजारपेठ

कार्ल मार्क्सने घेतलेले हे आकडे आहेत. या आकड्यात फरक करता येतील. शेती जोपर्यंत कारखान्यातील भांडवलाबरोबर भांडवलशाही सरासरी नफ्याच्या सिद्धांताने बांधलेली राहील तोपर्यंत शेतीचे अर्थशास्त्र तोट्यातच राहणार हे पक्के लक्षात घ्यावे. या नफ्याच्या सिद्धांतापासून मुक्त व्हावयाचे असेल तर शेतकरी समाजाला भांडवलशाही बाजारपेठांपासून मुक्त व्हावे लागेल. बाजार व्यवस्था व त्याचा आधार सरासरी नफ्याचा सिद्धांत ही भांडवलशाही नष्ट होणे आणि समाजवाद व त्याची बाजारपेठ उभारणे यातच शेतकरी समाज विकास पावू शकतो. हाच खरा शेतकऱ्यांचा समाजवाद ठरू शकतो.

मोठ्या शेतकऱ्यांचा वाद

एकदा जमीन हे इतर भांडवलासारखे स्पर्धात्मक भांडवल झाले तर त्या उत्पादनाला भांडवलशाही उत्पादनाचे नियम लागतील. सर्व जमिनीवरील उत्पादनाचे मूल्य आणि बाजारभाव सरासरी नफ्याच्या नियमाने बांधले जातील. जमीनीत टक्केवारीचे वस्तू आणि श्रम यांचे प्रमाण यांचे प्रमाण समजा खालीलप्रमाणे आहे, तर चित्र कसे तयार होईल ते बघा. मार्क्सचा टेबल समजण्यास सोपा करण्यासाठी रशियन अर्थशास्त्रज्ञ खालील प्रकारे मांडणी करतात. (कॉझीलॉन किंवा रिज्हीन आदींची पुस्तके खुलाशासाठी पहावित.)

टेबल क्र. ५

प्रकार	टक्के खर्च	१०० अतिरिक्त मूल्य	नैसर्गिक मूल्य	स्पर्धा बाजार मूल्य	फरक
मोठा	६०+४०	४०	१४०	१५०	+१०
मध्यम	५०+५०	५०	१५०	१५०	०
लहान	४०+६०	६०	१६०	१५०	–१०
एकूण	१५०+१५०	१५०	४५०	४५०	०

शेती विभागाचे सरासरी मूल्य १५० होईल. हे मात्र सर्व भांडवलासोबत सरासरी नफ्याच्या नियमाने बांधलेले असते. त्यामुळे दुसऱ्या टेबलमध्ये ते मूल्य बाजार किंमतीत परिवर्तित कसे होते हे पाहावे –

टेबल क्र.६

विभाग	भांडवल बांधणी	१००% अतिरिक्त मूल्य	विभाग मूल्य
मोठे उद्योग	८०+२०	२०	१२०
मध्यम उद्योग	६०+४०	४०	१४०
शेती विभाग	५०+५०	५०	१५०
एकूण	१९०+११०	११०	४१०

या विभाग मूल्याचे सरासरी नफ्याच्या नियमानुसार बाजार किंमतीत परिवर्तन होते. एकूण भांडवल ३०० आहे आणि ११० अतिरिक्त मूल्य आहे. म्हणून नफ्याचा दर ३६.७ टक्के होतो. त्यानुसार परिवर्तित मूल्य बाजार किंमतीत खालील प्रमाणे दिसतील.

टेबल क्र.७

विभाग	नैसर्गिक मूल्य	बाजार किंमत	फरक
मोठे उद्योग	१२०	१३६.७ + १६.७	नफा
मध्यम उद्योग	१४०	१३६.७-३.३	तोटा
शेती विभाग	१५०	१३६.७-१३.३	तोटा
एकूण	४१०	४१०	०

(दशांशामुळे किंचित फरक पडतो).

अंतर्गत स्पर्धेच्या टेबल क्र ५ मध्ये १४० मूल्य आणि १५० बाजार किंमत मिळविणारा मोठा शेतकरी जेव्हा सर्व शेतकऱ्यांसह (मध्यम व लहान) भांडवलशाही औद्योगिक तसेच शेतमाल बाजारातील टेबल क्र. ७ मध्ये शिरतो, तेव्हा शेती मालाची बाजार किंमत सरासरी नफ्याच्या नियमाच्या प्रभावामुळे १३६.७ होते. म्हणजे शेतकरी लहान असो किंवा मोठा असो, सुपीक वा हलक्या जमिनीचा मालक असो, सर्वांना १३६.७ भाव मिळतात. म्हणजे नफ्यात कुणीच राहत नाही. हे या दोन टेबलावरुन स्पष्टपणे दिसते.

मक्तेदारी भांडवलशाहीत शेतकरी

भांडवलशाही इतिहासाच्या गतीने वाढत असतांना ती मक्तेदारी स्वरुपाने राक्षसी रुप धारण करते.याला मक्तेदारी भांडवलशाही (मोनापॉली कॉपीटॅलिझम्) म्हणतात. आपल्या देशातही पन्नास पेक्षा जास्त घराणी आहेत व त्यांनी मक्तेदारी घराणी स्थापन केली आहेत. भांडवलशाहीत मोनोपॉली म्हणजे मक्तेदारी वाढणे म्हणजे त्यांना बाजार किंमतीत वाटेल तसा बदल करण्याची आर्थिक शक्ती असते. ते पैसा व सरकारवर सत्तेचा वाटेल तसा अंकुश ठेवून बाजारात त्यांना पाहिजे त्या किंमतीची पातळी ठरविता येणे शक्य असते. बाजारात मुक्त स्पर्धा आहे आपल्याला सतत सांगण्यात येते. परंतु ती स्पर्धा वगैरे सर्व नष्ट होऊन मक्तेदारीचे भाव पातळीचे नाटक सुरु असते.

भांडवलशाहीत मक्तेदार किती भाव वाढवेल याला शाश्वत उत्तर नसते. जितके पिळून घेता येईल तितके शोषण वाढवा हा त्याचा मंत्र असतो. हे तंत्र वापरताना भांडवलदार वर्ग इतकीच काळजी घेतो की सोन्याचे अंडे देणारी कोंबडी मात्र मरणार नाही. बाजारात यामुळे पुन्हा फरक पडतो. स्पर्धेच्या बाजारपेठेत नैसर्गिक मूल्य शेतकऱ्यांना मिळत नाही. पण आता स्पर्धा असली तरी जितके मूल्य मिळावे तितकेही मूल्य मिळत नाही. तो शेतकरी समाज आणखी भरडून निघतो. याचे चित्रण टेबल क्र. ८ मध्ये दिले आहे.

मोनोपॉली (मक्तेदारी) भांडवलशाहीत मिळणारे भाव व फरक

टेबल क्र. ८

उद्योग क्षेत्र क्रमांक	नैसर्गिक मूल्य	स्पर्धाबाजारात भाव	मक्तेदार बाजारात किंमत	नैसर्गिक मूल्य मक्तेदारी बाजारात किंमत यातील फरक
१	२०	३७	४७	+ २७
२	७०	७७	८०	+ १०
३	९०	९२	९१	+ १
४	१११	१०३	१०१	– १०
५	१३१	११३	१०३	– २८
एकूण	४२२	४२२	४२२	०

वरील टेबल क्र.८ ची टेबल क्र.४ शी तुलना करावी. टेबल ४ मध्ये शेतकरी समाज क्रमांक ५ मध्ये आहे. त्याला स्पर्धेला तोंड द्यायचे होते तेव्हा त्याला १८ तोटा येत होता व त्यावेळी मोठ्या उद्योगांना (क्रमांक १) १७ नफा होत असे. आता मक्तेदारी असलेल्या भांडवलशाही बाजारपेठेत शेतकरी समाजाला २८ तोटा येतो आणि मोठ्या उद्योगाला २७ नफा होतो, याचा अर्थ स्पष्ट आहे. जेवढ्या प्रमाणात मक्तेदारी भांडवलशाहीचे मोठ मोठे उद्योग वाढतील तितक्या जलद गतीने शेतकरी समाज तोट्यात पेकला जाईल, तो सतत कर्जबाजारी होत जाईल. तो दारिद्री असे जीवनमान जगण्यास, शेतीवर राहण्यास फक्त जीवंत मात्र राहील. (आजच्या एकविसाव्या शतकात तो जीवंत सुद्धा राहणे पसंत करत नसल्याने हजारोंच्या संख्येने आत्महत्या करत आहे.)

लढा अटळ

सरासरी नफ्याच्या सिद्धातांप्रमाणे बाजारभाव ठरविणारी भांडवलशाही आणि त्याच्या तुलनेत सर्वाधिक श्रमप्रधान भांडवलबांधणी असलेला शेतीविभाग, असा एकदा इतिहास सुरु झाला की शेतकरी समाज हा कोलूचा बैल जसा होता तसा निसत्व होत असतो. समाजवादी नेत्यांनी या शेतकरी समाजाकडे खासगी संपत्तीचा मालक

म्हणूनच सतत पाहिले. बाजारात तो आपल्या जमीन व खासगी संपत्तीचे सत्व सतत कारखानदारांना अर्पण करण्याचेच काम करीत राहणार हे वरील सर्व टेबलामधून दर्शविलेल्या गणितातून सिद्ध झाले आहे.

रशियन अर्थशास्त्रज्ञ कोझिलॉन व रिव्हीन यांनी मांडलेली सरासरी नफ्याच्या सिद्धांताची अभ्यासपद्धती सोपी आहे. ती कार्ल मार्क्सप्रणीत आहे, पण आकडे चटकन काढता येतात म्हणून सोपी आहे.

अर्थव्यवस्थेचे दोन भाग करावे. एक उद्योग विभाग आणि दुसरा शेती विभाग. या विभागात भांडवल बांधणीबाबत तुलनेने प्रमाण द्यावे. सर्व श्रमांनी सारखेच अतिरिक्त मूल्य निर्माण होते हे गृहीत धरावे. ही सद्यस्थिती मानून नैसर्गिक विभाग मूल्य आणि बाजारातील किंमतींचा टेबल तयार करावा. या टेबलमध्ये फरक स्तंभ काढून शेतीतून तोटा व उद्योगात नफा किती वळतो ते ठरवावे. ही सद्यस्थिती समजावी.

आता हा आराखडा बदलून भांडवल बांधणीचे प्रमाण बदलत न्यावे. कोणतेही बदल करावे. उदाहरणार्थ मोठ्या उद्योगात श्रम भांडवल वाढवा, तसेच वस्तूभांडवल वाढवा असे बदल करुन नैसर्गिक मूल्य व बाजार किंमत हे स्तंभ तयार करावे. शेवटी उणे-अधिकचे फरक काढावे. कोणत्याही परिस्थितीत शेती विभाग हा तोटाच दाखवेल असे या गणितात सततपणे दिसेल. जेव्हा शेतीत उद्योगापेक्षा जास्त भांडवल बांधणीचे प्रमाण निर्माण होईल, तेव्हाच शेतीत नफा दिसू शकेल. दुर्दैवाने अशी परिस्थिती प्रत्यक्षात येणे अशक्यच आहे.

मार्क्सने भांडवलबांधणीचे पाच स्थूल विभाग दिले आहेत ते खालीलप्रकारे

भांडवल बांधणी

विभाग क्र.	वस्तू मूल्ये/भांडवल	श्रम भांडवल	एकूण भांडवल
१	९५	५	१००
२	८५	१५	१००
३	८०	२०	१००
४	७०	३०	१००
५	६०	४०	१००
एकूण	३९०	११०	५००

यात पाचवा क्रमांक शेतीचा आहे. तो एकेक पायरी वर चढणे अशक्य आहे. कारण भांडवल बांधणीत वस्तू मूल्याचे भांडवल वाढविणे म्हणजे शेतकऱ्याजवळ भांडवल गोळा झाले पाहिजे. भांडवल गोळा होणे म्हणजे उत्पादन खर्चापेक्षा जास्त बाजारभाव मिळणे जरुरीचे असते. या उत्पादन खर्चात श्रम-घटक म्हणून कुटुंबखर्च लक्षात घेऊन त्याला बचत करता आली तरच त्यातून भांडवल बांधणी (कॅपिटल फॉर्मेशन) होऊ शकेल. वरच्या क्रमांकावर जाण्याइतके ते संचयीत भांडवल भरपूर असले पाहिजे. ते सुद्धा एक-दोन टक्के शेतकऱ्यांचे असून चालत नाही, तर समग्र शेती करणाऱ्या शेतकऱ्यांचे असले पाहिजे. यासाठी बाजारात शेतकऱ्यांना शेतमालाचा भाव नैसर्गिक मूल्य पातळीवर मिळाला तर ते शक्य होईल.

जोपर्यंत वरचढ क्रमांकात संघटीत उद्योग भांडवल स्वतःच्या वस्तू-प्रधान-भांडवल बांधणीने उभे आहे तोपर्यंत शेतीत असे काहीच घडू शकत नाही. उद्योगात वस्तू-प्रधान भांडवलाचे स्वरुप बदलवून श्रमप्रधान करणे आणि आपली श्रमप्रधान शेती-भांडवलबांधणीचे स्वरुप वस्तू-प्रधान करुन ते समसमान अवस्थेत आणणे (क्षेत्र म्हणून केवळ उदाहरण म्हणून नाही) तो पर्यंत शेती क्षेत्राचा हिरावून घेतला जाणारा नैसर्गिक मूल्याचा भाग नाहीसा होणार नाही. मागील शंभर वर्षात उद्योगक्षेत्र सततपणे शेती विभागाचे नैसर्गिक मूल्य हिरावून घेत आहे. त्यांना नुसती विनंती करुन ते त्याचे शोषण बंद करतील हा मनोरथी वाद झाला. ते बंद व्हावयाचे अटळ आहे. समाजवादी क्रांतीत म्हणूनच शेतकऱ्यांना अग्रभागी राहण्याचा मान उपलब्ध आहे.

जोपर्यंत शेतीतील भांडवल बांधणीत उद्योगाच्या तुलनेत श्रम-भांडवल प्रमाण जास्त राहील तोपर्यंत. शेतीवर जगणारा समाज भांडवलशाही बाजारकिंमतीत तोट्यात राहतो. शेतीत श्रम-भांडवलाचे प्रमाण जास्त आहे म्हणजेच ते क्षेत्र सर्वात जास्त श्रमिकांना रोजगार देते. शेतीत राहणाऱ्या समाजाने सर्वात जास्त नैसर्गिक मूल्ये निर्माण करायची आणि बाजारात मात्र सर्वात जास्त तोटा सहन करुन बाजार शेतमाल विकायचा, ही कोंडी फोडणे हाच आजचा समाजवादी कार्यक्रम आहे.

(सदर लेख डॉ.म.गो.बोकरे यांनी जरी ऑगस्ट १९७६ मध्ये लिहिलेला असला तरी आजच्या शेतकऱ्यांच्या हजारोंच्या संख्येत होणाऱ्या आत्महत्या, शेतकऱ्यांची सरकार तसेच राजकीय नेते यांचेकडून होणारी सतत फसवणूक व अवहेलनाच्या पार्श्वभूमीवर डॉ.बोकरे यांचे वरील लेखातील विचार आजही अर्थव्यवस्थेतील असमानतेविरुद्ध लढा देण्यास मार्गदर्शन करु शकतात म्हणून या लेखाची प्रस्तुती – दिवाकर बोकरे)

❑❑❑

चर्चेसाठी मुद्दा

कर्जाला चावडीवर मंजुरी

'शेतकऱ्यांच्या कर्जाला चावडीवरच मंजुरी' अॅग्रोवनमध्ये (३१-५-२००६) सहकारमंत्री श्री. पंतगराव कदम यांनी एक क्रांतिकारी विचार मांडल्याचे वाचले. त्याबद्दल त्यांचे अभिनंदन करतो. यांच्या सदर विचारातून काही गोष्टी प्रथमच स्पष्ट होऊन साठ वर्षांनंतर चुकीच्या गोष्टी दुरुस्त करण्याचा प्रयत्न होत आहे.

आपल्या देशातील बँकिंग पद्धत पश्चिमी देशातून आलेल्या पद्धतीवर तयार करण्यात आली. ब्रिटिश काळापासून ही पद्धत आपल्या देशात अस्तित्वात आली. पश्चिमी देशात औद्योगिक क्रांती झाल्यापासून उद्योगांना मदत करण्याच्या एकमेव उद्देशाने त्यांनी बँकिंग पद्धत सर्वप्रथम तयार करून त्यात आवश्यकतेनुसार सुधारणा करण्यात आल्या आहेत. आज आपला देश कृषिप्रधान आहे म्हणून आपण सतत सांगत असतो. आज जवळपास सत्तर टक्के लोक शेती क्षेत्रातून आपल्या जीवनाचा आधार प्राप्त करत आहेत. हे जर खरे असेल तर पश्चिमी देशांनी तयार केलेली उद्योग-केंद्रित बँकिंग पद्धत आपल्या देशात कशी काय यशस्वी होईल, याबाबत गेल्या दोनशे वर्षांत आपल्या देशातील तज्ज्ञांनी विचार केला नाही. निदान देशाला स्वातंत्र्य मिळाल्यानंतर तरी तसा विचार करायला हरकत नव्हती.

याचा परिणाम म्हणून गेली दोनशे वर्ष शेतीला पैशाची मदत फक्त शेतकऱ्यांच्या आप्तांकडून व मुख्यत्वे सावकारांकडून होत आली व आजही होत आहे. देशातील बँका उद्योगाच्याच गरजा भागविण्यात समाधान मानत आल्या आहेत. शेतकऱ्यांना कर्ज देणे म्हणजे स्वतःचे दिवाळे काढण्यासारखे आहे, अशीच समजूत नाबार्डसह सर्व बँकांची झाली आहे. आज सावकार कर्ज देण्याची सेवा चोवीस तास व वर्षभर उपलब्ध करून देत असताना व्यावसायिक, तसेच सरकारी बँकांकडे जाऊन त्यांच्या नियमात गुरफटून आपला अमूल्य वेळ, तसेच घामाची कमाई खर्च करण्यास आपला सामान्य शेतकरी तयार नाही. ही प्रत्यक्ष स्थिती आपल्या सरकारला समजायला साठ वर्षे लागावीत याचे आश्चर्य वाटते.

मुंबई उच्च न्यायालयाने महाराष्ट्रातील शेकडो शेतकऱ्यांनी कोणत्या कारणासाठी आत्महत्या केल्यात, हे जाणून घेण्यासाठी मुंबईच्या एक प्रतिष्ठित शिक्षण संस्थेला टाटा इन्स्टिट्यूट ऑफ सोशल सायन्सेसला विनंती केली होती व त्यानुसार आठ

आठवड्याच्या आत या संस्थेने संशोधनात्मक अभ्यास करून आपला अहवाल सदर न्यायालयाला १५ मार्च २००५ रोजी सादर केला. त्यात अनेक बाबतीत विचार मांडताना गेल्या साठ वर्षांतील सरकारी धोरणांना या आत्महत्यांसाठी दोष दिला आहे. त्यातील बँकिंग पद्धतीच्या बाबतीत मांडलेले विचार अनेक संदेश देणारे आहेत.

१) १९९० च्या दशकात जागतिकीकरणाच्या वातावरणामुळे कर्ज काढण्याच्या प्रकाराला वेग आला. व्यावसायिक बँकेकडून प्रथम कर्ज काढण्यात आले. परंतु दुसऱ्यांदा कर्ज काढताना पहिल्या कर्जाच्या परतफेडीची अट असल्याने त्या परतफेडीसाठी शेतकऱ्यांनी सावकाराचा आधार घेतला व परत बँकेकडे न जाण्याचा निर्णय घेतला. याचा परिणाम म्हणून खासगी सावकारासारख्या व्यवस्थेकडून जवळपास ७५% शेतकऱ्यांनी कर्ज घेतलीत.

२) सावकार जरी दरमहा पाच टक्के व्याज आकारत असला, तरी व्यावसायिक बँकेच्या अनुपयोगी धोरणामुळे कर्ज घेण्यासाठी शेतकरी सावकाराच्या घराच्या पायऱ्या चढतो.

३) आत्महत्या केलेल्या शेतकऱ्यांपैकी ३०% शेतकऱ्यांनी सावकारांकडून कर्जे घेतली नव्हती. कारण त्यावरील व्याज देण्याची त्यांची ऐपत नव्हती. इतरांपैकी ७०% शेतकऱ्यांनी अशी कर्जे घेतलीत. ते सर्व लहान व मध्यम स्तरातील शेतकरी होते. बहुतेकांनी रु.१०,००० व रु.६०,००० यात पडणाऱ्या रकमांची कर्जे काढली होती. याचा अर्थ स्पष्ट आहे, की लहान व मध्यम स्तरातील शेतकरी अधिकृत बँकिंग पद्धतीपासून वंचित होते.

४) आत्महत्या केलेल्या शेतकऱ्यांपैकी फक्त वीस टक्के कुटुंबांना मुख्यमंत्र्यांच्या साह्य निधीतून एक लाख प्रत्येकी मदत मिळू शकली.

५) उत्पादन खर्चावर आधारित भाव शेतमालाला मिळत नसून, तसेच अधिकृत बँकिंग पद्धतीपासून काहीच मदत मिळत नसल्याने शेती क्षेत्रात अनेक दशके हलाखीची स्थिती निर्माण झाली. कर्जबाजारीपणाच बहुतेक आत्महत्यांचे प्रमुख कारण आढळून आले. बँकिंग पद्धतीच्या चुकीच्या धोरणामुळे शेतकरी वर्ग सावकारी पाशात अनेक पिढ्या गुरफटून गेला आहे. त्याला त्यातून बाहेर काढण्यासाठी श्री.कदम यांचे धोरण कदाचित मदत करेल, अशी अशा वाटते.

(ॲग्रोवन)

❑❑❑

वाचकांचा पत्रव्यवहार

हे कसले अर्थशास्त्र ?

नियोजन मंडळाचे उपाध्यक्ष माँटेकसिंग अहलुवालिया यांनी एका मुलाखतीत भारतातील शेतकऱ्यांसाठी, तसेच त्या क्षेत्राशी संबंधित असणाऱ्या जनतेसाठी एक नवीन आर्थिक कार्यक्रम तयार करण्याचा विचार बोलून दाखविला. सध्या सर्वच चर्चेत असलेला विशेष आर्थिक क्षेत्राचा कार्यक्रम अमलात आणताना जरी सरकारला मोठ्या प्रमाणात उत्पन्नात कपात सहन करावी लागली तरी तो कार्यक्रम योग्य असल्याचे मत त्यांनी व्यक्त केले. त्यांच्या मते देशात प्रचंड प्रमाणात अस्तित्वात असलेली जमीन उद्योगांसाठी न वापरणे म्हणजे शुद्ध मूर्खपणा आहे. नियोजन मंडळाच्या ध्येयानुसार शेतीवर अवलंबून राहणाऱ्यांची संख्या ७० टक्क्यांवरून फक्त दहा टक्के करून व शेतीची उत्पादकता दुप्पट करून देशाला भक्कम प्रगती करता येईल. याचा अर्थ असा निघतो, की ८०-८५ कोटी लोकांपैकी फक्त ८-१० कोटी लोकांनी शेती क्षेत्राशी निगडित राहावे व ७०-७५ कोटी लोकांनी देशभर पसरणाऱ्या विशेष आर्थिक क्षेत्राकडे धाव घ्यावी. श्री.अहलुवालिया हे पश्चिमात्य देशातील अर्थशास्त्राचे धडे शिकून आल्याने अमेरिकेत जशी तीन टक्के जनता शेती क्षेत्रावर अवलंबून असतानाही तो देश बलाढ्य राष्ट्र म्हणून जगापुढे उभा राहतो. त्याच प्रकारे भारतसुद्धा अमेरिकेची नक्कल करून जगातील प्रमुख आर्थिक महासत्ता होईल, असे स्वप्न सध्या पाहत असावेत. आज प्रगत देशातही मंदीची अपरिवर्तनीय लाट गेल्या पंधरा वर्षांपासून आल्याचे दिसत असताना औद्योगिक क्षेत्रात गरजेपेक्षा उत्पादन क्षमता २५-३० टक्के जास्त असताना भारत कोणत्या आधारे जगावर औद्योगिकीकरणातून वर्चस्व गाठणार, याचे उत्तर त्यांनी जनतेपुढे ठेवण्याची गरज आहे. औद्योगिकीकरणातूनच गरिबी नष्ट होते, हा पाश्चिमात्य देशांचा सल्ला त्यांच्या बाबतीतसुद्धा यश देऊ शकला नाही. तेव्हा शेतीप्रधान असलेल्या भारताला तो कितपत योग्य ठरेल. याचाही विचार व्हावयास पाहिजे.

सकाळ, पुणे १२-११- ०६

शेतकऱ्यांनो, स्वतःचे प्रतिनिधी ओळखा

देशात गेल्या दहा वर्षात एक लाखापेक्षा जास्त शेतकऱ्यांनी आत्महत्या केल्याचे कृषिमंत्र्यांनी संसदेत जाहीर केले होते. आत्महत्या अजूनही होत आहेत. देशात मात्र

याबद्दलची संवेदनशीलता अनुभवास येत नाही. हे शेतकऱ्यांचे दुर्दैव. शेतकऱ्यांनी निवडून दिलेले (किंवा शेतकऱ्यांकडून निवडून घेतलेले) राजकीय पुढारी पाच वर्षांसाठी तरी लांब सुटीवर गेल्यासारखे वागत असतात. आम्ही शेतकऱ्यांची मुले आहोत या पलीकडे त्यांच्याजवळ सांगण्यासारखे काही नसते. आपले नेते व सरकार आपल्या हिताचे कार्यक्रम तयार करतील व आपल्याला सुगीचे दिवस येतील अशी स्वप्ने पाहण्यात शेतकऱ्यांच्या दोन पिढ्या संपल्यात. तिसऱ्या पिढीला सर्व समजते पण भक्कम संघटना नसल्याने व योग्य मार्गदर्शन मिळत नसल्याने ती भरकटत चालली आहे असे दिसते. 'भारत शेतीप्रधान देश आहे' हे वाक्य गेली शंभर वर्षे तरी शालेय पुस्तकातून मुलांना शिकविले जाते. म्हणून शेतीच्या प्रगतीसाठी देशाचे कायदे करणारे संसद सदस्य निश्चितच प्रयत्न करतील, अशी सामान्यांची गेली साठ वर्षे अपेक्षा होती. अशी अपेक्षा चुकीची आहे, असे म्हणता येणार नाही. संसदेत शेती प्रश्नावर चर्चा असताना बहुतेक सदस्य काही कारण काढून त्या वेळी हजर राहात नाहीत, असे पस्तीस वर्षे बघत असल्याचे एका पत्रकाराचे नुकतेच सांगितले. हे किती सत्य आहे हे दाखविताना तो पत्रकार म्हणाला, की ४ मे २००७ रोजी लोकसभेत शेतकऱ्यांच्या आत्महत्या व शेतीच्या इतर संबंधित प्रश्नावर अडीच तासांची चर्चा असल्याचे कार्यक्रमपत्रिकेत दाखविले असताना जेव्हा चर्चा सुरू झाली तेव्हा फक्त नऊ सदस्य (सभापती वगळता) उपस्थित होते. चर्चा संपत आली तेव्हा आणखी सदस्य आल्याने एकूण उपस्थिती सव्वीस झाली होती. शेतकऱ्यांनो, वरील माहितीतून योग्य तो अर्थ काढावा. किती लोकप्रतिनिधी तुमच्यासाठी जिद्दीने काम करतात ते समजून घ्या. तुम्ही निवडून दिलेले प्रतिनिधी (?) खरेच किती कळकळ दाखवून तुमच्यासाठी काम करतात हे पूर्णपणे लक्षात घ्या. तुम्ही आत्महत्या केल्यात किंवा केल्या नाहीत तरी स्वतःला तुमचे कैवारी म्हणवून घेणारे तुमचे प्रतिनिधी तुमच्या प्रश्नांबद्दल किती संवदेनशील आहेत हे योग्यप्रकारे समजून घ्या. तुमचे प्रश्न तुम्हीच स्वतः सोडवावेत व अशा प्रतिनिधींवर अजिबात विश्वासून राहू नका. असाच संदेश यातून मिळतो.

पुणे, सकाळ ३०-०५-०७

शेतीमालाच्या भावाचा प्रश्न

दर वर्षी शेती क्षेत्रातील काही उत्पादित वस्तूंचे भाव ऐन मोसमात गडगडतात व त्यामुळे शेतकऱ्यांचे अतोनात नुकसान होते. 'यंदाही कांदे व द्राक्षांबाबत हा अनुभव येत आहे. शेतकऱ्यांनी सदर माल बाजारात नेणे आर्थिकदृष्ट्या न परवडल्याने जमिनीतच

गाडून टाकला. असे शेतकरी आत्महत्या न करतील तरच नवल. शेतमालाच्या उत्पादनावर शेतकऱ्यांचे नियंत्रण नसते. जास्तीत जास्त माल तयार व्हावा व त्यातून बऱ्यापैकी पैसा मिळावा, हाच एकमेव उद्देश त्यांचा असतो. परंतु अनेकदा होते मात्र उलटे. परंतु ही स्थिती औद्योगिक क्षेत्रात मात्र सहसा उद्‌भवत नाही. स्कूटर, सायकली, तेल, कापड, साबण व अशा अनेक आवश्यक वस्तूंचे उत्पादन भरमसाट होणे शक्य असतानाही उद्योगपती बाजारात खपण्याइतपतच आपल्या वस्तूंचे उत्पादन करतो. या दोन्ही क्षेत्रात होऊ शकणाऱ्या अतिरिक्त उत्पादनामुळे देशातील सर्वच वस्तू स्वस्त होऊन त्या वापरणाऱ्या ग्राहकांना महागाईपासून कायमची सुटी मिळू शकते. परंतु शेती क्षेत्र 'मुक्त स्पर्धेत' भाग घेत असते तर औद्योगिक क्षेत्र मात्र सर्व प्रकारचे संरक्षण प्राप्त करून 'मक्तेदारी स्पर्धेत' वावरत असतो. औद्योगिक क्षेत्रातील मानवनिर्मित मक्तेदारी रद्द केली तर देशभर खऱ्या अर्थाने मुक्त स्पर्धा अस्तित्वात येऊन विपुलतेच्या अर्थशास्त्राचा फायदा सर्वांना उपभोगता येईल. म्हणून शेतकऱ्यांनी औद्योगिक क्षेत्रातही मुक्त स्पर्धेचा आग्रह धरावा. तेही ग्राहक नात्याने औद्योगिक क्षेत्रातील स्वस्त वस्तूंचा उपभोग घेऊन शेतीचा उत्पादन खर्च कमी करू शकतील व बाजारभाव पडल्याने नुकसान त्यांना सहन करावे लागणार नाही.

सकाळ, ०७-०४-२००६

कृषी विद्यापीठे व शेतकरी

शेतकऱ्यांना आत्महत्यांचे सत्र चालू राहणार, असे स्पष्टपणे दिसत आहे. यामुळे कृषी क्षेत्र दुःखात बुडाले आहे. सरकारी धोरणामुळेच हे सर्व होत आहे याबाबत आता सरकारसोडून सर्वांची खात्री होत आहे. शेतकरी हा केंद्रबिंदू ठेवून सरकारतर्फे निर्माण केलेल्या कृषी विद्यापीठांकडून याबाबत मौन राखले जात असल्याबद्दल सर्वांना आश्चर्य वाटत आहे. शेतीचे अर्थशास्त्रच चुकीच्या मार्गावर जात असताना कृषी विद्यापीठांतर्फे कोणतेच भाष्य का केले जात नाही? अपवाद म्हणून अकोल्याच्या पंजाबराव देशमुख कृषी विद्यापीठाचा उल्लेख करता येईल. या विद्यापीठाने जरी इतरत्र प्रसिद्ध झालेल्या माहितीवर भरवसा ठेवून शेतमालाला किफायतशीर भाव मिळत नाही, असे म्हटले आहे. त्या विद्यापीठाने सबंध शेती व्यवसायाचे अर्थशास्त्र स्वतःहून तपासून पाहिले असते तर अनेक चुकीच्या पद्धती उजेडात येऊ शकल्या असत्या. कृषी विद्यापीठांनी यात पुढाकार घेण्याची गरज होती. शेतकऱ्यांचे सर्व प्रश्न योग्य संशोधनातून अभ्यासला पाहिजेत. कर्जबाजारीपणा, सावकारी यंत्रणेतून होणारे शोषण, पिकांची निवड,

सिंचनाच्या सोईतून योग्य संतुलन, अनधिकृत व खराब बियाण्यांचा उद्योग व व्यापाऱ्यांकडून होणारा पुरवठा याबाबत शेतकऱ्यांमध्ये आवश्यक ती जागरूकता करण्याचे कार्य या विद्यापीठांनी करावयास पाहिजे होते व त्यातून जनजागृती व्हावयास पाहिजे होती. नुसते विद्यार्थी तयार करून आपले काम झाले, असा विचार या विद्यापीठांनी केला असावा, असे वाटते.

सकाळ, पुणे ०६-०९-०६

वेतन आयोगाची गरज का ?

आज महाराष्ट्रासह अनेक राज्यांचे पाचव्या वेतन आयोगाने कबंरडे मोडले आहे. सहाव्या वेतन आयोगाच्या भारामुळे त्यांचे काय होईल, याची कल्पना सहज करता येईल. आज हजारोंच्या संख्येने शेतकरी आत्महत्या करत आहेत. त्यांना शेतीपासून मिळणारे उत्पन्न कमी पडते म्हणून त्यांनी कोंबडीपालन, पशुपालन, मत्स्य उद्योग, दूध उद्योग इत्यादीद्वारे आपल्या उत्पन्नात वाढ करून जीवन जगावे म्हणून पंतप्रधानांपासून गल्लीतल्या नेत्यांपर्यंत सर्व फुकट सल्ला देत असतात. शेतकऱ्यांना सुखाने जीवन जगता यावे म्हणून केंद्र व राज्य सरकार अल्प दराने कर्ज, वाढीव रकमांचे कर्ज देण्याच्या योजना तयार करतात. सत्तर टक्के जनता ज्या उद्योगावर अवलंबून आहे, त्या क्षेत्रातील लोकांसाठी त्यांच्या मालाला वाढीव बाजारभाव मिळवून देण्यासाठी सरकारतर्फे कोणत्याही आयोगाची योजना न करता त्यांना फक्त कर्जे दिली की आपली जबाबदारी संपली, असे समजणारे नेते आज देशात दिसतात. कर्ज दिले तरी ते व्याजासह सरकारी तिजोरीतच परत जाणार असल्याने, ते उपलब्ध करून देण्यात दानशूरपणा कोठे दिसतो? सरकारी कर्मचारी वर्गासाठी वाढीव वेतन म्हणजे त्यांच्या खिशात येणाऱ्या पैशात वाढत असते. ती वाढ शेतकऱ्यांसारखी परतफेड करण्याची गरज नसते. दोघांनाही समान तत्त्व लागू करण्यासाठी कर्मचारी वर्गानेही फावल्या वेळात इतर व्यवसाय करून आपले उत्पन्न वाढवावे, ही सरकारची भूमिका का असू नये? त्यासाठी शेतकऱ्यांना देण्यात येणाऱ्या कर्जाच्या सोई जरूर उपलब्ध करून द्याव्यात; अन्यथा जो वर्ग सरकारचा गळा दाबू शकतो, अशांनाच सरकारतर्फे झुकते माप मिळते, यावर जनतेला असलेला विश्वास अधिक दृढ होईल.

सकाळ, पुणे ०३-०३-०६

शेतीमालाच्या किमती

केंद्रीय रसायन मंत्री रामविलास पासवान यांनी सामान्य जनतेला सामान्यतः लागणारी सर्व औषधे स्वस्त मिळावीत म्हणून औषध उत्पादन करणाऱ्या उत्पादकांसह ठोक व किरकोळ व्यापाऱ्यांच्या नफ्याच्या रकमेवर मर्यादा घातली आहे. घाऊक विक्री कर १५ टक्के व किरकोळ विक्रीवर ३५ टक्के जास्तीत जास्त नफा आकारता येईल. म्हणजे विक्री करताना एकूण पन्नास टक्के नफा आहे तर त्याहीपेक्षा कितीतरी नफा उद्योगपती कमावतात. त्यावरसुद्धा बंधन येण्याची गरज आहे. श्री.रामविलास पासवान अशा प्रकारचा निर्णय घेतल्याने अभिनंदनास पात्र ठरतात. असाच जरी नसला तरी शेतकऱ्यांच्या फायद्याचा ठरावा असा निर्णय महाराष्ट्र सरकारने नुकताच घेतला आहे. त्यानुसार एक जूनपासून राज्यातील दुधाचे भाव प्रतिलिटर दोन रुपयांनी वाढणार आहेत. या दोन्ही निर्णयांतून असे स्पष्ट होते, की राजकीय नेत्यांजवळ इच्छाशक्ती असली तर ते जनकल्याणाला उपयुक्त निर्णय घेऊ शकतात. हे जर सत्य मानले तर देशातील शेतमालाला उत्पादन खर्चावर आधारित मूल्य व त्यावर २०-३० टक्के नफा ठरवून भाव देण्याचे धैर्य हे नेते का दाखवीत नाहीत? टाटा इन्स्टिट्यूट ऑफ सोशल सायन्सेस या नावाजलेल्या संस्थेने १९ मार्च २००५ रोजी मुंबई उच्च न्यायालयाला सादर केलेल्या आपल्या संशोधनातून अहवालात म्हटले आहे की १) गेली दहा वर्षे शेतमालासाठी ठरविलेली न्यूनतम आधारमूल्ये (एमएसीपी) उत्पादन खर्चापेक्षा नेहमीच कमी होती. २) महाराष्ट्रातील शेतकऱ्यांनी सरासरीने तीस ते पन्नास टक्के तोटा सहून करून आपले उत्पादन बाजारात विकले म्हणून त्यांच्या आधीच असलेल्या कर्जबाजारीपणात सतत भरच पडत आली. औषध व दुधाच्या बाबतीत सरकारतर्फे नफा ठरवून किमती ठरविल्या जात असताना शेतमालाच्या बाबतीत मात्र नफा तर बाजूलाच राहू द्या, निदान उत्पादन खर्च तरी भरून निघण्यासाठी शेतमालाच्या किमती (एमएसपी) ठरविण्यास का हरकत असावी? नुसती कर्जे देऊन शेतकऱ्यांच्या आत्महत्या थांबतील किंवा 'रिलीफ पॅकेज' जाहीर करून हा प्रश्न सुटेल, हे सरकार व राजकीय नेते समजत असतील तर त्यांना सत्य स्थितीची जाणीव नाही, असेच नाइलाजाने म्हणावे लागेल.

सकाळ, पुणे ३१-०५-०६

कृषी विद्यापीठांनी पुढाकार घ्यावा

गेली चाळीस वर्षे महाराष्ट्रातील शेतकऱ्यांनी आपल्या शेतमालाला सरकारतर्फे किमान आधारभाव ठरविताना त्याचा शास्त्रोक्त पद्धतीने काढलेला उत्पादन खर्च अधिक

जोखीम १० टक्के व नफा १० टक्के हिशोबात घ्यावा, म्हणून अनेक आंदोलने केलीत. सरकारतर्फे या मागणीला अपेक्षित पाठिंबा व त्यानुरूप कारवाई करण्यात न आल्याने गेल्या दहा वर्षांत देशात दीड लाख शेतकऱ्यांना आत्महत्या करण्याशिवाय पर्याय उपलब्ध झाला नाही.

महाराष्ट्र राज्याचे कृषी राज्य मंत्री यांनी एका वार्ताहर परिषदेत मान्य केले की सरकारतर्फे उत्पादन खर्च काढताना ढोबळ स्वरूपाच्या चुका केल्याने आधारभाव कमी स्तरावर ठरविण्यात आले व त्यामुळे सर्वच शेतकऱ्यांचे नुकसान झाले.

हजारोच्या संख्येत शेतकऱ्यांनी आत्महत्या कराव्यात, हे आपल्या सर्वांना शरमेची बाब वाटली नाही तरच नवल. आज संबंधित विचारवंतांनी या आत्महत्या थांबण्यासाठी प्रयत्न करणे गरजेचे आहे. आपण व आपली संस्था यात पुढाकार घेऊन समाजाला मार्गदर्शन करावे. असे करताना खालील बाबींचा विचार करावा -१) प्रत्येक प्रकारच्या शेतमालाचा उत्पादन खर्च शास्त्रोक्त पद्धतीनुसार किती आहे यासाठी औद्योगिक वस्तूंचा उत्पादन खर्च ठरविण्याची पद्धत आधार म्हणून धरावी. २) उत्पादन खर्च १० टक्के जोखीम १० टक्के नफा धरून येणारी रक्कम किती होते त्या तुलनेत न्यूनतम आधारभाव किती होते ते कमी असले तर शेतकऱ्यांना किती तोटा सहन करावा लागला, याची माहिती जाहीर करावी. ३) शेतमालाची बाजारपेठ आणि त्या शेतमालाची विक्री (पणन व्यवस्था) हा कृषी अर्थशास्त्राचा महत्त्वाचा भाग आजपर्यंत दुर्लक्षित राहिला. त्या विषयाचे अध्ययन, अध्यापन, तसेच या विषयासंबंधी संशोधन करणे अत्यावश्यक आहे आणि ते काम विद्यापीठ करतील, असे आपण नुकतेच मान्य केले आहे. अशा तऱ्हेचे संशोधन जर आपल्या चारही कृषी विद्यापीठांनी योग्य प्रकारे पूर्ण पारदर्शकता ठेवून कोणताही अभिनिवेश न धरता केले तर शेतकऱ्यांच्या आत्महत्या बंद होण्यास मदत होईल. ४) सेंद्रिय शेतीमुळे उत्पादन खर्च कमी होतो, असा आज सर्वसाधारण समज आहे; परंतु त्याचा तुलनात्मक अभ्यास आकड्यांचा आधार घेऊन जनतेपुढे ठेवला तरच त्याचा उपयोग शेतकऱ्यांना व धोरणे आखणाऱ्या सरकारी यंत्रणेला होईल. या विषयाबाबत संशोधन व विस्तार यांची नितांत आवश्यकता असल्याचे राष्ट्रीय कृषक आयोग २००४ च्या पाचव्या अंतिम अहवालात (परिच्छेद क्र.१.८.१) स्पष्टपणे म्हटले आहे. शेतमालाचे आधारभाव ठरविताना या अभ्यासाचा नक्कीच उपयोग होऊ शकेल. आज समाजात असा समज गैरसमज आहे, की शेतकऱ्यांच्या आत्महत्या थांबविण्यासाठी कृषी विद्यापीठांनी आपले कर्तव्य चोखपणे बजावले नाही. या समाजाला पूर्ण मूठमाती देण्यासाठी चारही कृषि विद्यापीठांनी पारदर्शक राहून वरील मुद्दयांवर समाजाचे समाधान करण्याची आवश्यकता वाटते.

लोकमत - पुणे १०-०२-०७

फुकट उपदेश देणे थांबवावे

'शेतकरी लग्न, बारसे यासारख्या कौटुंबिक समारंभावर अनाठाई खर्च करताना कर्जबाजारी होऊन आत्महत्या करतो. शेतकरी फक्त वर्षातील सहा-आठ महिनेच काम करतो व बाकी वेळी आळसात लोळतो म्हणून शेती परवडत नाही. स्वतःचे उत्पन्न वाढविण्यासाठी प्रत्येक शेतकऱ्याने शेतीबरोबर पूरक उद्योग करावा. अधिकृत बँकेकडूनच सहा, आठ टक्क्यांनी कर्ज काढून सावकाराकडे जाणे बंद करावे. कुटुंबाचा व शेतमालाच्या उत्पादनाचा खर्च कमी करून कर्ज काढणे बंद करावे, अशा प्रकारचा सल्ला सध्या अनेक तज्ज्ञ सभा-समारंभांतून शेतकऱ्यांना आत्महत्या टाळण्यासंबंधात देत असतात. शेतकऱ्यांना शेतमाल विकताना तीस-चाळीस टक्के तोटा सहन करावा लागतो. सरकारतर्फे शेतीक्षेत्राबद्दल आकसाचे धोरण ठेवण्यात येते. नियोजन मंडळातर्फे शेतीक्षेत्रास अर्थव्यवस्थेचे नियोजन करताना खालच्या स्तराचे स्थान देण्यात येते. शहरात पंचतारांकित सोयींसाठी खूप पैसा खर्च करताना कृषी क्षेत्रातील न्यूनतम सोयींकडे सर्वांचे दुर्लक्ष होते इत्यादी बाबींबद्दल 'तज्ज्ञ' मूग गिळतात. पुण्यात कृषी विपणन व्यवस्थेवर बोलताना राजस्थानचे कृषिमंत्री प्रभुलाल सैनी यांनी, ''शेतकऱ्यांनी शेतीबरोबर पूरक उद्योग करणे आवश्यक आहे,'' सांगून फुकट सल्ला देणाऱ्यांच्या यादीत आपला नंबर लावला. सरकारी नोकरांनी व प्राध्यापकांनी ऊठसूट संप करण्याऐवजी पूरक उद्योग करावा, असा सल्ला का देण्यात येत नाही? शेतकरीवर्गाच्या मानाने हा कर्मचारीवर्ग अतिशय कमी वेळ काम करताना महागाईभत्ता व निवृत्तिवेतनासाठी का रुसून बसतो? शेतकऱ्यांना मात्र महागाई भत्ता मिळत तर नाहीच; परंतु इतरांना मिळणाऱ्या महागाई भत्त्यामुळे महागाईचा चटका मात्र सहन करावा लागतो. शेतकऱ्यांना फुकटचा सल्ला देण्याचे थांबवावे व त्यांच्या शेतमालाला योग्य भाव कसे देण्यात यावेत, यावर या तज्ज्ञांनी विचारमंथन करणेच योग्य होईल.

सकाळ, ०५-०२-०७

शेतकऱ्यांकडे दुर्लक्ष

विदर्भातील शेतकऱ्यांसाठी पंतप्रधानांनी ३७५० कोटी रुपयांचे नागपूर पॅकेज जाहीर केले. त्यातून शेतकऱ्यांचे समाधान न झाल्याने आत्महत्यांचे सत्र सुरूच राहिले. त्यापूर्वी राज्याच्या मुख्यमंत्र्यांनी १०७५ कोटींचे एक पॅकेज डिसेंबर महिन्यात जाहीर केले होते. या दोन्ही पॅकेजचा लाभ अजूनही शेतकऱ्यांपर्यंत पोचला नसल्याचे सरकारी सूत्राकडून सूचित केले आहे. पंतप्रधान जागतिक किर्तीचे अर्थतज्ज्ञ असूनही व देशाच्या अर्थकारणाचे सर्व अधिकार प्राप्त असूनही शेतकऱ्यांचे मूळ प्रश्न त्यांना एकतर समजले

नाहीत किंवा समजले असून त्यावरचे उपाय त्यांना व त्यांच्या पक्षाला अडचणीत टाकणारे असले पाहिजेत, असे वाटते. उत्पादनखर्च व त्यात वीस-तीस टक्के नफा (औद्योगिक क्षेत्रातील पद्धतीप्रमाणे) जोडून शेतीमालाच्या किंमती शेतकऱ्यांना प्राप्त करून देण्याची हमी सरकारने द्यावी, ही पन्नास वर्षांची जुनी मागणी जोपर्यंत सरकार पूर्ण करणार नाही, तोपर्यंत सामान्य शेतकऱ्यांच्या आत्महत्या थांबणार नाहीत, हे सरकारने व समाजाने स्पष्टपणे लक्षात ठेवण्याची गरज आहे. अर्थतज्ज्ञ असलेले पंतप्रधान याविषयी एकही शब्द न उच्चारता नुसता स्वस्त कर्ज वा कमी व्याजदर यावरच सतत बोलतात. १९९० पासून देशाने भांडवलशाही अर्थव्यवस्था स्वीकारण्याचा निर्णय घेतला आहे. या निर्णयात सध्याच्या पंतप्रधानांचा सर्वात मोठा भाग आहे, हे विसरता येत नाही. भांडवलशाही अर्थव्यवस्थेत औद्योगिक प्रगती व त्यातून भांडवलदारांना होणाऱ्या भक्कम नफ्याला सर्वांत जास्त महत्त्व असते. औद्योगिक प्रगतीतून गरिबी समूळ नष्ट होते, हा पश्चिमात्यांचा फसवा प्रचार आहे हे शेतकऱ्यांचे प्रश्न सोडविण्यात कोणालाही रस नाही. म्हणून शेतकऱ्यांनी स्वतःची अराजकीय संघटना तयार करून सरकारला आर्थिक धोरण बदलायला लावू शकणारी ताकद निर्माण करण्याची गरज आहे. शेतकऱ्यांनी निवडून दिलेले नेते त्यांच्या मदतीला आले नाहीत. यातून स्पष्ट संदेश घेण्याची वेळ शेतकऱ्यांवर आली आहे.

सकाळ

प्रक्रिया उद्योगाचे महत्त्व

काही दिवसांपूर्वी प्रवास करताना एका बस स्थानकावर मी सहज म्हणून एका बहुराष्ट्रीय कंपनीने विक्रीस ठेवलेले बटाटा वेफर्सचे पाकीट विकत घेतले. त्यावर छापलेल्या माहितीतून असे आढळते की - १) पाकिटातील एकूण १४ वेफर्सच्या चकत्यांचे वजन फक्त ३४ ग्रॅम होते. त्याचे विक्रीमूल्य रुपये दहा होते. वजनाचा व किमतीचा अभ्यास केला, तेव्हा असे आढळले, की या तळलेल्या वेफर्सच्या एक किलो वजनासाठी ही कंपनी ग्राहकांकडून एकूण २९४ रुपये वसूल करते.

२) ठोक भावाने बटाटे विकत घेत असल्यामुळे कंपनीला किलोमागे तीन किंवा चार रुपयेच द्यावे लागत असावेत. चार रुपये किलो बटाट्यांवर प्रक्रिया, विक्री इत्यादीसाठी काही खर्च करावा लागतो. तो उत्पादन खर्च बटाट्याच्या खरेदी किमतीच्या तुलनेत शंभर टक्के जरी धरला (किंवा दोनशे टक्के) धरला, तरी वेफर्सचा एकूण उत्पादन खर्च आठ रुपये होईल. म्हणजे आठ रुपये उत्पादन खर्चाच्या, तसेच इतर खर्चाच्या तुलनेत ही कंपनी ग्राहकांकडून २९४ रुपये वसूल करते. म्हणजे ही कंपनी आठ रुपयांच्या एकूण खर्चावर २८६ रुपये नफा कमावते. दुसऱ्या शब्दांत तो नफा ३५८७ टक्के ठरतो.

३) तरुण शेतकऱ्यांच्या नुकत्याच झालेल्या एका सभेत ही माहिती मी दिली. तेव्हा त्यांचा यावर विश्वासच बसत नव्हता. त्यांना मार्गदर्शन करताना सांगितले, की शेतकऱ्यांनी स्वतःच आपल्या शेतात तयार होणाऱ्या बटाट्यांवर प्रक्रिया करून त्याचे व्यवस्थित पॅकिंग करून ते शंभर-दोनशे टक्के नफा ठेवून विक्रीस काढले, तर त्यांच्या हातात मोठ्या प्रमाणात पैसा येऊ शकेल. वेफर्स करण्याची यंत्रे सहज मिळतात व त्याची प्रक्रियासुद्धा सोपी असल्याने सुरवातीला तालुका, जिल्हा पातळीवरच अशी पाकिटे विकण्याचे ध्येय ठेवावे. पस्तीसशे टक्क्यांपेक्षा शंभर-दोनशे टक्के नफ्यावरच समाधान मानावे.

४) पाश्चिमात्य देशांची संस्कृती आपल्या तरुण पिढीने आत्मसात करण्याचा ध्यास घेतल्याने अशा उत्पादनाला मोठ्या प्रमाणात ग्राहकवर्ग तयार मिळतो. चार-पाच शेतकरी एकत्र येऊनही हा उपक्रम सुरू करून, स्वतःच्या उत्पन्नात त्यांना वाढ करणे सहज शक्य होईल. शेतमालाला उत्पादन खर्चावर आधारित भाव गेली साठ वर्षे आपल्या देशाचे सरकार देऊ शकले नाही. महागाई वाढेल या सबबीवर ते यापुढेही देणार नाही. सध्या शेतकऱ्यांना आतबट्ट्याचा व्यवसाय करून ३०-४० टक्के नुकसान सहन करावे लागत असताना शेतीची उत्पादकता वाढविण्याचा सल्ला सरकार देत असते. त्यामुळे शेतकऱ्यांच्या उत्पन्नात किती व कशी भर पडेल, याचे गणित सरकारने जाहीरपणे समजावून द्यावे.

५) बटाटा वेफर्स हे उदाहरणार्थ म्हणून समजावे. इतर अनेक शेतमालावर प्रक्रिया केल्यास शेतकरी वर्गाच्या उत्पन्नात भरघोस वाढ होणे शक्य आहे आणि तोच एकमेव मार्ग सध्या त्यांना दिसावा.

सकाळ, पुणे ०८-०१-०८

□□□

www.ingramcontent.com/pod-product-compliance
Lightning Source LLC
Chambersburg PA
CBHW072139270326
41931CB00010B/1814
* 9 7 8 8 1 8 9 9 5 9 8 8 3 *